கதைகளின் கதை

(தமிழ்ச் சிறுகதைகளின் மீதான வாசகப் பரவசம்)

ம.மணிமாறன்

விஜயா பதிப்பகம்
20, ராஜ வீதி,
கோயம்புத்தூர் - 641 001.
www.vijayapathippagam.org

கதைகளின் கதை

Kathaigalin Kathai

ஆசிரியர் : **ம.மணிமாறன்**

முதல் பதிப்பு : மே 2016

விஜயா பதிப்பகம்

20, ராஜ வீதி, கோயம்புத்தூர் - 641 001.

✆ 0422 - 2382614 / 2385614

vijayapathippagam2007@gmail.com

ஒளியச்சு / புத்தக வடிவமைப்பு : ஜரிஸ் கிராபிக்ஸ், கோவை.

அட்டை வடிவமைப்பு : ஆர்.சி. மதிராஜ், சென்னை.

அச்சாக்கம் : ஜோதி எண்டர்பிரைசஸ், சென்னை - 5.

ISBN - **81-8446-731-1** / பக்கம் : 224/ **விலை : ரூ.** 160/-

இன்னுயிர் தந்து
எனை எப்போதும்
ஆற்றுப்படுத்திக் கொண்டிருக்கும்
என் அம்மாவிற்கு...

ஆசிரியர் பற்றி

ம.மணிமாறன். சிவகங்கைக்காரர். வாழ்க்கை தந்த நிர்பந்தத்தினால் விருதுநகரை வசிப்பிடமாகக் கொண்டவர். சிவகாசியில் அரசு உதவி பெறும் பள்ளியில் கணித ஆசிரியராகப் பணி செய்கிறார்.

முப்பது வருடங்களுக்கும் மேலாக எப்போதும் புத்தகங் களுடனே பயணிப்பவர். புனைவிலக்கியங்களின் தீராக் காதலர். வாசிப்பதும், வாசித்த புத்தகங்களின் மீது வாசகக் கவனத்தை ஏற்படுத்தி டவும் தொடர்ந்து முயற்சிப்பவர்.

'கதைகளும், கதையாடல்களும்', 'ஊருக்குச் சென்று கொண்டிருக்கிறேன்', 'சொல்லித் தீராதது', 'தூரத்துப் புனைவுலகம்' இவை யாவும் இதுவரை இவர் எழுதியிருக்கும் நூல்கள்.

தமிழில் மிகச்சிறந்த சிறுகதை எழுத்தாளர்கள் நூறு பேரின் படைப்புலகம் பற்றிய விரிவான தொகுப்பு நூல்களை எழுதிக் கொண்டிருக்கிறார்.

புத்தக வாசிப்பின் மீது கவனத்தை ஏற்படுத்துவதே என் நோக்கம் என்றுரைக்கும் மணிமாறன் தமிழ்நாடு முற்போக்கு எழுத்தாளர் கலைஞர்கள் சங்கத்தின் மாநிலச் செயற்குழு உறுப்பினர்.

தொண்ணூறுகளின் துவக்கத்தில் விருதுநகரில் நடைபெற்ற அறிவொளி இயக்கத்தில் களப்பணி ஆற்றிய அனுபவமே இவருடைய எழுத்தின் ஆதார ஊற்று.

ரசமான அறிமுகம்

"புதுமைபித்தனுடைய ''கவந்தனும் காமனும்'' கதையில் இருட்டில் தன்னுடைய கைகளில் வச்சுக்கோ என சில்லறையைத் திணித்த இளைஞன் முகத்தில் வீசியெறியப்பட்ட சில்லறைக் காசுகளின் ஒலியை நுட்பமாக கேட்டவர் ஜி.நாகராஜன். ஒரு விதத்தில் கவந்தனும் காமனுக்குள் காட்சிப்பட்ட மனுஷியைப் பின்தொடர்ந்து சென்றதால் தான் அவள் அவரை 'குறத்தி முடுக்கு'க்கு இட்டுச்சென்றாள்''.

இப்படிப்பட்ட நயமான வார்த்தைகளில் ஜி.நாகராஜனின் கதைகளை அறிமுகம் செய்கிற மணிமாறனின் இந்த 33 கட்டுரைகளும் புதுமைப்பித்தன் துவங்கி மேலாண்மை பொன்னுச்சாமி வரை 32 தமிழ்ச் சிறுகதையாளர்களை ரசமாக அறிமுகம் செய்யும் முயற்சிகளாகும்.

தீக்கதிர் நாளிதழின் இலக்கியச் சோலை பகுதியில் வாரம்தோறும் ஒரு சிறுகதை எழுத்தாளரை தீக்கதிர் வாசகர்களுக்கு அறிமுகம் செய்து மணிமாறன எழுதிய இக்கட்டுரைகள் முற்றிலும் புதிய வாசகர்களை நோக்கி அவர்களை வாசிக்கத் தூண்டும் நோக்குடன் பேசப்பட்ட வார்த்தைகளின் தொகுப்பாகும்.

தமிழகத்தில் என் வாழ்க்கைப் பயணத்தில் நான் சந்தித்த மிகச்சிறந்த வாசகர்களை என நான் மதிப்பது வேலூரில் வாழும் பெரியவர் லிங்கம். மதுரையில் வாழும் தோழர் ச.சுப்பாராவ், விருதுநகரில் வாழும் தோழர் மணிமாறன். இம்மூவரில் லிங்கம் எழுதுவதில்லை. ஆனால் அவர் அளவுக்குத் தமிழ் இலக்கியங்களையும், தத்துவங்களையும் வாசித்தவர்கள் வேறு யாரும் இல்லை. சுப்பாராவும் மணிமாறனும் சொந்தப் படைப்பு முயற்சிகளில் ஈடுபட்டாலும் தாங்கள் வசித்த எழுத்துக்கள் பற்றித்

தொடர்ந்து சக வாசகர்களோடு எழுதிப் பகிர்ந்து கொள்கிறவர்களாக இருக்கிறார்கள். சுப்பாராவ் ஆங்கிலப் புத்தகங்களையும் மணிமாறன் தமிழ் எழுத்துக்களையும் என.

கழிவில்லாமல் எல்லாவற்றையும் திறந்த மனதோடு வாசிக்கிற மணிமாறன் சமீப காலமாகத்தான் தன் வாசிப்பு அனுபவங்களை எழுதத் துவங்கியிருக்கிறார். அறிவொளி இயக்கத்திலும் அதைத் தொடர்ந்து நாங்கள் நடத்திய வாசிப்பு இயக்கத்திலும் தீவிரமாக நேரடிப் பங்காற்றியவர் மணிமாறன். எளிய மக்களின் வாசிப்புப் பண்பாட்டை வளர்த்திடப் பல முயற்சிகளில் ஈடுபட்டவர். ஆனாலும் தன்னுடைய எழுத்துலகம் என்று வரும்போது அவர் நெருங்கிப் பழகும் கோணங்கியின் மாயமொழி உலகுக்குள் கைகள் விரித்து ஆனந்தமாக நடைபோட்டவர். மணிமாறனின் ஆரம்ப கால எழுத்துக்களில் இவ்வாசனை தூக்கலாக இருந்ததை நான் நுகர்ந்திருக்கிறேன்.

காலப் போக்கில் அவருடைய மொழி சமகால வாசகனைக் கருத்தில் கொண்ட அக்கறையான ஒன்றாக மாறத் துவங்கியதை அருகிருந்து பார்த்து வருகிறேன். அத்தகைய முயற்சியின் அடுத்தக் கட்டமாக இத்தொகுப்புக் கட்டுரைகள் அமைந்துள்ளது ஆறுதல் தருகிறது. மகிழ்ச்சி தருகிறது. கதை வாசிப்பின் உலகத்துக்குள் இளம் வாசகரை ஈர்க்க அழைப்பு விடுக்கும் இக்குரலை நாம் கொண்டாட வேண்டும்.

ஒவ்வொரு படைப்பாளியின் எல்லாக்கதைகளையும் வாசித்து அக்கதைகள் பற்றிய ஒரு கணிப்புக்கு வந்து அக்கணிப்பையும் கலந்த அறிமுகமாக இக்கட்டுரைகள் அமைந்துள்ளன. கதைகள் கேட்கும் மொழியையும் தர்க்கங்களையும் வியாக்கியானங்களையும் யதார்த்தமாக முன் வைப்பவர் என்று புதுமைப் பித்தனைப் பற்றிக் குறிப்பிடுகிறார். புதுமைப்பித்தனால் தமிழ்ச் சிறுகதையின் திருமூலர் என்று குறிப்பிடப்பட்ட மௌனி பற்றி மணிமாறன் எழுதுவது ‘‘க.நா.சு., மௌனி தன்னுடைய படைப்புகளுக்காக அதீத உழைப்பைச் செலுத்தக் கூடியவர் என்கிறார். பித்தனை அநாயசமாகத் துடித்து கதை எழுதிச் செல்பவர், ஏனெனில் அவர் மகாமேதை என்கிறார். மேதமை மிகு படைப்பாளி மக்களின் மனநிலையில் உறைந்திருக்கும் சிக்கல்களை எழுதுகிறவராகவும் அதீத உழைப்பாளி தடுமாறித் தத்தளிப்பவராகவும் இருப்பதைப் பலரும் குறிப்பிடாமல் செல்கிறார்கள்... மௌனிக்குப் புறத்தின் செயல்களைக் குறித்து அக்கறையுமில்லை, பார்வையுமில்லை... கதைக்குள் கதாபாத்திரங்கள் யாவும் உள்நோக்கியே பேசுகின்றன..’’ என்று அழுத்தமான கணிப்பை வைத்துச் சொல்கிறார்.

கீழைத்தேய நாட்டார் மரபுகளை உள்வாங்கி, குலதெய்வ வழிபாடு களுக்குள் உறைந்திருக்கும் ரத்தப் பலிகளையும் எல்லாவற்றையும் கடந்து நிற்கும் மனித மாண்புகளையும் 30களிலேயே எழுதியவர் பி.எஸ்.ராமையா என்ற கணிப்பை முன் வைக்கிறார். சம்பவங்களின் தொகை வழியே வரலாற்றை அறிவதற்கான சாத்தியங்களைத் தன் கதைகளில் உருவாக்கித் தருபவர் என்பது ந.பிச்சமூர்த்தி பற்றிய அவரது கணிப்பு.

எல்லாக் கதைகளுக்கும் இடையே ஓடக் கூடிய ஒற்றைத் தன்மை. அளவிடமுடியாத அன்பும் கருணையும்தான். துயருற்றுக்கிடப்பவர்களின் மனதிற்கு அன்பை அள்ளித் தருவதே தி.ஜானகிராமனின் மொழிச் செயல்பாடாக வடிவம் பெற்றுள்ளது என்கிறார். தி.ஜாவின் கதைகள் சத்தமாக சொற்களை உச்சரிப்பவை அல்ல. இசைக்குறிப்புகளைப் போல உணர்த்துபவை என்றும் குறிப்பிடுகிறார்.

மனித வாழ்வின் துயரங்களை, கண்ணீரை கலையாக்கிடும் மகத்தான வித்தைதான் கு.அழகிரிசாமியின் எழுத்து என்று சொல்லும் மணிமாறன், அறிவியல் புனைகதைக்குள் தர்க்கத்தை மட்டுமின்றி சமகால அரசியலையும் முன் வைத்தவர் பிரமிள் என்றொரு பார்வையை முன் வைக்கிறார்.

சந்தேகத்துக்கிடமில்லாத கணிப்புகள் எனக்கு லேசாக அச்ச மூட்டுகின்றன. ஒரு நாளிதழில் அவருக்குக் கிடைத்த பக்க அளவுக்குள் அவர் முன் வைக்கும் இத்தகைய கணிப்புகளுக்கான காரணகாரியங்களை படைப்புகளின் துணை கொண்டு நிறுவ வாய்ப்பில்லைதான். அதைப் புரிந்து கொள்ள முடிகிறது. இக்கணிப்புகள் தவறானவை என்பது என் கருத்தல்ல. பலவற்றோடும் எனக்கு உடன்பாடு உண்டு. இப்படியான கணிப்புகளை ஒரு கட்டத்தில் பிசிறற்ற குரலில் பேசித்திரிந்தவன் தான் நானும் என்றாலும் ஒவ்வொரு பருவத்திலும் நம் பார்வைகள் மாறக் கூடியவைகள்தானே. இன்றுள்ள என் மனநிலையில் தீர்மானமான முடிவுகளை விடப் பன்முக வாசிப்புக்கான வாசல்களைத் திறந்து வைப்பது இன்று தேவை என்று படுகிறது.

இக்கட்டுரைகளின் பலம் அவற்றுக்குப் பின்னால் இருக்கும் போற்றத்தக்க உழைப்பு. அது மட்டுமின்றி ஒவ்வொரு படைப்பாளியும் ஒரு குறிப்பிட்ட அளவு எழுதிய பிறகு தன்னுடைய படைப்பு குறித்தும், பொதுவாகக் கலைகள் குறித்தும் சில பார்வைகளை முன் வைப்பது வழக்கம். புதுமைப் பித்தன் துவங்கி இன்றைய படைப்பாளிகள் வரை அதைத் தொடர்கிறார்கள். ஒவ்வொரு படைப்பாளியும் அப்படிச் சொன்ன கருத்துக்களை மறக்காமல் மணிமாறன் இக்கட்டுரைகளின் பகுதியாக எடுத்து வைத்து வாசகருக்கு அறிமுகம் செய்வது ரசமாக இருக்கிறது.

மட்டுமின்றி ஒரு எழுத்தாளர் பற்றி இன்னொரு எழுத்தாளர் சொன்ன கருத்துக்களையும் கூடப் பொருத்தமான இடங்களில் சேர்த்து இக்கட்டுரைகளுக்குப் புதிய பரிமாணத்தைச் சேர்த்திருக்கிறார்.

    என் மனதுக்கு நெருக்கமான படைப்பாளிகளைப் பற்றி மணிமாறன் என்ன சொல்லியிருக்கிறார் என்று பார்க்கும் ஆவல் வாசிப்பின் போக்கில் எனக்கு அதிகமாகிக் கொண்டே சென்றது ஆர்.சூடாமணியின் எழுத்தைப் பற்றி, 'தன் தோழிகளோடு பேசும் சன்னமான குரலில் உலகுக்கே பேசியவர்'' என்று குறிப்பிடுவதும் கரிசல் நிலமெங்கும் வெயிலெனப் போர்த்தியிருக்கும் பசியை எழுதியவர் பூமணி என்று குறிப்பிடுவதும் எனக்கு மிகவும் பிடித்திருக்கிறது.

    என்னைச்செலுத்திய என் முன்னோடி தனுஷ்கோடி ராமசாமி பற்றி, "எது தர்மம், எது திருட்டு, எது அநீதி என்பவையெல்லாம் சார்பானவை என்கிற நுட்பமான புரிதலை ஏற்படுத்துபவை தனுஷ்கோடியின்கதைகள்'' என்று எழுதியிருப்பது ஒரு புதிய கோணம். "எல்லாவற்றையும் கடந்து வாழ்வை எதிர்கொண்டு மல்லுக்கட்டி நிற்பதுதான் மானுடம்'' என்கிற உள்ளுறைதான் மேலாண்மை பொன்னுச்சாமிகதைகளின் அடிநாதம் என மணிமாறன் குறிப்பிட்டிருப்பது கச்சிதம்.

    ஐந்து தலைமுறைகளாக வளர்ந்து செழித்திருக்கும் தமிழ்ச் சிறுகதை வனத்திலிருந்து 33 அரிய பூக்களைப் பறித்து மாலையாக்கி நமக்குத் தந்திருக்கிறார் மணிமாறன். அதன் வாசம் பரவட்டும்.

    இத்தொகுப்பை வெளியிடும் விஜயா பதிப்பகம் வேலாயுதம் அண்ணாச்சி அவர்கள் அன்பின் வடிவம். அவருடைய தூண்டுதல் மணிமாறனுக்கும் கிடைத்திருப்பது அவர் பேற்ற பேறு.

வாழ்த்துக்கள்.

8.2.2016   மிக்க அன்புடனும், தோழமையுடனும்,
சிவகாசி.   ச.தமிழ்ச்செல்வன்

தோற்றுப் போகச் சம்மதமே

அது ஒரு எழுத்தாளர் சங்கத்தின் மாநிலக்குழுக் கூட்டம். பல கைகள் மாறி, மாறி என்னை வந்தடைந்தது ஒரு துண்டுச்சீட்டு, பரீட்சியமான கையெழுத்து அது. பெருமிதம் பொங்கிட நான் பார்த்துப் பழகிய எழுத்தின் சொற்கள் என்னோடு பேசிடத்தான் எழுதப்பட்டிருக்கிறது என்பதைப் புரிந்தவுடன் சீட்டை மடித்து பைக்குள் பத்திரப் படுத்திக் கொண்டேன். மதிய உணவு இடைவேளையில் அந்தச் சீட்டைப் பிரித்து படித்துக் கொண்டிருந்தது இரண்டு கண்கள் அல்ல. நான்கு கண்கள். எனக்குப் பின்னால் நிழலாடிய கண்கள் தோழர் எஸ்.ஏ.பி.யினுடையது. அவர்தான் அந்த சீட்டையும் எழுதியிருந்தார். சீட்டிற்குள் உறைந்திருக்கும் சொற்களை பல தடவை படித்துக் கொண்டிருந்தேன். ‘‘எப்பப்பா நீ உன்னோட கதைய எழுதப்போற’’ என்றார் தோழர். அதைத்தான் துண்டுச் சீட்டிலும் எழுதியிருந்தார். அப்போது சிரிப்பை மட்டும் பதிலாகத் தந்து உள்ளுக்குள் விடை தேடினேன்.

அன்றிரவு பெரும் மனக்கொதிப்பான இரவாகவே விடியும் வரை நீடித்திருந்தது. இதுவரையிலும் எழுதி முடிக்கப்படாத என்னுடைய எல்லாக் கதைகளையும் பழுதுபார்க்கத் துவங்கினேன். கதைக்குள் ஒருங்கமைந்திருக்க வேண்டிய கலையமைதி மட்டும் தெறித்து கதையை விட்டு வெளியேறிக் கொண்டேயிருந்தது. கதைகள் என்னை தோற்றுப் போகச் செய்து கொண்டேயிருந்தன. தடுமாறினேன் எப்போது என்றறியாத ஒரு குளிர்நாளில் எழுத்தாளர் கோணங்கி என்னிடம் தந்து விட்டுச் சென்றிருந்த மணிக்கொடி எழுத்தாளர்களின் கதைத் தொகுப்பை புரட்டினேன். எத்தனை வசீகரமானவை தமிழ்ச்சிறுகதைகள்.

கடவுளின் துயரத்திற்காக கண்ணீர் சிந்தும் நட்சத்திரக் குழந்தைகளைப் படைத்திட்ட மகாமேதைகள் நம்முடைய முன்னோடிகள் என்பது நிஜம் தான்.

உலகின் எந்த மொழியிலும் இத்தனை சிறுகதை ஆளுமைகள் இருந்திடல் சாத்தியமா? எனும் கேள்வி எனக்குள் முளைவிடத் துவங்கியது. தமிழின் அசாத்தியமான சிறுகதைகளைக் குறித்த பட்டியலைத் தயாரித்தேன். வேறு எந்த நோக்கமுமில்லை. நானே வாசித்தறிந்து கொள்ளத்தான் அவற்றை உருவாக்கினேன். என்னுடைய வாசிப்பின் பரவசமான நாட்கள் அவை. எழுத்தாளர் எஸ்.ராமகிருஷ்ணன் தயாரித்திருந்த தமிழ்ச்சிறுகதைகள் நூறு தொகுப்பிற்குள் நான் வாசித்து பரவசப்பட்ட கதைகளும் இருந்தது. சில கதைகளை நான் அதுவரையிலும் வாசித்திருக்கவில்லை. என்னுடைய பட்டியலில் இருந்த கதைகள் அவருடைய தொகுப்பிற்குள் இல்லாமலும் இருந்தது. வாசிப்பும், ரசனையும், வாசிப்பிற்கான தேர்வும் அவரவர் மனநிலையும் பயிற்சியும் சார்ந்தது என்கிற புரிதல் வரத் துவங்கிய பிறகு இதில் எந்த சிக்கலுமில்லை. விடுபடல்களும் சாத்தியம், ஒன்றிப் போவதும் நடக்கவே செய்யும். இருபதாம் நூற்றாண்டு சிறுகதைகள் என பேரா.வீ.அரசு தொகுத்திருந்த புத்தகமும் கூட இதே மனநிலையைத் தான் எனக்குத் தந்தது.

என்னை விடாது தோற்கடித்துக் கொண்டிருக்கும் என்னுடைய கதைகளைச் சரிசெய்வதற்கான ஆயுதங்களை தேடியலைந்தேன். எப்போதும் என்னுடைய வாசிப்பின் பாதைகளை அகலமாக்குவது மட்டுமல்ல, சின்ன, சின்ன கிளைப்பாதைகளையும் உருவாக்கி அதற்குள் "நடந்து போ" என்று என்னை புனைவெனும் மாயத்திற்குள் இறக்கிவிட்ட எழுத்தாளர் கோணங்கியே இந்தக் கட்டுரைப் புத்தகம் உருவாகிட முதற்காரணமாக இருக்கிறார். தன்னுடைய கல்குதிரை இதழுக்கு "இருபதாம் நூற்றாண்டு தமிழ்ச்சிறுகதைகளின் குறுக்கு வெட்டுத் தோற்றம்" என்கிற விரிந்த கட்டுரை எழுத சொல்லிப் போனார். கல் குதிரையில் நான் கட்டுரை எழுதுவதற்காக சிறுகதை குளத்திற்குள் வீசியெறியப்பட்டேன். நான் அறிந்திருந்த அரைகுறை நீச்சலில் என் கைகளில் வசீகரப் பூக்களை தேடியெடுத்து அடுக்கி கட்டுரையை அழகாக்கிட முயற்சித்துக் கொண்டிருந்தேன். மூன்று மாதங்கள் தமிழ்ச் சிறுகதைகளோடே பயணித்தேன். உறங்கிய பொழுதினிலும் கதைச் சொற்கள் என்னோட துயில் கொண்டன. கோணங்கி "கட்டுரை என்னாச்சு

என்று கேட்கும் வரை எழுதிக் கொண்டேயிருந்தேன்" அந்த நாட்களின் என்னுடைய அனுபவத்தையே "கதைகளின் கதை" எனும் நூலாக்கி யிருக்கிறேன்.

கதைகளின் கதை எனத் தலைப்பிட்டு தமிழின் சிறுகதை எழுத்தாளர்களை என்னுடைய வாசக அனுபவத்தை அடிப்படையாக வைத்து மூன்றாகப் பிரித்திருக்கிறேன். முதல் தொகுதிக்குள் 32 சிறுகதை எழுத்தாளர்களின் கதைகளின் வழியே என்னுடைய வாசகப் பரவசத்தையே கட்டுரையாக்கியிருக்கிறேன். இன்னும் இரு தொகுப்புகளை எழுத வேண்டும். நிச்சயம் எழுதுவேன். அவ்விரு தொகுப்புகளையும் கூட "விஜயா பதிப்பகமே" பதிப்பிக்க வேண்டும் எனும் ஆசையையும் கூட இந்தச் சந்தர்ப்பத்தில் பதிவிடுகிறேன். என்னுடைய எழுத்துக்களுக்கான இடமேற்படுத்தித் தந்து கொண்டே யிருக்கும் எழுத்தாளர் மயிலை பாலு "கதைகளின் கதைக்கும்" இலக்கியச் சோலையில் இடம் தந்தார். அவருடைய அன்பிற்கும், தோழமைக்கும் நன்றிகள் மட்டும் போதாது.

என்னுடைய கட்டுரைகள் வெளிவருகிற திங்கட்கிழமை காலை எனக்கும் மகிழ்ச்சியும், உற்சாகமும் பொங்குகிற நாளாகிப் போனது. அதிகாலையிலிருந்தே குறுஞ்செய்திகள், உரையாடல்கள் என கதையுலகிற்குள் என்னைப் பிரவேசிக்கச் செய்தவர்கள் இந்த கட்டுரையின் வாசகர்கள் தான். 33 வாரங்கள் நான் தனித்த உலகினில் வாழ்ந்தேன். அதுவரையிலும் இலக்கியச் சோலையின் பெரும்பாலான வாசகர்களைச் சந்தித்திராத பிரமிள், மௌனி, ஆ.மாதவன் போன்றோரின் கதாபாத்திரங்களை சந்திக்க வைத்தேன். அதுவரையிலும் அவர்கள் சந்தித்திருந்த புதுமைப் பித்தன், கு.அழகிரிசாமி, தனுஷ்கோடி இராமசாமியை வேறு ஒரு தொனியில் முன்வைத்தேன். மனநெகிழ்ச்சியான தருணங்களில் தழைத்திருந்த நாட்கள் யாவும் என் குடும்பத்துடன் நான் செலவழித்திருக்க வேண்டிய நாட்களை களவாடியவை எனும் குற்ற உணர்ச்சி மட்டும் என்னை விட்டு அகலவேயில்லை. எழுத்தாள னோடும், இலக்கியக்காரனோடும் வாழநிர்ப்பந்திக்கப்பட்ட மனுஷிகளின் துயரத்தை எழுதிடத்தான் சொற்கள் போதுமானவையாக இல்லை.

ஒரு சொல் போதுமானதாக இருக்கிறது, நண்பர்களிடம் பந்தம் பலப்பட. திரு.இராசேந்திரன் இ.ஆ.ப. அவர்களுடைய தன் வரலாற்று நாவலான "வடகரை நாவலுக்கு" நான் ஒரு முன்னுரை எழுதி யிருந்தேன். "வாசிப்பு பூதம் என்னைத் தொற்றிக் கொண்டது" என நகரும் சொற்றொடரில் லயித்த விஜயா பதிப்பகம் வேலாயுதம் அய்யா

என்னை அலைபேசியில் அழைத்தார். ''கோயமுத்தூரில் தான் வாசிப்பு பூதம் அலைகிறது என்று நினைத்தேன். விருதுநகரிலும் அலையுது போலவே என்றார். அதன்பிறகு என்னுடைய இலக்கியச்சோலை கட்டுரை படித்து என்னுடன் அவ்வப்போது உரையாடிடவும் செய்தார். அன்பும், கருணையும் பொங்கிப் பெருகிடும் குழந்தை அய்யா அவர்களுக்கும் புத்தகத்தைஅழகுற வடிவமைத்திருக்கும் விஜயா பதிப்பகத்தாருக்கும் என்னுடைய நன்றிகளைத் தெரிவித்துக் கொள்கிறேன்.

இதற்கு முந்தைய என்னுடைய நான்கு நூல்களுக்கும் முன்னுரை யெதுவும் கோரிப் பெற்றதில்லை. முதல் தடவையாக என்னுடைய புத்தகம் ஒன்று முன்னுரையுடன் வெளிவருகிறது. தீராத பயணத்தில் இயக்கத்தை செம்மையாக்கிக் கொண்டிருக்கும் எழுத்தாளர் ச.தமிழ்ச்செல்வன் அவர்களின் முன்னுரை ''கதைகளின் கதையை'' வாசிப்பதற்கான ஆர்வத்தை நிச்சயம் தூண்டும் என்பதில் சந்தேகமில்லை. தமுஎகச எனும் இலக்கிய கூடுகை இன்றி வாசகனாக, விமர்சகனாக, எழுத்தாளனாக நான் உருவாதல் சாத்தியமில்லை. என்னை எழுத்தாளன் தான் என நம்பி என்னை எழுதத் தூண்டுகிறார்கள். கட்டுரை வெளி வந்த நாட்களில் கட்டுரைகளை வாசித்து அபிப்ராயம் சொன்ன தோடல்லாமல், புத்தகத்திற்கு பிழை திருத்தம் செய்திடும் பொறுப்பினையும் ஏற்றுச் செயல்படுத்திய தோழி சுமதி செல்விக்கும் என் இனிய நன்றிகள்.

34வது எழுத்தாளரின் துவங்கி 99 எழுத்தாளர் வரையிலான புத்தகங்களைச் சேகரித்து விட்டேன். என் கண்ணருகே படபடக்கும் சிறுகதைகளை ஸ்பரிசித்தக் கடந்து கொண்டிருக்கிறேன். கவலைப் படாதீர்கள். உங்களையும் நான் எழுதப் போகிறேன் என்ற நம்பிக்கையை வழங்கி அவைகளைக் கடந்து போகிறேன். எழுதத்தான் வேண்டும். எழுத, எழுத தீராத புனைவெனும் மாயத்தை எழுதித் தீர்ப்பதைத் தவிர வேறு என்ன செய்து விட முடியும் என்னால், அடுத்த புத்தகத்தோடு பயணித்துக் கொண்டிருக்கும் உங்கள் பிரியத்திற்குரிய உங்களின்

விருதுநகர் — சக வாசகன்

14.2.2016 — **ம. மணிமாறன்**

உள்ளே

1.	கதைகளின் கதை	15
2.	தர்க்கங்களின் கதையாடல்	20
3.	மௌனமாகிடும் யதார்த்தங்கள்	27
4.	கீழைத்தேய தர்க்கங்கள்	32
5.	மொழியெழுதிய கலை	38
6.	ததும்பும் பெண் மனம்	43
7.	அன்பெழுதிய இசைக்குறிப்புகள்	49
8.	துயருறும் மனிதக்கடல்	56
9.	அந்தரத்தில் உருளும் சொற்கள்	63
10.	யதார்த்த பெண்ணியம்	69
11.	புறக்கணிப்பின் துக்கம்	75
12.	சொல்லாத சொல்	81
13.	புறஉலகின் நிஜங்கள்	88
14.	அகப்பாய்ச்சலின் தெறிப்புகள்	93
15.	நோக்கறிந்த சொற்கள்	98
16.	வலியில் துயருற்ற சொற்கள்	103
17.	தர்க்கங்களும் உரையாடல்களும்	109
18.	உருகி ஓடும் சொற்கள்..	117
19.	பற்றியெறியும் மனச்சுடர்	122

20.	இது வேறு உலகம்	130
21.	உதிர்த்தெழும் மண்ணின் சொற்கள்	137
22.	தன்னிலிருந்து உருவான தனிநிழல்கள்	144
23.	தோட்டாவாகிப் பிறந்த சொல்	150
24.	சாலையோரத்துச் சித்திரங்கள்	157
25.	வஞ்சிக்கப்பட்டவர்களின் சொற்கள்	164
26.	பாட்டை மறந்திடாத கருஞ்சிட்டுகள்	170
27.	கால மாற்றத்தின் காட்சிகள்	178
28.	பசித்து அலையும் சொல்லின் கதை	185
29.	பிரியத்தின் சொற்கள்	193
30.	உலர்மனிதனின் ஈரச் சொற்கள்	201
31.	அலைவுறும் மனத்தின் சொற்கள்	206
32.	பசி போர்த்திய நிலத்தின் கதை	212
33.	கரிசக்காட்டு உழவுக்கட்டிகள்	218

கதைகளின் கதை

கதைக்கு கால் இருக்கா? எனக் கேட்டாள் முதுகிழவியொருத்தி. அவளுடைய கேள்வி முன் வைக்கும் தர்க்கம் மிகவும் முக்கியமானது. கால் இருந்தால் அது நிச்சயம் நிலத்தில் நின்றிருக்கும். மாறாக கதைகள் நிலத்தின்வெளிகளில் உலவித் திரிபவை என்பதைக் கண்டு சொன்னவள் அவள். அவளின் குரல்வளையிலிருந்து தெறித்துச் சிதறிய சொற்களால் ஆனதே தமிழ்க்கதை முற்றம். முற்றத்தின் விருட்சங்களில் காக்கைகளும், கிளிகளும், கதைக் குருவிகளும் கூடிக்கிடக்கின்றன. தாகமெடுத்த காகம் கற்களைத் தேடி எடுத்துவந்து குடுவையிலிருந்து மேலேற்றியது பருகுவதற்கான நீரை மட்டுமல்ல, காலாதி காலமாக சொல்லப்படப் போகின்ற கதைகளையும் சேர்த்துத் தான். மரங்களில் இருந்து விரைந்து செல்லும் கிளிக் கூட்டத்துச் சொற்களால் தைக்கப்பட்ட மயில்ராவணன் கதைகளில் இருந்துதான் ஐந்து தலைமுறைகளாக தமிழ்ச் சிறுகதைகள் விதவிதமாக வெளிப்படுகின்றன.

முப்பத்திரெண்டு பதுமைகளுக்குள்ளும் பஞ்ச தந்திரமாகிக் கிடந்த பட்சிகளையும், விலங்குகளையும் விட்டு விலகிடச் சாத்திய மற்றதே கதைகளின் பாதை. வனத்தில் சுற்றித் திரிந்த கதைப் பட்சிகள் கொத்திச்சென்ற சொற்களை அதன் அலகுக்குள் நுழைந்து வெள்ளையங்கி அணிந்த இத்தாலியப் பாதிரி ''பரமார்த்த குருவின்' கதைகளாக்கினார். அந்தக்கிளிதான் வேறு வேறு வடிவமெடுத்து புதுமைப்பித்தனுக்குள்ளும், விந்தனுக்குள்ளும் ஊறிக் கிடந்த கதைகளைக் கண்டெடுத்து தமிழ் நிலத்தில் கதை மரமாய் நட்டு வைத்திருக்கிறது. ஆதிக்கதைக்

கிளிகளான வ.வே.சு.அய்யரும், பாரதியும், மாதவய்யாவும் சொல்லிச் சென்ற கதைகளின் நீட்சியைக் கண்டடையவே தமிழ்க் கதை சொல்லிகள் இந்நாள் வரை முயற்சித்துக் கொண்டிருக்கிறார்கள்.

பேசும் மொழிகள் யாவற்றிற்கும் மூத்தவை கதைகள். சொற்களும், மொழிக் கட்டுமானமும் உறுதிப்பட்டிருக்காத நாட்களிலேயே மனிதக் கூட்டம் கதைகளோடு தான் வாழ்ந்திருக்கிறது. கற்குகைகளிலும், பெரும்பாறைகளிலும் தன் உணர்வுகளைச் சித்திரங்களாக்கிய கதை சொல்லிகளின் மனநிலையே இன்று வரையிலுமான கதைகளுக்குள் ஊடாடிக் கிடக்கிறது. தன் விருப்பத்தை, கோபத்தை, காதலை ஆசையாக தன்னுடைய சகாக்களுக்குள் கடத்திட முடிந்த ஆதிமனிதன் யாரெனத் தேடினால்; நிச்சயம் அவன் ஒருவன் அல்ல என்பதுவும் கூட நமக்குப் புரிபடுகிறது. நிலங்கள் வேறாகினும், நிறங்கள் மாறுபட்டிருப்பினும் தன்னைச் சுற்றி இருப்பவற்றின் மீதான தங்களுடைய அறிதலை மனிதகுலம் கதைவழியாகத்தான் கட்டமைத்திருக்கிறது. அதனால் தான் நிலவைக் குறித்த கதைகள் சற்றேறக் குறைய உலகின் பேசும் மொழிகள் யாவற்றிலும் விதவிதமாக சொல்லப்பட்டு வருகின்றன.

புதிது புதிதாக பேசப்பட்டும், கூடிக்கிடந்த மனிதக் கூட்டத்திற்கு நடுவே சொல்லப்பட்டும், வளர்ந்த கதைகள் நம்முடைய புரிதலுக்கு உட்பட்டிருக்கும் சிறுகதை என்கிற வடிவத்தைக் கண்டடைந்ததே தனித்து எழுதப்பட வேண்டிய ஒன்று. சிறுகதையின் பாதையில் தன்னுடைய பூனைகளை ஓடவிட்டுப் பார்த்தவர் எட்கர் ஆலன்போ. ஆலன்போவின் பூனைக் கண்களின் ஒளியில் விளைந்தவையே உலகச் சிறுகதைகள். ''சிறுகதை என்றால் அரைமணி நேரத்திற்குள் படித்து முடிக்கக் கூடியதாக இருக்க வேண்டும். அது தன்னளவில் முழுமை பெற்றதாக இருந்தே தீர வேண்டும். கதை வாசிப்பவரின் புலன் முழுவதும் கதைக்காரனின் ஆதிக்கத்திற்குள் கட்டுப்பட்டதாயிருக்க வேண்டும்'' என்றுரைத்த ஆலன்போவின் சொற்கள் மிகவும் முக்கியமானவை.

நோய்மையின் உச்சத்தில் தவித்தலையும் தன்னுடைய பிரியத்திற்குரிய பாரியாளின் துயரத்தை உலகின் துயராக உருமாற்றிய ''செல்லம்மாள்'' வாசிக்கப்படும் போது புதுமைப்பித்தனின் கட்டுப்பாட்டிற்குள் யாவரும் தான் வீழ்ந்து போவோம். ''ஏன்'' என்ற ஒற்றைச்சொல் நிகழ்த்திடும் மாயத்தை மௌனியால் வாசகனுக்குள் பெரும்பாய்ச்சலாககடத்தமுடிந்ததை ''ஏன்'' கதையைவாசித்தறிந்தவர்களால் நிச்சயமாக உணர முடியும், கு.அழகிரிசாமியின் 'திரிபுரம்' கதையின்

கடைசியில் கேட்கும் நாரணம்மா வெங்கட்டம்மாக்களின் சிரிப்பலைகள் ஏற்படுத்திய அதிர்வுகள், துயருறும் வாசக மனதின் அறைகளில் நிரந்தரமாகத் தங்கிடத்தான் செய்திடும். பசித்தலையும், மனிதர்களின் மனம் தேக்கி வைத்திருக்கும் வற்றிடாத அன்பெனும் நுட்பத்தை வண்ண நிலவனின் 'எஸ்தர்' உலகமெங்கும் வீசி விதைக்கிறாள். அன்றாட வாழ்க்கையின் அலுப்புகளில் இருந்து தப்பித்தெறித்து வெளியேறிடத் துடித்திடும் 'கருப்பசாமி அய்யா'க்களின் கலை மனத்தையும், ஆன்மாவையும் தமிழ்ச்செல்வனின் பேனாவே உலகிற்கு உரைத்தது. ஒரு நூறு உலகத்தரமான கதைகளை எழுதி ஆலன்போவை திடுக்கிடச் செய்தவர்கள் தமிழ்ச் சிறுகதையாளர்கள்.

சிறுகதை எழுதுதல் முறை குறித்த இலக்கணங்கள் காலம் தோறும் உருவாவதும், அது மீறப்படுவதும் நிகழ்ந்து கொண்டேதான் இருக்கின்றன. பக்கங்களை அடிப்படையாகக் கொண்டு ''சிறுகதை'' ''நீள்கதை'' என்று பெயரிட்ட துவக்க காலங்களிலேயே உலகின் எல்லா மொழிகளிலும் நூறுபக்கச் சிறுகதைகள் எழுதப்பட்டு இருக்கின்றன. தமிழில் ''கிருஷ்ணன் நம்பி'' யின் ''நீலக்கடல்'' அறுபது பக்கத்தில் எழுதப்பட்ட மிகச்சிறந்த சிறுகதை. குழந்தைகள் மனம் கொள்ளும் துக்கத்தையும், கொண்டாட்டத்தையும் துல்லியமாக பதிவு செய்த கதையது. மிகுந்த சொற்சிக்கனத்துடன் கதையெழுதிச் செல்லும் நம்பியின் நுட்பமான விஸ்தரிப்புகள் தமிழ்க் கதைகளின் தரத்தை உலகின் சகலபக்கங்களுக்கும் எடுத்துச் சென்றவை. கதைகளின் வடிவம் மிகச் சமீபத்தில் கலைத்து அடுக்கப்படுகின்றது. ராகவன் என்கிற இலங்கை எழுத்தாளர் தன்னுடைய கதையை ஒரு பரீட்சையின் கேள்வித்தாள் வடிவினில் அமைத்திருக்கிறார். வித, விதமாக எழுதிப் பார்க்கப்பட்டாலும் கதைகளின் அடிப்படை நோக்கம் வாசகர்களுடன் உரையாடுவதுதான் என்பதிலிருந்து எவரும் விலகிச் செல்ல முடியாது. இலக்கியத்திற்கும், எழுத்திற்கும், நோக்கத்தையும், குறிக்கோளையும் கற்பிக்கக் கூடாது அது கலைத்தன்மைக்கு எதிரானது என்பது ஒருவித தப்பித்தல் அணுகுமுறைதான். வாசகன், படைப்பு, எழுத்தாளன் என்கிற முக்கோணத்தின் உச்சியில் படைப்பாளி அமர்ந்து கொள்கிற தன்மை வழக்கொழிந்து போய்க் கொண்டிருப்பதையே இருபதாம் நூற்றாண்டின் தமிழ்ச் சிறுகதைகள் வாசகனுக்கு உணர்த்துகின்றன.

தமிழில் எழுதப்பட்ட முதல் சிறுகதை எது என்பது குறித்த தர்க்கங்களும், வியாக்கியானங்களும் கல்விப்புலத்தில் இன்றுவரையிலும் நீடித்தபடியே தான் இருக்கிறது. பாரதி எழுதியதா? வ.வே.சு.விற்கு முந்தியவை பாரதியின் கதைகள் என்றுரைத்தாலும் 1917ல்

மங்கையர்க்கரசியின் காதல் சிறுகதைத்தொகுப்பின் முதல் கதையான குளத்தங்கரை அரசமரமே தமிழின் முதல் சிறுகதை என்கிற ஏற்கப் பட்ட வரலாற்றில் இருந்து எழுதிச் செல்ல வேண்டியிருக்கிறது. குளத்தங்கரை அரசமரத்தில் இருந்து விர்ரென கிளம்பிய கதைப்பட்சிகள் தான் அமர்ந்து கதை சொல்லிட வாகான தோள்கள் ஒரு நூறு கொண்ட நிலமிது என்பதை கண்டு கொண்டன. அய்யர் நட்டு வைத்த அரசமரத்திலிருந்து கிளம்பிய கதைப்பட்சி தமிழ்வனமெங்கும் பறந்து அலைந்தது. வனத்தின் தென்மூலையில் எழுதுகோலால் உரைநடையை வேறுஒன்றாக்கிக் கொண்டிருந்தான் சித்தன் ஒருவன். சித்தனின் தோளில் வாகாக அமர்ந்த கதைக்கிளி அவனை புதுமைப்பித்தனாக்கியது. அவனே தமிழ்ச்சிறுகதைகளின் மூலஊற்று.

புதுமைப்பித்தனின் மொழிக்குள் வேர்விட்டிருக்கும் நவீன தமிழ்ச்சிறுகதைகளின்வீச்சும், பயணமும்தமிழ்நிலத்தின்திசாதிசைகளில் தீவிரமாக இயக்கம் பெற்றது. அதன் பிறகான எழுத்தாளர்களின் கதைகளுக்கான பிடிப்பையும், மொழியையும் அவர்கள் பித்தனில் இருந்தே பெற்றார்கள். முதல் தலைமுறை எழுத்துக் கலைஞர்கள் மணிக்கொடியை சிறுகதை சிறப்புப் பத்திரிகையாக உருமாற்றினார்கள். பி.எஸ்.ராமையா, கு.ப.ரா., மௌனி என தமிழ்மொழியின் சிறுகதை ஆளுமைகளை வளர்த்தெடுத்தமையால் மணிக்கொடிக் காலம் என அந்தப்பத்திரிகை இலக்கியக் குறியீடாக நிலைபெற்று விட்டது. பின்னாட்களில் உருவான சரஸ்வதி, தாமரை, செம்மலர் போன்ற இலக்கிய இதழ்களின் காலத் தேவையை உணர்த்தியது மணிக்கொடி.

கதைகளின் கச்சாப்பொருட்கள் எப்போதும் வாழ்விலிருந்தே தருவிக்கப்படுகின்றன. வாழ்க்கையின் அதீத தருணங்களையும், சிக்கலுக்குள்ளாகிற போதும் மனிதத்தின் மேன்மையாக நீடித்திருக்கும் அன்பினைக் குறித்தும் கதைகள் இடைவிடாது இன்றுவரையிலும் பேசிக் கொண்டேயிருக்கின்றன. ஒருவிதத்தில் கதைகளின் பயணம் நிற்காது முடிவற்று தொடர்வதற்கும் இப்படியான அன்பும், மனித மேன்மைகளுமே காரணமாகின்றன. வாழ்க்கை ஒன்றும் வெள்ளை வெளீரென்று துலக்கமானது மட்டுமல்ல. எதனையும் கருப்பும், வெள்ளையுமாகவே கலைஞர்கள் பார்த்து எழுதுவார்கள். கருப்பும், வெள்ளையுமாகி கலந்து திரிபுற்றிருக்கும் வாழ்க்கையை எழுதி, எழுதியே கடந்து போகிறது நவீன தமிழ்ச்சிறுகதை.

புதுமைப்பித்தனை முதல் தலைமுறையாக வைத்துக் கொண்டால் ஐந்து தலைமுறைகளாக வளர்ந்து செழித்துக் கிடக்கும் இந்த கதை வனத்திற்குள் பெயரற்ற தாவரங்களும், பெயர்பெற்ற வாசனைச் செடிகளுமாக பெருகிக் கிடக்கின்றன. ஐந்து தலைமுறைக்கும் கதைகள் இடைவிடாது செழித்துக் கிடக்கின்றன. கதைகளுக்குள் காலம் தன்னை எழுதிச்செல்வதை தான் நாம் உணரத் தலைப்படுகிறோம். தன்னையே யதார்த்தக் கதைகள், மாய யதார்த்த சோசலிச யதார்த்தவாதக் கதைகள் என விதவிதமாக எழுதிப் பார்த்துக் கொண்டேயிருக்கின்றன. தொண்ணூறுகளுக்குப் பிறகு உலகெங்கும் மாறத் துவங்கிய கதை மொழியை சம காலத்தைய தமிழ்ச் சிறுகதைகள் தன்வயப்படுத்திக் கொண்டிருக்கின்றன. தலைமுறைக்கு முப்பதென திட்டமிட்டு எழுத்துக் கலைஞர்களின் படைப்புகளைச் சொல்லி பார்க்கலாம். அது ஒரு விதத்தில் தமிழ்க்கதைகளின் நிறத்தையும், நிஜத்தையும் ஊடுருவிப் பார்த்திடுவதாகவும் அமையும்.

முற்றுப்புள்ளி வைத்தால் முடிந்தது யாவும் எனும் மொழியின் அதிகாரத்திற்கு எதிரான கலகமே கதைகள். வாசித்துக் கொண்டிருக்கும் புத்தகத்தை மூடிய பிறகு வாசகனுக்குள் அது வேறு ஒன்றாக திறந்து கொள்கிறது. வாசகன் எழுதப்பட்ட கதைகளுக்குள் ஒரு விதத்தில் தன்னையே கண்டடைகிறான். அதன்பிறகு அவனுக்கும் கதை களுக்குமான உறவு அவனையும், கதைகளையும் மேம்படுத்துகின்றன. நூறு வருட வரலாறும், மொழியும் கொண்ட தமிழ்ச் சிறுகதைகளையும், அவற்றின் படைப்பாளிகளையும் எழுதிப் பார்ப்பது ஒரு விதத்தில் நம்முடைய பண்பாட்டின், கலாச்சாரத்தின் வேர்களையும், விழுது களையும் கண்டறியும் எளிய முயற்சிதான். கதைகளின் கதையை கண்டறிந்திட வாசகனின் துணை கொண்டு முயற்சிக்கிறேன். இனி நீங்கள் உங்கள் இயல்பான மனநிலையில் தொடர்ந்திடுக வாசகரே!

தர்க்கங்களின் கதையாடல்

“புகழ் இல்லாமல் இலக்கியகர்த்தா உயிர் வாழ முடியாது. முகஸ்துதி வேண்டாம். இல்லாததை நீங்கள் சொல்லிட வேண்டாம். செய்வது சரிதான் நன்றாயிருக்கிறது என்று சொல்வதாவது வேண்டாமா? நேர்மையான புகழ் இலக்கியகர்த்தாவுக்கு ஊக்கமளிக்கும் உணவு. இதைக் கொடுக்கக் கூட சக்தியற்ற கோழையான ஒரு சமூகத்திற்கு என்ன எழுதிக் கொட்ட வேண்டியிருக்கிறது?...'' என தன்னுடைய ''கடிதம்'' சிறுகதையில் தன்னிலிருந்து விஸ்தாரமான கேள்விக்கணையை தமிழ்ச்சமூகத்தின் வாசகமூளைகளை நோக்கி முன் வைத்தவர் புதுமைப்பித்தன். எழுதிச் செல்லும் யாவருக்கும் எதற்காக எழுதித் தொலைக்க வேண்டும்? இந்த மன அவஸ்தையை விட்டால் என்ன? எனக் குழம்புவதும், எழுத்து நம்மை பிடித்தாட்டும் மாயப்பிசாசு. அதன் வசீகரத்திலிருந்து வெளியேறுதல் ஒருபோதும் சாத்தியமில்லை எனும் மனநிலைக்கு திரும்புவதும் நிகழ்கிறது. இவ்விரு மனநிலைகளுக்குள்ளும் இடைவிடாது நிகழ்ந்து கொண்டேயிருக்கும் தர்க்கங்களின் தொகுப்பே தமிழ்ச் சிறுகதைகளின் வேராயிருக்கும் புதுமைப்பித்தனின் கதைகள்.

தமிழ்ச் சிறுகதைகளின் தரத்தை உலக இலக்கியத் திறனாய்வு அளவுகோல்களைக் கொண்டு அளவிட்டே தீரவேண்டிய நிர்பந்தத்தை துவக்கி வைத்தவர் புதுமைப்பித்தன். தமிழில் வேறு எந்த இலக்கிய கர்த்தாவுக்கும் நிகழ்ந்தேயிராத அளவிற்கு பாராட்டுக்களும், கடும் விமர்சனங்களும் பெற்றவை பித்தனின் கதைகள். அவர் எழுதிச் சென்ற கதைகளின் எண்ணிக்கையை விட கதைகளின் மீதான மதிப்புரைகளும், மிதிப்புரைகளும் அதிகம். அவருடைய மரணத்திற்கு பிறகான

செயல்கள் இவை யாவும் என்றாலும் கூட காலத்தின் மனசாட்சியாக வாழ்ந்து இயங்கிச் சென்ற எழுத்துக் கலைஞனுக்கு பெருமையும், மகிழ்வும் தருபவை தான். தமிழ்க் கதைகளின் மொழிதலை எழுதிச் செல்ல நினைக்கும் யாவரும் நிலை கொள்ளும் ஆதிப்புள்ளியாக புதுமைப்பித்தனே இருப்பதனால் நானும் கூட அந்த மாயக்கிழவனின் கதைகளில் இருந்தே தொடங்குவது தவிர்க்க முடியாததாகிறது.

தான் எழுதிக் கோர்த்திருக்கும் கதைக்கொத்தின் ஒவ்வொரு இனுக்கையும் ஒவ்வொரு விதமாக ஆக்கிப் பார்த்த கதைஞன் புதுமைப்பித்தன். ''பிரம்மராட்சஸ், சிற்பியின் நரகம்'' போன்ற கதைகளுக்கான மொழியில் தன்னுடைய ''மகாமசானம்'' கதையை எழுதவில்லை. கதைகள் கேட்கும் மொழியையும், தர்க்கங்களையும், வியாக்கியானங்களையும் யதார்த்தமாக முன் வைப்பவர் அவர். ''97'' கதைகள் 97 விதமான மொழிதல்கள், 97 விதமான முன் வைப்புகள். ஆனாலும் இவையாவற்றிற்குள்ளும் நிகழ்பவை இந்த மனித குலம் வாழ்ந்து கொண்டிருக்கும் பொழுதுகளைக் குறித்த தர்க்கங்களும், வாழ்தலுக்கான நம்பிக்கைகளுமே. புதுமைப்பித்தனின் பல கதைகள் வாசக கவனம் பெறாமல் தேங்கியும் போய்விட்டன. அவருடைய தொகுப்புகளின் முதல் கதையான ''ஆற்றங்கரைப் பிள்ளையார்'' கவனம் பெறாமல் போன மிகவும் முக்கியமான அரசியல் கதை. காலத்தையும் கடந்து நின்று சமகாலத்திலும் பொருந்தி நிற்கும் கதையது.

ஊழிக் காலத்திற்கு முன்பாக என துவங்குகிற கதை நிகழ்வது கி.மு.வில். வெள்ளத்தில் சிக்கித் தவிக்கும் பிள்ளையாருக்கு சமூகம் எனும் மேடை கட்டி குடியமர்த்துகிறார் கிழவர் ஒருவர். அந்த முதியவர் சமயதர்மம் எனும் அரசமரத்தையும், ராஜதர்மம் எனும் வேப்ப மரத்தையும் தனித்தனியே நட்டு வைக்கிறார். பிள்ளையார் தனக்கு இடமும், நிழலும் ஏற்படுத்தி தந்த அந்த முதியவரின் நினைவாக தனக்கு ''மனிதன்'' என்றும் பெயர் சூட்டிக்கொள்கிறார். காலம் யாவற்றையும் நிகழ்த்தும் வல்லமை மிக்கது. ராஜதர்ம மரமும், சமயதர்மமரமும் தனித்தனியே செழித்து வளர்கிறது. அருகருகே அமைந்தமையால் ஒன்றுடன் ஒன்று பிணைந்து சமூகமேடையில் வீற்றிருக்கும் மனிதனான பிள்ளையாருக்கு தொல்லையையும், துயரங்களையும் தருகின்றன. அப்போது அங்கே புத்தர் வருகிறார். துயரங்களைக் கடந்திடும் வழிமுறையைச் செய்கிறார். மனிதன் கேட்டால் தானே? பௌத்த தத்துவம் குறித்த விசாரணையை தன்னுடைய முதல் சிறுகதையின் ஒருபத்தியில் நிகழ்த்திச் சென்றவர் புதுமைப்பித்தன். அவருடைய மேதமைக்கான சாட்சியாகி நிற்கும் கதையிது. கதைக்குள் புதுமைப்பித்தன் லுங்கி

கட்டிய மாட்டுக்கறியின் ருசியறிந்த கிழவனையும், சிலுவையையும், தடித்த புத்தகத்தை சுமந்து வந்த பெரியவரையும் கூட கூட்டி வந்து மனிதனான பிள்ளையாரோடு பேச வைக்கிறார். சகல தத்துவங்களும், மதக் கோட்பாடுகளும் வாழ்க்கை முறைகளும் ஊடாடிக் கிடக்கும் கதையின் மையப்புள்ளிகள் அவ்விரு மரங்களே. மேடை, அரசமரம், பிள்ளையார், வேப்ப மரம் இவையாவும் ஒன்றுடன் ஒன்று உராய்ந்து கொண்டிருப்பதைக் கண்ணுற்ற யாவரும் பிள்ளையாரை இந்த சிக்கல்களில் இருந்து விடுவிக்கவே முயல்கின்றனர். பித்தன் அதை எழுதிச் செல்கிறார். சிலர் அரச மரத்தை தூக்கி நிறுத்த முயன்றார்கள். சிலர் பிள்ளையாரின் வயிற்றை விடுவிக்க முயற்சி செய்தார்கள். சிலர் மேடையை சீர் செய்தார்கள். ஒவ்வொருவர் செய்வதும் மற்றவர்களுக்கு பெரும் தடையாக இருந்தது என நகரும் கதையின் ஒற்றை வரி மிகவும் முக்கியமானது. ''மரத்திற்கு பிள்ளையாரா? பிள்ளையாருக்கு மரமா? இதுவே கதையின் மையப்புள்ளி. மதமும், அரசியலும் மனிதகுலத்தின் வளர்ச்சிக்குத்தான். தனித்தனியே அவை வளரும் போது யாதொரு சிக்கலுமில்லை. மதமும், அரசியலும் ஒன்றுடன் ஒன்று பின்னிப் பிணைகிற போது மனித சமூகம் சிக்கலுக்குள்ளாவதை 1934லிலே எழுதியவர் புதுமைப்பித்தன்.

சமகால அரசியலின் மீது கருத்தற்று கதை சொன்னவர் புதுமைப்பித்தன் எனும் விமர்சனங்களை முன் வைப்பவர்கள் கவனிக்காமல் கடந்து சென்ற கதைகள் இதைப் போல நிறைய உண்டு. ''புதிய நந்தன்'', ''நாசகரக் கும்பல்'', ''கடவுளின் பிரதிநிதி'' போன்றவை காந்தியம் வீச்சாக இருந்த நாட்களின் சமூக மனநிலைகளை சொல்லிப் பார்த்தவை. கடவுளின் பிரதிநிதி கதை 1930களின் ''அரிஜன சேவா சங்கம்'' எனும் பெயரில் பெரும் முயற்சி செய்து பார்க்கப்பட்ட ஆலயப் பிரவேசம் குறித்த தர்க்கத்தை எழுதிய கதை. சங்கர் எனும் கதர்குல்லாய் அணிந்த காங்கிரஸ் பிரச்சாரகர் ''ஹரிஜனங்களைக் கோவில்களில் அனுமதிக்க வேண்டும் என்றும் அதைத்தடை செய்வது மகாபாவம் என்றும் விஸ்தரிக்கிறார். சுப்பு சாஸ்திரிக்கு நெஞ்சில் யாரோசம்மட்டியால் அடித்தது போல் இருக்கிறது. காந்தி அப்படிச் சொல்லியிருக்க மாட்டார் என்கிறார் மற்றொரு வேளாளர். நாமாவது கோவிலுக்குள்ள போறாதாவது என்று கல்லால் அடிக்கிறார்கள் மற்றவர்கள். இதுதான் காலத்தைக் காட்டித் தந்த கதைக் கலைஞன் எழுதிச் சென்ற யதார்த்தம். பேதமைகளை நீட்டித்திட உரமாக மனதிற்குள் ஊடாடிக் கிடக்கும் சாதியத்தை அதிநுட்பமாக கதையாடிப் பார்த்த கதையிது. மதம் மாறிக் கிறிஸ்துவன் ஆன பிறகும் கூட தன்னுடலோடு ஒட்டிக் கிடக்கும்

சாதிய அடையாளத்தை அகற்ற முடியாத தானியல் என்கிற பாவாடையான கிறிஸ்தவ பாதிரியார் திராவிடர் கழகப் பிரச்சாரகனான கதையும் சமூகத்தின் அப்போதைய மனநிலை தான். புதிய நந்தன் யாரெனக் கண்டறியச் சொல்லி வாசகனுக்கே யாவற்றையும் முன் வைக்கிறார் புதுமைப்பித்தன். சுயசாதிப் பெருமிதம் பேசித் திரிந்தவர் பித்தன் என்கிற வியாக்கியானத்தை கடந்திட ''நாசகரக் கும்பலை'' படித்திட்டாலே போதும். சுயசாதிப் பெருமிதத்தை பாம்பு தன்னுடைய சட்டையை உரிப்பதைப் போல உரித்தெறிய வேண்டும் என்பதை தன்னுடைய கதைகளின் மூலமாக சொல்லியவர் புதுமைப்பித்தன்.

கதைகளைக் கருத்தியல் தர்க்கத்தில் மட்டுமல்ல, வடிவ நேர்த்தியிலும், கச்சிதத்திலும் பல முன் மாதிரிகளை உருவாக்கியவர். அவருடைய ''கட்டில் பேசுகிறது'', ''திறந்த ஜன்னல்'', ''தெரு விளக்கு'', ''சாயங்கால மயக்கம்'', போன்ற கதைகள் வடிவத்தில் அதற்கு முன் யாராலும் எழுதிப் பார்க்கப் பட்டிராதவை. ஒன்றரைப் பக்கங்களுக்குள் உலகின் சகல வியாக்கியானங்களையும் சண்டமாருதம் நிகழ்த்திட வழி ஏற்படுத்தி தந்த கதைகள் அவை. ''கட்டில் பேசுகிறது'' கதையில் நோயிலிருந்து மீள முடியாமல் விழுந்து தவித்தலையும் மனிதனுடன் கட்டில் பேசிப் பார்க்கிறது. தன்னுடைய கதை என்பது தனித்தல்ல, என் மீது விழுந்தவர்களால் ஆனதே என் கதை என்பதை உலகத்தின் கதையென்பது தனியானதல்ல, அதன் மீதான வாழ்தலை நிகழ்த்துகிற மனிதர்களின் கதை தான் என்று நம்மால் விரித்துப் பார்க்க முடியும். கட்டில் மட்டுமல்ல பித்தனின் கதைகள் யாவுமே மனிதர்களைப் பற்றித்தான் பேசுகிறது. ரத்தமும், சதையுமாக தன்முன் வாழ்ந்தும், தாழ்ந்தும், இறந்தும் கொண்டிருக்கிற மனிதக் கூட்டத்தைப் பற்றிப் பேசியே தீர்வது என்கிற முனைப்பில் தான் புதுமைப்பித்தன் கதைகளை எழுதிச் செல்கிறார். கட்டிலும் கூட காலத்தின் குரலாகத் தான் வெளிப்படுகிறது. எள்ளல் தொனியில் சொல்லப்பட்டிருந்தாலும் கட்டிலாகத் தன்னைப் பாவித்துக் கொண்டு பித்தன் நான் ஒரு ''போல்ஷ்விக்கி'' என்கிறான். சோவியத் ஒன்றியத்தின் மாட்சிமை கலைஞர்களை கவ்விப் பிடித்திருந்தமையின் சாட்சிகள் தான் இவையும், இவை போன்ற பலவும்.

மதஅடிப்படைவாதிகளிடமும், மதவிற்பன்னர்களிடமும் புதுமைப்பித்தன் அளவிற்கு தன்னுடைய கதைகளைக் கொண்டு தர்க்கம் செய்தவர்கள் இல்லையென்று தான் சொல்ல வேண்டும். அவருடைய ''மனக்குகை ஓவியங்களின்'' சொல்முறைகள் மிகவும் நுட்பமும், ஆழமும் மிக்கவை. ''என்னைச் சிருஷ்டிக்க நீர்

உபயோகித்த புழுதியை விட்டு நான் எப்படி விலக முடியும்? நான் நிமிர்ந்து நேராக நிற்பதற்கே இந்தப் புழுதி தானே ஆதாரம்? புழுதியைக் கண்டு அஞ்சும் உமக்கு அதன் மீது நிற்கும் என்னை அறிந்து கொள்ளச் சக்தி உண்டா? நீர் அந்தச் சக்தி பெற்று வரும்வரை நான் இந்தப் புழுதியில் கண்டெடுத்துக் கொண்டேயிருப்பேன் என பரமபிதாவையே திணறச் செய்தவன் மனிதன். அத்தோடு நிறுத்தவில்லை பித்தன். பரமசிவனைப் பார்த்து பச்சிளங்குழந்தை கேட்கிறது. ''உமக்கு எல்லாவற்றையும் அழிக்க முடியும். உம்மை அழித்துக் கொள்ள முடியுமா? நீர்மட்டும் எஞ்சுவது தான் சூன்யம் என்று அர்த்தமா? உம்மையும் அழித்துக் கொள்ளும்படி நீர் தொழிலை நன்றாகக் கற்றுவந்த பின்பு நெஞ்சைத் தட்டிப் பார்த்து கொள்ளும்'' என்கிறது குழந்தை. ஆற்றலின் அழிவின்மை விதியை தர்க்கிக்க எப்போதும் பித்தன் குழந்தைகளையும், கிழவிகளையுமே தேர்வு செய்கிறான். அது காலனும், கிழவியும் பாட்டியானாலும், ''சாமியாரும், குழந்தையும், சீடையும்'' கதையானாலும் சரி. அதுவரையிலும் புனிதம் என்றும், மகத்துவம் என்றும் கெட்டிப்பட்டிருந்த புராண, இதிகாச கதைகளால் கட்டப்பட்டிருக்கும் அதீத நம்பிக்கைகளை தன்னுடைய கதை மொழியால் தலைகுப்புற கவிழ்த்துப் போட்டவன் புதுமைப்பித்தன்.

மனிதன் செய்திட்ட மிகப்பெரிய தவறு ''கடவுள்'' எனும் துணிச்சல்மிகு சொற்றொடர்களை எழுதிய பித்தன் தான் வாழ்க்கையே ஒரு பெரிய வேட்டை என தன்னுடைய 'பொன்னகரத்தில்'' எழுதிச் செல்கிறான். தமிழில் எழுதப்பட்ட முதல் விளிம்பு நிலை மனிதர்களைப் பற்றியதான கதையது. உலகம் வேறு, வேறு தன்மையிலானது. விளிம்பு உலகம் வேறு. அதன் தர்மங்களும், நியாயங்களும் கூட வேறு வேறானவை தான். கற்பு, ஒழுங்கு, புனிதம் என்பவை கட்டமைக்கப் பட்டவை தான். இவர்கள் யார் நம்முடைய வாழ்வின் நியாய தர்மங்களை முடிவு செய்திட என்கிற பொன்னகரத்தின் கேள்வி காலத்தின் முதுகுத் தண்டை உரசியபடி பயணித்துக் கொண்டேயிருக்கிறது. எனக்கு சாபவிமோசனத்தின் ''அகல்யை'' விட பொன்னகரத்தின் ''அம்மாளு'' புனிதமானவளாகத்தான் தோன்றுகிறாள். புதுமைப்பித்தனும் அப்படியே உணர்ந்திருப்பார்.

பெண் மனம் குறித்து அதன் சுயமரியாதை குறித்து எழுதப்பட்ட இரண்டு சிறுகதைகளை வாசகன் முக்கியமாக அறிந்து கொள்ள வேண்டும். 'வாடா மல்லிகை' கதையின் முதன்மைப் பாத்திரம் ஸரஸீ. பதினேழு வயதில் கணவன் இறந்து விட தியாகியாக்கப்படுகிறாள். கதையின் நடுவில் வரும் தன் சகோதரனின் சாந்திக் கலியாண சம்பவம்

அவளுக்கு பழைய ஞாபகங்களை நினைவிற்கு கொண்டு வர தடுமாறுகிறாள். தன்னை மீறிய கட்டுக் கடங்காத ஆவேசத்தில் புழக்கடைக்கு சென்று விட்டவள் தேம்பி அழுகிறாள். அப்போது கதையில் வரும் நான் என்ற ஆண் பயப்படாதே நான் இருக்கிறேன் என்கிறான். அதற்கு அவள், ''நான் ஒரு ஹிந்துப் பெண்' என்று கூறிவிட்டு உள்ளே சென்று விடுகிறாள். பின்னால் சென்ற 'நான் உன்னை மணம் செய்து கொள்கிறேன்' என்கிறான். ஸரஸீவின் சொற்கள் தமிழ்ச் சமூகப் பெண்களின் சுயமரியாதைக் குரலாக கதைகளில் வெளிப்படுகிறது. ''கொள்கைக்காகத்தான் நீர் தியாகம் செய்து கொள்ள முயலுகிறீர். அது வேண்டாம். மிஞ்சினால் நான் உமக்குப் போகக் கருவியாகத் தான். உமது தியாகத்தின் பலிபீடமாகத் தான் நீர் கருதுவீர். அது எனக்கு வேண்டாம். நான் காதலைக் கேட்கவில்லை. தியாகத்தை கேட்கவில்லை. நான் தேடுவது பாசம்'' என்கிறாள். தியாகம் எனப் பீற்றிக் கொண்டு விதவைகளுக்கு வாழ்வு தந்து தியாக சீலன் என தன்னைப் பிரகடனப் படுத்திக் கொண்டிருந்த இளைஞர்களின் மென்னியைப் பிடித்து உலுக்கிய சொற்கள் ஸரஸவினுடையது.

பசியும், காமமும், பெண்மனமும் என தத்துவச் சிக்கலுக்குள் உள்ளான கதையென கவந்தனும், காமனும் கதையை அடையாளப் படுத்தலாம். சென்னையை அதன் அதீத வெளிச்சத்தை விளம்பர யுகத்தை கடந்து செல்லும் கதை ஒரு தெரு மூலையில் திரும்புகிறது. இது வேறு உலகம் என்கிறார் புதுமைப்பித்தன். அதோ மூலையில் சுவரின் அருகில் பார்த்தீர்களா? நீங்கள் போட்டிருக்கிறீர்களே பாப்லின் ஷர்ட்டு, உங்கள் ஷெல் பிரேம் கண்ணாடி எல்லாம் அவர்கள் வயிற்றில் இருக்க வேண்டியதைத் திருடியது தான். ரொம்ப ஜம்பமாக நாசூக்காக கண்ணை மூட வேண்டாம் எல்லாம் அந்த வயிற்றுக்காகத்தான்'' என்கிறார். தெரு இருட்டில் நடந்து வரும் இளைஞனை வேசியொருவள் அழைக்கிறாள். பதினாறு, பதினேழு வயதே இருக்கும் பெண்ணைப் பார்த்து அவன் பெயரைக் கேட்க, அவள் அவன் கையை எட்டிப் பிடித்து பயப்படாதே முதல் தடவையா என்கிறாள். தடுமாறிய வாலிபன் தன் பைச்சில்லறைகளை அவள் கையில் திணித்து விட்டு போ போ என அவளைத் தள்ளுகிறான். ''ஏண்டா பேடிப்பயலே பிச்சைக்காரின்னா நெனச்சசுக்கினே'' என்று சில்லறைகளை விட்டெறிகிறாள். அவள் எறிந்த சில்லறையின் சத்தம் கதையை வாசிக்கும் யாவரின் செவியிலும் பட்டுத் தெறிப்பதை நுண் வாசகன் உணர்வான். ஸரஸீவும், கவந்தனும் காமனும் கதையில் வரும் வேசையும் மிக உயர்ந்த படைப்புகள். தமிழ் வாழ்க்கையை புரிந்து கொள்ள முயற்சிக்கும்

எவருக்கும் புதுமைப்பித்தன் கதைகள் வலு சேர்க்கும், புராணம், சமயம், ஜாதி, பெண் மணம் என எந்த தளத்தில் நகரும் கதைகளும் அந்தத் தளத்திற்குரிய வாசனைகளுடன் வாசக மனதைக் கவ்விப் பிடிக்கும். இது புதுமைப்பித்தன் கதைகள் குறித்த எளிய அறிமுகம் தான். அவரின் கதைகளை வாசிக்கும் வாசகன் வேறு ஒரு தளத்திற்கு தன் ரசனையை உயர்த்தவும் இடமுண்டு.

புதுமைப்பித்தனின் கதைகளைப் பற்றிப் பேசும் போது எப்படி செல்லம்மாவை விட்டு விட முடியும். பரமசிவம் பிள்ளைக்கும், கந்தசாமிப் பிள்ளைக்கும் இடமில்லை. ஒரு நாளைக்கழித்திட பெரும்பாடு பட்ட மத்தியதர வர்க்கத்து மனநிலை குறித்துப் பேச வேண்டாமா? சிற்பியின் நகரத்தின் பைலர்க்ஸைப் பற்றி எழுதிடாமல் எப்படி கடந்து போக முடியும்? இப்படி விதவிதமான கேள்விகள் எழக்கூடும். வெளிச்சங்களின் மீதே இடைவிடாது ஒளியைப் பாய்ச்சிக் கொண்டிருக்க வேண்டுமா? என எனக்குள் எழுந்த எளிய கேள்வியை மட்டும் வாசகர்களிடம் முன் வைத்து ஒளிவிழா ரேகைகளை நோக்கி என்னுடைய சொற்களால் பார்க்க முயன்றிருக்கிறேன் புதுமைப்பித்தனை.

நவீனத் தமிழ்ச்சிறுகதைகளின்
ஆதிப்புள்ளியை
சொல்லாக்கிய
புதுமைப்பித்தன்

மௌனமாகிடும் யதார்த்தங்கள்

எழுதிச் செல்லும் கை அறியாது எழுதியபடியே நகர்ந்திடும் நூதனம் எழுத்து என்பதெல்லாம் வாசித்திடவும், எழுதிப் பார்த்திடவும் சுகமாக இருக்கலாம். நிஜத்தில் எழுத்தாளர்கள் திட்டமிடாமலே எது ஒன்றையும் எழுதிட முடியாது. தன்னுடைய எழுத்து என்ன செய்யப் போகிறது என்பதை அறிந்து கொண்டால் ஒரு வேளை எழுத்துப் பணியை இடைநிறுத்தம் செய்து விடுவார்களோ? என்று கூட தோன்றுகிறது. நவீன கதை சொல்லிகள் யாராகினும் தன்னுடைய கதைத் தொகுதியின் ஏதோ ஒரு புள்ளியில் தன்னுடைய எழுத்துக்களின் தன்மை பற்றியும், எழுதுதல் முறை பற்றியும், ஏன் எழுதுகிறேன் என்பதைப் பற்றியும் சொல்கிறார்கள். பித்தன் ''கடிதம்'' கதையில் சொல்லியதை, மௌனி தன்னுடைய ''மாபெரும் காவியம்'' கதையினில் சொல்லிப் பார்க்கிறார். பித்தனும், மௌனியும் தமிழ்ச் சிறுகதை யெனும் ஒரு மரத்தில் இருந்து பிரிந்து பரவிடும் இருவேறுபட்ட தனித்த கிளைகள். பித்தனில் இருந்து புதிதுபுதிதாக கதைபட்சிகள் உருவாகியது போலவே மௌனியிலிருந்தும் புதிய புதிய கதைக்காரர்கள் உருவாகி நிலைத்திருக்கிறார்கள். இருவரும் இரண்டு முக்கியமான கதைமுனைகள்.

இருவரையும் பற்றிய விதவிதமான மதிப்பிடல்கள் காலந்தோறும் ஆய்வாளர்களாலும், விமர்சகர்களாலும் இன்று வரையிலும் செய்யப்பட்டுக் கொண்டேயிருக்கிறது. க.நா.சு., மௌனி தன்னுடைய படைப்புகளுக்காக அதீத உழைப்பைச் செலுத்தக் கூடியவர் என்கிறார். பித்தனைக் குறித்த அவருடைய அபிப்பிராயமும் கூட மிக முக்கியமானது தான். பித்தனை அநாயசமாக துடித்து கதை எழுதிச் செல்பவர்.

ஏனெனில் அவர் மகாமேதை என்கிறார். மேதமைமிகு படைப்பாளி மக்களின் மனநிலையில் உறைந்திருக்கும் சிக்கல்களை எழுதுகிறவராகவும், அதீத உழைப்பாளி தடுமாறித் தத்தளிப்பவராகவும் இருப்பதைப் பலரும் குறிப்பிடாமல் செல்கிறார்கள். பித்தனின் கதைகள் புறத்தே நிகழும் மாற்றங்களை உள்வாங்கித் தடுமாறும் மனிதகுல வாழ்வினை எழுதுகிறது. மௌனிக்கு புறத்தின் செயல்களைக் குறித்து அக்கறையுமில்லை, பார்வையுமில்லை. அவருடைய எல்லாக் கதைகளும் அகப்பாய்ச்சல் களையே நிகழ்த்துகின்றன. மனக்குகைக்குள் உறைந்திருக்கும் பூடகங்களை தன்னுடைய மொழியெனும் சாவியைக் கொண்டு திறக்கிறார். தான் திறந்து கண்டவற்றை ரசமாக வாசகனுக்கு அறியத் தருகிறார். அவருடைய கதைக்கான மொழி ஏற்படுத்திடும் மயக்கத்திலிருந்து வாசகன் மட்டுமல்ல, மௌனியே கூட மீள்வது சாத்தியமில்லை. சொல் கதைகள், யதார்த்தத்தை மௌனமாக்கின. யதார்த்தத்தை மௌனமாக்கிடும் மொழிக்கதைகளை தமிழ்ச் சிறுகதையில் துவக்கி வைத்தவர் மௌனி. மௌனியின் கதை மொழியும், சொல்முறைகளும் பொருட்படுத்திப் பார்க்க வேண்டியவை.

தன்னுடைய எழுதுதல்முறை குறித்த அபிப்ராயத்தை மௌனியே கதைத் தொகுதியின் பல இடங்களில் சொல்லுகிறார். ''சிருஷ்டியில் கொள்ளும் ஆனந்தம் எத்தகையது என்பது அவனுக்குத் தெரியும்'' எனவே தான் அவர் தன்னுடைய ''மாபெரும் காவியம்'' கதையில் இப்படிச் சொல்லிப் பார்க்கிறார். ''என் வாழ்க்கை ஒரு உன்னத நிழல் ஆட்டம். ஒளி குன்றியது. என்னுடைய நிழலும் பார்வையினின்றும் மங்கி விட்டது. விலகி நின்று உலக நாடகத்தைப் பார்ப்பது தான் இப்போது நான் செய்வது...'' எல்லாவற்றில் இருந்தும் விலகிப் படைத்துச் செல்பவராயினும் அவருடைய படைப்பின் துளிகள் யாவும் மனித மனங்களையே ஆய்வு செய்கிறது. மூளை, மூளையாக இல்லாது, வயல்களைப் போல் கெட்டி தட்டிப் போயிருக்கலாம் அல்லது பேனாவின் மசி உறைந்து, எழுத ஓடாமல் இருக்கலாம், என் எழுதுகோலை எடுத்து இரண்டு தரம் வேகமாக உதறியதில், பேனாவைப் பற்றிய தகராறை ஒரு வகையில் தீர்த்து விட்டேன்.'' ஆனால் என் தலைதான். எனச் சொல்வதை ஐரோப்பிய ஆய்வு முறைகளைக் கொண்டு கட்டுடைத்தால் நிலத்தை இறுகிய தன்மை கொண்டதாகப் பார்த்திடும் உழைப்பை ஏற்க மறுத்திடும் வைதீக மனம் கொண்டவர் மௌனி என்பதையும் புரிந்து கொள்ள முடிகிறது.

மௌனியின் கதைகளில் மனிதர்களுக்குச் சமமாக சடப் பொருட்கள் யாவும் இயக்கம் பெறுகின்றன. மரங்களும், செடிகளும், கோவில் தீபங்களும் உயிர்பெற்று உலவுகின்றன. அவை யாவும் கூட தன்னைப் பற்றி பிரஸ்தாபிப்பதில்லை. மாறாக தன் நிழலில் நிற்கிற மனிதர்களின்

மனக்குரல்களையே வெளிப்படுத்துகின்றன. மௌனியின் மாபெரும் சொற்றொடர் என அவருடைய எழுத்திலும் மொழியிலும் மயங்கிக் கிடப்பவர்கள் சொல்வது ''நாம் சாயைகள் தானா? எவற்றின் நடமாடும் நிழல்கள் நாம்'' என்பது தான். இந்த வாக்கியத்தை ''அழியாச்சுடர்'' கதைக்குள் கடக்கிற போது ஒவ்வொரு முறையும், ஒவ்வொரு விதமான அனுபவம் ஏற்படுவதைத் தவிர்க்க முடியவில்லை. அவருடைய படைப்புலகின் பிரதான நிலமாக கோவில்களும், அதன் கர்ப்ப கிரகங்களுமே இருக்கின்றன. ''காலமே அவளுடைய உருவமாகி அந்தப் புள்ளியில் சமைத்து நின்று விட்டது'' என துடியுடன் எழுதப்படும் காதல் சொற்கள் வாசகனுக்கு பெரும் பரவசத்தை ஏற்படுத்தவே செய்கின்றன.

தன்னுடைய மனநிலையையே இயற்கையின் பொருட்கள் யாவும் வெளிப்படுத்த வேண்டும் என்கிற பெரும் விருப்பம் கொண்டவர் மௌனி. அவருடைய கதைகளின் கதாபாத்திரங்கள் உச்சரிக்கும் சொற்களை சம்பந்தப்பட்டவர்கள் அறியும் முன்பே கோவிலின் ''யாளிகளும்'' அஷ்டதிக்கஜங்களும்'' கேட்டு விடுகிறார்கள் என்று அவர் நம்புகிறார். இவரின் காதல் மொழி கேட்டு உச்சரிக்கப்படாத சொற்களுக்காக தன்னுடைய காதுகளை அசைக்கிற ''யாளியை'' மொழிக்கதைகளின் குறியீடாகத்தான் எடுத்துக் கொள்ள வேண்டும். மரங்களும், நிழலும், வெயிலும் மனக் கிளர்ச்சியை ஏற்படுத்திடும் மகத்துவங்கள் என்று மௌனிக்குப் புரிகிறது. வாசகனுக்கும் புரிந்திட வேண்டும் என்பதால் அவற்றின் சொற்களை கதைகள் தோறும் விதவிதமாக அடுக்குகிறார். தனிப்பட்டு தலைவிரி கோலத்தில் நின்று மௌனமாக புலம்புவதைப் போன்று அம்மரம் எனக்குத் தோன்றியது. ஆமாம் அதுதான், ஆகாயத்தில் இல்லாத பொருளைக் கண்மூடி கைவிரித்து தேடத் துலாவுவதைப் பார்த்தாயா? ஆடி அசைந்து நிற்கிறது? ஆட்டம் ஓய்ந்து நிற்கவில்லை... இப்படி கதைகளெங்கும் உலவிடும் சொற்களின் வழியாக அவருடைய தத்துவப்பின்புலத்தை நம்மால் நிச்சயம் உணர்ந்து கொள்ள முடிகிறது.

பொதுவாக மௌனியின் கதைகளைப் பேசுகிறவர்கள் எடுத்துக் கொள்ளும் கதைகளாக ''அழியாச் சுடர்'' ''பிரக்ஞை வெளியில்'', ''சாவில் பிறந்த சிருஷ்டி'', போன்ற கதைகளே இன்று வரையிலும் இருந்து வருகின்றன. தொடர்ந்து இன்றுவரையிலும் சக எழுத்தாளர்களையே தன்னுடைய ஆத்மார்த்தமான வாசகர்களாகக் கொண்டிருக்கும் மௌனியின் பலகதைகள் பேசப்படவேயில்லை. அப்படியான கதைகளின் மொழி பேசுபவர்களுக்கு வசீகரமற்றதாக தோன்றியிருக்கலாம். ஆயினும் அவைகளும் பொருட்படுத்தத் தக்கவையே. உறவு, பந்தம், பாசம் எனும் கதை ஒரு கணிதக் கட்டுமானத்தில் அமைந்திருக்கும் கதை.

அப்போதைய கதைஞர்களை மட்டுமல்ல, இன்று கதையெழுது கிறவர்களுக்கும் கூட அந்தத் தெருக்களின் மீதான வசீகரமும், ஈர்ப்பும் துளியும் குறையவில்லை. அதனால் தான் தேவதாஸிகள் வசித்திருந்த தெருக்களின் மீதான வாசனையையும், அவர்களின் வார்த்தை களையும், அதற்குள் உறைந்திருக்கும் உண்மைகளையும் தன்னுடைய பலகதைகளில் எழுதிச் செல்கிறார். ''ஆண்களால் கலியாணமின்றி வாழ முடியும், பெண்களால் முடிகிறதில்லை, இந்து தர்மம் அப்படித் தானே... கன்னியென வாழவும் கூடாது... முடியாது. குமரிக்கன்னியும் ஒருவனை அடைய ஏங்கி, சாசுவதத்தில் தானே கன்னியெனவாகிறாள்'' மனைவியென வாழ்க்கைப்படுவதில் தன் மனத்தூய்மை, அவளால் எப்போதும் இழக்காமல் இருக்க முடியும் என்று எந்த மனைவியால் நம்ப முடியும்...? இப்படியாக தேவாதாஸிப் பெண்ணொருத்தியை பேசச் செய்திட்ட துணிச்சலான கதைகளை விமர்சகர்கள் தவிர்த்தே வந்திருக்கிறார்கள். உறவு, பந்தம், பாசம் என்பது குடும்ப அமைப்பிற்கு மட்டுமேயானதா? பெண்களின் இறுதி லட்சியம் என்ன? மனைவியாவது மட்டும் தானா? கற்பு என்கிற அந்த புரிபடாத வஸ்துவை பெண் உடலில் தேடிக் கொண்டிருக்கிற ஆண் உலகமா இது? என நமக்குள் விதவிதமான கேள்விகளைக் கேட்டிட மௌனி தன்னைகதைகளெங்கும் கௌரியாகவும், சுசீலாவாகவும், உருமாற்றுகிறார். நாற்பது வயது எட்டிய பிறகான பெண்களின் உடலும், மனமும் அடையும் அவஸ்தையை கதை யாக்கிடும் பொழுதிலான மௌனியின் மொழி நுட்பமும், அழகும், வசீகர சோகமும் மிக்கதாக வெளிப்படுகிறது

ஒற்றைச் சொல்லை வைத்துக் கொண்டு மௌனி விளையாடிய மொழி விளையாட்டே ''ஏன்'' ? என்கிற கதையாகிறது ''வசீகரச்சோர்வுற்று அவள் கண்கள் வருத்தமுற்ற கேள்விக்குறியாகத் தோன்றுகின்றன. ''ஏன்?, ''ஏன்? என்ற கேள்விகளை அவள் கண்கள் சதா கேட்பவை போல தோன்றும் '' எனத் துவங்கிடும் கதையில் ஏன்? ஏன்? என்கிற கேள்விகள் விதவிதமாக, வேறு வேறு நபர்களால் மிகவும் வித்தியாசமான மன நிலைகளில் கேட்கப்பட்டுக் கொண்டேயிருக்கின்றன. இந்த பேருலகினில் மனிதர்கள் யாவருக்குள்ளும் எழுகிற மிக அழுத்தமான கேள்வியே ''ஏன்'' என்பது தான். இந்தக் கேள்வி மனதில் உதித்த மறுநொடியில் உடனே வெளிப்படுவதில்லை. இதனை வெளிப்படுத்திட யாவரும் தயங்கவே செய்கிறோம். தயக்கத்தினால் உச்சரிக்கப்படாமலே உள் ஒளிந்து கொண்ட சொல் எப்படி விஷச்செடியாக வளர்ந்து வதைக்கிறது என்பதை மிக நுட்பமாக்குகிறார் மௌனி. ''ஏன்?'' எனக்குப் பசிக்கிறது, அதிலும் ஒற்றைப் பருக்கைக் கூட வழியில்லாத நிலையிலும் இப்படி

படுத்தி எடுக்கிறதே பசியால் வயிறு. எதற்காக இந்த அவஸ்தை என்றெல்லாம் மௌனியின் நண்பனும் நினைக்கவில்லை. அவனுடைய காதலியா? சிநேகிதியா என்றறிந்திட சாத்தியமற்ற பெண்ணும் கூட நினைத்துப் பார்க்கவில்லை. பசியைப் போலவே தானே உடல் இச்சையும் என்று சொல்லிட முயற்சிக்கிறார். கதையின் உச்சம் தனக்குப் பிரியமானவனா? இல்லையா? என்பதைக் கூட அறிந்திடாத சுசீலா எனும் பெண் அவனுடைய மரணத்தின் போது உதிர்க்கும் கண்ணீர்த் துளியும் கூட கேள்விக்குறியாகி ஏன்? என்றே சொட்டுகிறது என்று எழுதுகிறார். மௌனி விளையாடிய மொழி விளையாட்டின் நுட்பங்கள் கூடிய கதையிது.

மௌனியின் கதைகளை வாசித்திடும் போது நாம் புரிந்து கொள்ள வேண்டிய மிக முக்கியமான விஷயம் கதைகள் யாவும் உணர்ச்சியின் தளத்தில் நின்றே இயங்குகின்றன என்பதைத்தான். கதைக்குள் கதாபாத்திரங்கள் யாவும் உள்நோக்கியே பேசுகின்றன. அப்படியான உள்நோக்குகள் யாவும் தத்துவங்களாக வெளிப்படுகின்றன. மௌனியின் கதைகளுக்கான தத்துவம் என தெளிவுற எதையும் சொல்வது சாத்தியமில்லை. சில இடங்களில் அத்வைதமாக உருக்கொள்ளும் சொற்கள், பல இடங்களில் சைவ சித்தாந்த மரபினில் மூழ்கி எழுகின்றன. ஆனால் வெளிநோக்கித் தட்டுப்படக் கூடிய வார்த்தைகளும், கதை மொழியும் பாலியல் தேடலுக்கான வேட்கை மிக்கவையாகவே வெளிப் படுகின்றன. சைவத்தின் மையமான கோவிலுக்குள் அலைவுறும் கதை களிலும் கூட மௌனியால் பாலியல் வேட்கையை விட்டு விட இயல வில்லை. மௌனி மொழி விளையாட்டில் கைதேர்ந்தவர்தான். ஆனாலும் அவருடைய பல கதைகள் ஆங்கிலத்தில் இருந்து தமிழில் மொழி பெயர்க்கப் பட்டதைப் போன்று பெரும் மயக்கத்தை ஏற்படுத்துகின்றன. எல்லா வற்றையும் கடந்தும் மௌனியின் கதை கூறுதல் முறையிலும், மொழியைப் பயன்படுத்துவதில் அவருக்கு உருவாகி கனிந்திருக்கும் நுட்பத்தையும் தமிழ்ச் சிறுகதை வாசகர்கள் நிச்சயம் தவற விட்டுவிடக் கூடாது.

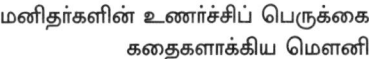

மனிதர்களின் உணர்ச்சிப் பெருக்கை
கதைகளாக்கிய மௌனி

கீழைத்தேய தர்க்கங்கள்

எவற்றை கதையாக்குவது. கதையின் முடிச்சு அவிழும் புள்ளியினில் பரவசத்தை ஏற்படுத்திடும் உத்தியாக எதைக் கொள்வது. சங்கீதக்காரனின் திறனுக்கு சற்றும் குறையாத தன்மையில் எளிமையாக துவங்கி துளி, துளியாக வளர்ந்து உச்சத்தைத் தொடும் கதைகளையே வாசகன் விரும்புகிறான். இப்படி தமிழ்மொழியில் விதவிதமாக கதைகளைக் குறித்த தர்க்கங்களும், வியாக்கியானங்களும் இன்றுவரையிலும் நீடித்திருக்கிறது. இப்படியான தீவிர விவாதங்களை துவக்கிய ஆதிக்கதை சொல்லி எழுத்தாளர் பி.எஸ்.ராமையா. அவருடைய இரண்டாம் மணிக்கொடி காலத்தில் தான் தமிழில் காத்திரமான கதை சொல்லிகளும், காலத்தை கடந்து நிற்கும் கதைகளும் வெளிவந்தன. தமிழ்ச்சிறுகதைகளின் இரண்டு தனித்த முனைகளான புதுமைப்பித்தனும், மௌனியும் தங்களுடைய ஆகச்சிறந்த கதைகள் யாவற்றையும் மணிக்கொடியில் தான் எழுதினார்கள். பித்தனையும், மௌனியையும் தீவிரமாக விவாதித்த தமிழ்ப்புனைவுலகம் பி.எஸ்.ராமையாவை வெறும் இதழாளராக மட்டுமே கணித்தது.

தமிழ்மொழியில் மிகத் தீவிரமாக இயங்கியவர் பி.எஸ்.ராமையா. 300 சிறுகதைகள் மட்டுமல்லாது, நான்கு நாவல்கள், திரைப்படத் துறையில் கதைவசனம் என விரிந்த தளத்தில் இயங்கியிருக்கிறார். தன்னுடைய படைப்புகளைக் குறித்த மிகக்கச்சிதமான பார்வை கொண்டவர். ''என்னுடைய படைப்புகளைக் குறித்தும், அதன் தன்மை, தரம் குறித்தும், வியாக்கியானம் செய்வது என் வேலையல்ல. அதனை விமர்சகர்கள் செய்து கொள்ளட்டும். நான் என் வாழ்க்கையில்

நேருக்கு நேர் கண்ட அல்லது அனுபவித்த கணங்களைத் தான் என் கதைகளில் பிடித்து வைக்க முயல்கிறேன். மனிதகுலத்தின் உயர்வுக்காக தனிமனிதன் அல்லது சமூகம் செய்யும் தியாகம் அல்லது கொடுக்கும் விலையைப் பற்றிய விவரங்களை நாட்டு வரலாறுகளில் காண முடியாது. அந்த தியாகத்தின் கணக்குத் தான் இலக்கியமாக உருவாகி நிலைத்திருக்கிறது''- இந்த நீண்ட பிரகடனத்தை தங்களை முற்போக்காளர்களாக காட்டுபவர்கள் கூட முன்வைப்பார்கள் என்று சொல்ல முடியாது. பி.எஸ்.ஆர். பொது வெளியில் கவனம் பெறாமல் போன நுண் அரசியல் நிகழ்ந்தமைக்கு இப்படியான வெளிப்படை அறிவிப்புகள் கூட ஒரு வேளை காரணமாக இருக்கலாம். இதழ் ஆசிரியர் என்பதையும் தாண்டி அவருடைய படைப்புலகம் குறித்து சுதந்திரமான விவரிப்புகளை நிகழ்த்த வேண்டும். அதிலும் குறிப்பாக சிறுகதைகளைக் குறித்த விவரிப்புகளைச் செய்வது காலம் நம்மிடம் வேண்டுகிற மிக முக்கியமான அரசியல் செயல்பாடாகும்.

கதைநிகழும்காலமும், களமும் எப்போதும் எந்தப் படைப்பாளிகளின் படைப்புகளுக்கும் மிகவும் முக்கியமாகிறது. இந்திய நிலமெங்கும் வெள்ளையர்களின் அதிகாரம் விரவிப் படர்ந்திருந்த நாட்களில் தான் அவருடைய பெரும்பாலான கதைகள் எழுதப்பட்டிருக்கின்றன. இந்திய நிலத்தின் மீதான அந்நியர்களின் தீராத மோகத்திற்கு இன்று வரையிலும் காரணமானவற்றின் மீது தன்னுடைய தூரிகையை படரவிட்டு மறைந்திருக்கும் கதைகளை வண்ணப்படுத்திப் பார்க்கிறார். அதற்குள் மேற்கத்திய தத்துவங்களின் பிடிக்குள் சிக்கவே சாத்தியமற்ற தனித்த தன்மைகள் வெளிப்படுகின்றன. அவருடைய கதையின் களத்தில் நிகழும் மனநிலைகளுக்குள் இயங்குவது வாழ்க்கையின் காயங்களும், கோளாறுகளும், கயமைகளும் மட்டுமல்ல அவற்றையும் மீறி எழுத்து யதார்த்த மனிதனை அதிகப்பட்ட குணநிறைவானவனாக மாற்றுவது தான் என்பதை அவரின் கதைகளை வாசிக்கிறவர்களால் புரிந்து கொள்ள முடியும்.

இந்தியப் பெருநிலத்தை குறித்த வெள்ளைக்காரர்களின் புரிதல் விதவிதமானது அல்ல, ஒற்றைத் தன்மையிலானது. பசித்துக்கிடக்கும் சுருங்கிய வயிறுகளையும், ஒட்டிச் சுருங்கிய உடலிலிருந்து துருத்திக் கிடக்கிற எலும்புகளையும் வண்ண வண்ணப் படங்களாக்கிப் பரப்புகிற குரூரம் இன்று வரையிலும் நீடித்திருக்கிறது. இதை விடவும் அவர்களை வசீகரிப்பது மலைக்கோவில்களும், அவற்றின் குகைகள் எங்கும் ஓடித் திரிகிற குரங்குகளும்தான். இத்தனை ரிஷிகளும், முனிவர்களும் என்ன செய்து கொண்டிருக்கிறார்கள் என்கிற குழப்பமும், தெளிவின்மையுமே

அவர்களை வசீகரிக்கிறது. மரபான ஞானம் என்பது கீழைத்தேய மரபின் நீட்சி. ஐரோப்பிய மூளைகளின் புரிதலுக்கு அப்பாற்பட்டது துறவும், பற்றற்று இருப்பதும். யாவற்றையும் துறந்து வீடு, பேறு, மனைவி, மக்கள் போன்ற இல்லற சுகத்தின் மீது விலக முடியாத அளவிற்கு பெரும் விருப்பம் யாவருக்குள்ளும் நீடித்திருக்கிறது. பற்றறுத்து துறவு பூணும் இந்திய மனதிற்கு பெரிய தத்துவ பின்புலம் இருக்கவே செய்கிறது. துறவு பூண்ட பிறகும் கூட மனம் கொள்ளும் சஞ்சலத்தை எழுதிப் பார்த்த கதை 'ஞானோதயம்'

வாழும் காலத்தில் பூமிப்பந்தில் மனித உயிரிகளின் இடம் குறித்த ஆசையும், விருப்பமும் மேற்கில் இன்று வரையிலும் நீடித்திருக்கிறது. கீழைத்தேய மரபின் மிகவும் முக்கியமான சிந்தனையாக படர்ந்திருப்பது இவ்வுலக வாழ்க்கையை விட பரலோக வாழ்வு தான். பரலோக வாழ்வென்பது ஒருவிதமான மீபொருண்மையாக எல்லாக் கதைகளுக் குள்ளும் இயங்கிக் கொண்டேயிருக்கிறது. இதனை போல்ட் நட் என்கிற வெள்ளை அதிகாரியை வைத்து இந்திய மனதின் ஞானோதயத்தை விளக்குகிறார் பி.எஸ்.ராமையா. ஜடாமுனி இளம்பிராயத்தில் காடேகியவன். மனிதனை மட்டுமல்ல, எவ்வுயிரியையும் கீழ்நிலைக்குத் தள்ளிடும் ஆயுதம் கட்டற்ற பெரும் புகழ்ச்சி. சிவநீர்வீழ்ச்சியில் கண்ணுற்ற பணக்காரன் சாமியாரை குலக்குருவாக்குகிறான். காடே தேசமாக அலைந்து திரியும் சாமியாருக்குள் விஷமென வளர்கிறது தற்புகழ்ச்சி. பிறகென்ன மக்களைச் சந்தித்து ஆசி வழங்கிட தெருவில் இறங்குகிறான். குலக்குருவின் பாதங்கள் படலாமா புழுதியில். பல்லக்குதான். ராஜபவானி தான். கொண்டாட்டங்களும், களியும், சாமியாரின் மனதினில் படோடாபத்தை ஏற்படுத்துகிறது. பயணங்களின் திசைவழியில் ஒரு நாள் தான் போகிற மாதிரியேயான பல்லாக்கினை எதிர்கொண்டு திகைத்த சாமியாருக்கு, அது ஒரு மரண ஊர்வலம் என்பது அதிர்ச்சியையும் கூடவே வேறுவித ஞானத்தையும் அளிக்கிறது. துறவு வாழ்க்கைக்குள்ளும் முகிழ்க்கிற லௌகீகத்தை நுட்பமாக எழுதியிருப்பார் பி.எஸ்.ராமையா.

கதைக்குள் நாம் கவனிக்க வேண்டிய மிக முக்கியமான மற்றொரு பகுதியும் இருக்கிறது. வெள்ளைக்காரர்களின் போலீஸ்துறை இந்த சாமியாருக்குப் பின் திரளும் கூட்டம் ஏதாவது அரசுக்கு எதிரான சதியில் ஈடுபடுகிறதா என பார்த்திடவே பின்தொடர்கிறது. காலத்தைப் பதிவு செய்பவனே கலைஞன். துறவு குறித்த கதையென்றாலும் கதை நிகழும் களம் வாசக மனதிற்குள் அப்போதைய வெள்ளைக்காரர்களின்

ரகஸிய உளவுத்துறையினையும் அறிந்து கொள்கிறது. இப்படித்தான் பி.எஸ்.ராமையா தான் எழுதிச் செல்லும் கதைகள் தோறும் வாசக மனம் திறந்து கொள்ளும் புதிய புதிய திறப்புகளையும் உருவாக்குகிறார்.

கீழைத்தேய நாட்டார் மரபுகளை அறிந்து கொள்வதிலும், அவற்றைக் கதைகளாக்குவதிலும் இன்றுவரையிலும் கூட தமிழில் ஒரு போதாமை நிலவவே செய்கிறது. 30களிலேயே குலதெய்வ வழிபாடுகளுக்குள் உறைந்திருக்கும் ரத்தப்பலிகளையும், எல்லாவற்றையும் கடந்து நிற்கும் மனிதமாண்புகளையும் கதையாக்கியவர் பி.எஸ்.ராமையா. இவருடைய 'மடித்தாள்பட்டி' கதையை வாசித்த பிறகு கடந்து செல்லும் பாதைகளில் துருத்திக் கிடக்கும் சின்ன கற்களைக் கூட கவனித்திடாமல் யாராலும் கடக்க முடியாது. இன்டஞ்செடிகளுக்குள்ளும், கரட்டு காட்டிற்குள்ளும் புதைந்து கிடக்கிற சரித்திரத்தின் சொல்கதையை பலரும் எழுதிப் பார்க்கிறார்கள். வஞ்சிக்கப்பட்ட பெண்களின் ததும்பும் அழுகுரல் நம்மை அச்சமடையச் செய்து கொண்டேயிருக்கிறது. ராமையா இதுவரையிலும் எழுத்தாளர்கள் கண்டிராத புத்தம், புதிய பகுதிகளுக்குள் ஒளியடித்துப் பார்க்கிறார்.

''ஆண்டவனே! இந்த பயம் என்கிற குணம் ரொம்ப அதிசயமானது. அதுவே ஒருவனைப் புழுவிலும் புழுவாக மாற்றி விடுகிறது. இன்னொருவனை வீராதி வீரனாக்கிவிடுகிறது. மற்றொருவனை அமரனாக்கி விடுகிறது. பயம் அழிக்கும் சக்தி, அதிலிருந்து கற்பனை செய்தும் காண முடியாத துணிச்சலும், தியாகமும் பிறப்பது எவ்வளவு பெரிய அதிசயம்...'' எனும் இவ்வரிகளையே கதைகளுக்குள் கடத்துகிறார். வரலாற்றுப் பக்கங்களில் அதுவரை அறிந்திருக்கும் பக்கங்களில் புதிய சொல்கதையை எதிர்பார்ப்பது கலைஞர்கள் செய்வது தான். அனைவரும் அறிந்திருக்கும் மூக்கறுப்பு போரின் போது தன்னுடைய கணவனால் காட்டிக் கொடுக்கப்பட்ட தன் வீட்டில் அடைக்கலமான சேதுபதி ராஜாவை காப்பாற்றுகிறாள். அம்பலகாரனால் வெட்டிப் பழியெடுக்கப்பட்ட பெண்ணே மடிதந்தாளாகி ஊரைக் காக்கிறாள் என்கிறார் கதை சொல்லி. பயத்தைப் பற்றிய மிக நுட்பமான கதையிது.

அச்சம் கொள்ளும் மனித மனம் பதட்டமடைகிறது. அதிலும் மரணத்தை எதிர் கொள்ளும் நிமிடங்களில் வாழ்ந்தே தீர்வது என்கிற விருப்பம் எப்படி மனங்களை ஆட்டிப்படைக்கிறது என்பதனை எழுதியிருக்கிறார். மரணம் குறித்த பெரும் தொகுப்பாக்கிடலாம். அவருடைய கதைகளில் மரணம் குறித்த தர்க்கங்களையும், தத்துவ விசாரணைகளையும் மிகத்தீவிரமாக நடத்துகிறார். எப்போதும்

நேரடியாகவே கதை எழுதிச் செல்பவர் பி.எஸ்.ராமையா. ஆனால் மரணத்தைப் பற்றிய அவருடைய கதைகள் தோறும் மாபெரும் தத்துவ விசாரணைகள் நிகழ்ந்து கொண்டேயிருக்கின்றன. மரணத்தை மைய இழையாக வைத்து நஷ்டம் வரக்கூடிய வியாபாரத்தில் ஒருநாளும் வியாபாரிகள் இறங்குவதேயில்லை என்பதை எழுதிப் பார்க்கிறார் தன்னுடைய 'பணம் பிழைத்தது' கதையினில்.

இது நம்மின் கடைசி நிமிடம் என்று உறுதியாக நம்புகிறான் வியாபாரி. ஊரையே கிழித்திடும் நாயின் பெரும் ஊளையும் கூட இதனை உறுதிப்படுத்துகிறது. படுத்த படுக்கையாகி மல்லுக்கட்டிக் கிடக்கும் வியாபாரி தனக்குள் நினைத்துக் கொள்வதாக நகரும் கதையிது. காலன் காலடிக்கு வந்து விட்டான். இனியவன் வெறும் கையோடு போக மாட்டான். அவன் கொண்டு செல்ல நிச்சயம் ஒரு உயிர் வேண்டும், அது ஏன் வேறு ஒரு ஆளாக இருக்கக் கூடாது. தனக்குப்பதில் இறந்து போக தயாராக காத்திருப்பவருக்கு இரண்டு லட்சம் தந்திட செக் புக்கை கையில் எடுக்கும் போது கேட்கும் கூக்குரல் இவனுடைய எண்ணத்தைக் கலைக்கிறது. பாம்பு கடித்து அடுத்த வீட்டு இளைஞன் இறந்ததால் ஏற்பட்ட கூக்குரலையடுத்து செக் புத்தகத்தை தலையணைக்குள் வைக்கிறான். இனி எதற்கு இது? நஷ்டம் வரும் வியாபாரத்தில் ஒரு நாளும் இறங்காத வியாபாரி அவர். மரணம் வாழ்க்கையின் மீதான அச்சத்தை மட்டுமல்ல பிடிப்பையும் கூட மனிதகுலத்திற்கு ஏற்படுத்தவே செய்கிறது. மனிதர்களின் புரிதலுக்கு அப்பாற்பட்ட புதிரான மரணத்தை குறித்து தர்கிக்க வேண்டி காலனையும், ராவணனையும் மோத விடுகிறார் எழுத்தாளர். பெண் உடல் மீதானமயக்கமே இப்படி அவனை மரணத்தை நோக்கித் தள்ளுகிறது என்பதை பொதுத் தளத்திற்கு உரியதாக்குகிறார். புராணீக பாத்திரங்கள் சமகாலத்தின் மனிதமனக் கழிவுகளைக் குறித்தும் தர்க்கிக்கின்றன இவருடைய் கதைகளுக்குள்.

ஒரு படைப்பாளியையும், அவருடைய படைப்பின் ஆன்ம பலத்தையும் மதிப்பிட வாசகன் எப்போதும் அவர்களுடைய கதைகள் குழந்தைகளோடு எப்படி உறவு கொள்கின்றன. படைப்பாளியால் குழந்தையின் மேன்மைகளை மொழியால் காட்சிப்படுத்த முடிகிறதா? என்றே பார்த்து வருகிறான். அப்படி பல கதைகளை பி.எஸ்.ராமையா எழுதி வைத்திருக்கிறார். பி.எஸ்.ராமையாவின் உலகத்தரமான ''நட்சத்திரக் குழந்தை'' அப்படியான கதைகளில் ஒன்று. குழந்தைகளோடு உரையாடுபவர்களுக்குத் தெரியும் வயது கூட, கூட எப்படி நம்மிடம் போதாமைகளும் வளர்ந்து கொண்டேயிருக்கிறது என்பது. அவர்களின்

கேள்விகளால் திணறிப் போகிறோம் நாம். அப்படித்தான் குழந்தை தன் தந்தையிடம் கேட்கிறது. 'அப்பா வானத்தில் எப்படியப்பா நட்சத்திரங்கள் உருவாகின்றன?' இந்த உலகினில் மனிதர்கள் ஒரு உண்மை சொன்னால் ஒரு நட்சத்திரம் உருவாகும் என்கிறார் தந்தை. மாலை துவங்கியதும் எண்ணிடத் துவங்குகிறாள். ஒரு உண்மை சொன்னால் ஒரு நட்சத்திரத்தை கடவுள் உருவாக்குவார் கடவுள் அன்புமயமானவர் என தன் தந்தை சொன்னதையும் மனதில் நினைத்துக்கொண்டே எண்ணுகிறாள். மகிழ்ச்சியில் துள்ளிக் குதிக்கிறாள். வானம் முழுக்க எத்தனை உண்மைகள் என அந்தக் குழந்தை நினைக்கும் போது நடக்கிறது ஒரு சிறு நிகழ்வு. வானத்தில் இருந்து ஒரு நட்சத்திரம் எரிந்து தலைகீழாகி கீழே விழுகிறது. குழந்தையால் தாங்க முடியவில்லை. யாரோ பொய் சொல்லி விட்டார்கள். யாரோ பொய் சொல்லி விட்டார்கள் எனதுடித்த குழந்தை அழுகிறது. இந்த கண்ணீர் யாருக்காக தெரியுமா? கடவுளுக்காக. அய்யோ பாவம் கடவுள் என்கிறது குழந்தை. கடவுளுக்காக கண்ணீர் சிந்தும் குழந்தைகள் தமிழ்க்கதையுலகம் தவிர வேறு எங்கும் காணமுடியாதது. நட்சத்திரக் குழந்தைகளே தமிழ்க் கதையுலகின் மகாத்மியங்கள். நட்சத்திரக் குழந்தையைப் படைத்த பி.எஸ்.ராமையா தமிழ்ப்படைப்புலகின் மகாமேதை.

சிறுகதையின் ஆலமர விதையான மணிக்கொடியை நட்டுவைத்த பி.எஸ்.ராமையா

மொழியெழுதிய கலை

நாமறியாது நம்மீது படர்கின்ற அடையாளங்களை கலைத்து அப்புறப்படுத்தவே விரும்புகிறோம். செயல்களின் உடனடி விளைவுகள் நம்மீது அடையாளத்தை ஏற்றுகின்றன. இப்படி விரும்பாத சாயைகள் ஏற்றப்படுவதும், ஆசை கொள்பவை கைநழுவிப் போவதும் காலந்தோறும் யாவர் வாழ்விலும் நடைபெறவே செய்கிறது. தன்னுடைய கடைசி நாள் வரை நாவல் எழுதுகிற வேட்கையுடன் இருந்து ஒரு நாவல் கூட எழுதாமல் போன எழுத்துலக மேதைகள் தமிழில் நிறையபேர் உண்டு. கவிஞர் எனவும், கதைக்காரன் ஆகவும் வடிவம் பெற்றாலும் நாவல் எழுதுவது குறித்த ஏக்கம் பித்தனுக்கு பெரும் பித்தாக கடைசிவரை நீடித்திருந்ததையே *"அணையிட்ட தீ"* நமக்கு விளக்குகிறது. கதைகள், கதைக்கட்டுரைகள், மரபுக்கவிதை என எழுத்துலகின் எல்லா துறைகளிலும் எழுதிப் பார்த்திருந்த போதும் ந.பிச்சமூர்த்தியின் மீது புதுக்கவிஞர் எனும் அடையாளமே அழுத்தமாக பதிந்திருக்கிறது. பாரதியின் கவிதைகளுக்குப் பிறகு தமிழ் மொழியில் கவித்துவமான சொற்சிக்கனத்தை கையாண்டமையினால் ந.பிச்சமூர்த்தி புதுக்கவிஞராகவே அடையாளப்படுத்தப்படுகிறார். மணிக்கொடி காலத்தைய படைப்பாளிகளின் வரிசையில் ந.பிச்சமூர்த்தி பலராலும் தயக்கத்துடனே முன் வைக்கப்படுகிறார். கவித்துவமான மொழியால் தன்னுடைய உரைநடைகளை சக்தியாக வெளிப்படுத்திய ந.பிச்சமூர்த்தியின் கதைகள் கவனத்துடன் வாசிக்க வேண்டியவையே.

வேதாந்தியைப் போல புறத்தோற்றம் இருந்தபோதும் அவருடைய கதைகள் வேதாந்தத்தின் சாயல் படிந்தவையல்ல. அன்றாட வாழ்க்கையில்

ஏற்படுகிற சிக்கல்களையும், சிரமங்களையும் எதிர்கொள்ள முடியாது தடுமாறுகிற, தடம்புரள்கிற மனிதர்களையே அவரின் கதைகள் தோறும் காணமுடிகிறது. காலத்தின் மனசாட்சியே கலைஞன் என்பதை நாம் அறிவோம். தன்னுடைய 'குடும்ப வாழ்க்கை' எனும் கதையின் முதல் பத்தியே கதை நிகழும் காலத்தை உணர்த்திடும் வரலாற்று பிரக்ஞையுடன் வெளிப்படுகிறது. ''பள்ளிக்கூடத்தில் படிக்கும் பிள்ளைகள் தேச சேவையை உத்தேசித்துத் தங்கள் வாழ்நாட்களைப் பிரம்மசாரியாகவே கழிப்பதாக சங்கல்பம் செய்து கொள்கிறார்கள். பிறகு காலேஜீக்கு வந்ததும் முதல் சங்கல்பத்தை உதறி விட்டு விவாகம் செய்து கொள்வது என்ற இயற்கையான முடிவிற்கு வருகிறார்கள்''. இது நாற்பதுகளின் இந்திய நிலை என்பதை நாம் அறிவோம். வரலாற்றை புள்ளி விவரங்களால் எழுதிச் செல்லும் வரலாற்றாய்வாளனில் இருந்து விலகுகிறார்கள் புனைவெழுத்தாளர்கள். ஒருவிதமான சம்பவங்களின் தொகை வழியே வரலாற்றை அறிவதற்கான சாத்தியங்களை உருவாக்கித் தருகிறார்கள். ஒருவிதத்தில் ந.பிச்சமூர்த்தி இதைத்தான் தம்முடைய கதைகள் எங்கும் செய்திருக்கிறார்.

ந.பிச்சமூர்த்தியின் கதைகள் எங்கும் மனிதர்கள் வாழ்வின் சுழற்சியிலிருந்து தனித்து ஒதுங்கி வாழ்க்கையை உற்றுக் கவனிப்பவர் களாகவே வெளிப்படுகிறார்கள். ஆனாலும் தனிமையை மோகித்து அதற்குள் தன்னைக் கரைத்துக் கொள்வதில்லை. தனித்திருந்தால் யாவற்றையும் சரிசெய்து விடலாம் என்கிற தப்புதல் மனநிலையை உடைப்பதே இவருடைய மொழிக்கதைகளின் முதல்பணியாக இருக்கிறது. தன்னுடைய ''பதினெட்டாம் பெருக்கு'' எனும் கதையினில் மிகவும் அழுத்தமான சொற்களால் தனிமையின் துயரத்தை வரைந்து பார்க்கிறார். ''தனிமை என்பதை எல்லோரும் பிரமாதப்படுத்துகிறார்கள். ஆனால் தனிமையை ரசிக்க எல்லோராலும் முடியாது. தனிமையில் வசிக்க ஒரு சிலரால் கூட முடியாது. சொல்லப் போனால், சாதாரண மனிதனுக்கு தனிமை அபாயகரமானது...'' தனிமையைக் கையாளத் தெரிந்தவர்கள் எல்லாம் யோகிகள், ஞானிகள் என்பதையே கலைத்துப் பார்க்கும் கதையிது. அவருடைய எல்லாக் கதைகளிலும் தமக்குள் உணர்ந்திருக்கும் தத்துவ விளக்கத்தை கட்டுடைத்தும், மறு உருவாக்கம் செய்தும் பார்க்கிறார்.

தனித்திருக்கும் மனது தடுமாறுகிறது. ஒருவிதத்தில் குழம்பி தெளிவற்ற பாதைகளில் பயணிக்கிறது. அதற்கு அப்போதைய தன்னிலை குறித்த அச்சமோ, பதட்டமோ சிற்றளவில் கூட ஏற்படுவதையே நேர்கூராயிருக்கிறான் என்கிற ந.பிச்சமூர்த்தியின் கண்டுபிடிப்புகளையே கதைகள் தோறும் எழுதுகிறார். தனித்திருப்பவனுக்குள் ஆதிமனித

குணங்கள் துளிர்விடுகின்றன. தன்னுடைய இரையை பெற்றுக் கொள்ள எந்தவிதமான சிற்றொழுங்கைக்கூட கடைப்பிடிக்க மறுக்கிற மனிதர்களாக அவர்கள் மாறிப் போகிறார்கள். சுற்றுப்புறத்தில் எவருடைய நடவடிக்கைகளின் புள்ளிகளும் இல்லாவிட்டால் போதும் மனம் அதன் பிறகு துர்குணங்களைத் தேடியலைகிறது. வேர்விடுகிற துர்குணங்களின் வெளிப்பாடு மனிதக் கற்பனைகளுக்கு எட்டாத இடங்களை நோக்கி நகர்த்துகிறது. சகல கீழ்மைகளும் உருவாகிற புள்ளியாக மனம் உருவாகிறது. ஒருவிதத்தில் புறவயமானசெயல்பாடுகளே அவனைசமூகமனிதனாக்குகிறது என்பதை தன்னுடைய பல கதைகளில் எழுதுகிறார் ந.பிச்சமூர்த்தி.

மணிக்கொடி காலத்து எழுத்தாளர்கள் எவரும் எழுதிப்பார்த்திடாத வாழ்க்கைப் பகுதியை எழுதியவர் ந.பிச்சமூர்த்தி. இரண்டு கதைகளுக்குள் இஸ்லாமிய வாழ்க்கைப்பாடுகளை எழுதியிருக்கிறார். கவனம் பெறாமல் போய்விட்ட இஸ்லாமிய கலாச்சாரத்தின் மிக முக்கியமான கூறு பக்கிரிஷாக்கள். ஒருவிதத்தில் நிறுவனங்களுக்கு எதிரான தங்களுடைய கலைக்குரலை மிகவும் வலுவாக வெளிப்படுத்தியவர்கள். எழுத்துக்கலைஞர்களும்கூட. பக்கிரிஷாக்கள்தான். கலையும், இலக்கியமும் அதிகாரத்தின் சொற்களுக்கு செவிசாய்ப்பதில்லை. அதிகார மையங்களை கலகலக்கச்செய்திடும் பேராற்றல் மிக்கவை கலைகள் என படைப்பாளிகள் உறுதியாக நம்புகிறார்கள். அதனால் தான் ந.பிச்சமூர்த்தி தன்னுடைய கவிதைகளிலும், கதைகளிலும் மிகத் தீவிரமாக நிறுவனங்களுக்கு எதிரான கலகக்குரலை வலிமையான சொற்களில் வெளிப்படுத்துகிறார். தன்னுடைய இஸ்ராபேல் எனும் வானம்பாடியை அடைய நினைக்கும் மஹாராஜ்-எனும் ஜமீன்தாரிடம் ''பணத்திற்கும் அதிகாரத்திற்கும் என்னுடைய இஸ்ராபேலும், நானும் அடங்கமாட்டோம் இஸ்ராபேல்! என் உயிர்க்கூட்டின் இனிமைக்குருவி''யென வெளியேறுகிறான். ''நாகூர் ஆண்டவர் கதைகளும் கூட இஸ்லாமிய வழிபாட்டு முறைகளில் இன்றைக்கு 'ஷிர்க்' என மதஅடிப்படை வாதிகளால் ஒதுக்கப்படுகிற அடக்கஸ்தல வழிபாட்டைக் குறித்துப் பேசுகிறது. கடலில் மிதக்கும் கப்பலை புயலில் இருந்து காப்பாற்றும் மார்க்கம் அறிந்தவன் இறைவன் ஒருவனே என்கிற இஸ்லாமிய முதியவரின் குரல் வழியாக இந்திய தத்துவ ஞானமரபுகளுக்குள்எல்லாம் பயணிக்க முடிகிறது பிச்சமூர்த்தியால்.

கடவுளோடு தர்க்கம் செய்வது, கடவுளர்களை பகடிப்பது என்பதனை தமிழ்ப் படைப்பாளிகள் செய்து கொண்டேயிருக்கிறார்கள். தாஸ்தாவெஸ்கி தன்னுடைய கரமசோவ் சகோதரர்களின் இவானின் வழியே இயேசு கிறிஸ்துவை தர்க்கத்திற்கு அழைத்துப் பார்த்தார். பித்தனும், கிருஷ்ணன் நம்பியும் தமிழ்நிலத்திற்குள் கடவுளர்களை

தங்கள் கதைச் சொற்களைக் கொண்டு உலவவிட்டனர். யார் கடவுள்? எந்தக் கடவுளை எங்கெங்கு அழைத்துச் செல்கிறான் படைப்பாளி என்பதுவே கலைஞனின் தத்துவ பின்புலத்தையும், கதைகூறும் முறையினையும் அறிந்திட போதுமானதாக இருக்கிறது. பித்தன் பரமசிவனை அழைத்து வந்தான். அன்றாடங்காய்ச்சியின் வீட்டுக்குள்ளும், தெருவிலும் அலைய வைத்தான். விடாது தர்க்கம் செய்தான். கடவுளர்கள் தடுமாறி தத்தளிப்பதை குழந்தையோடு, குழந்தையாக இருந்து மனம் மகிழும் பித்தனைத் தொடர்ந்து கடவுளை கிருஷ்ணன் நம்பி பள்ளிக்கூடத்திற்குள் அழைத்து வருகிறார். பாலகிருஷ்ணன் புல்லாங்குழலைத்தான் அறிவான் கணக்குப் பாடம் தெரியுமா அவனுக்கு? குழந்தைகள் கடவுளர்களைப் பார்த்துச் சொல்கின்றன ''நீங்கள் மேலே இருந்து வரம்தரத் தான் லாயக்கு. எங்களோடு இந்த மண்ணில் வாழ லாயக்கற்றவர்கள் நீங்கள்''

கடவுளை தன்னுடைய தொழில் சார்ந்த புலத்திற்குள் இழுத்து வந்து உலவவிடுகிறார் பிச்சமூர்த்தி. வழக்கறிஞரான ந.பிச்சமூர்த்திக்கு பூமிக்கு அழைத்துவர பொருத்தமான கடவுளாக ஆண் கடவுளர்கள் எவரும் தோன்றவில்லை. பெரியநாயகியை உலாப்போகச் செய்கிறார். தன்னுடைய வாழ்நாளில் எரிச்சல்பட்டு விலகிச் சென்ற வக்கீல் தொழில்களத்திற்குள் பெரியநாயகியை அழைத்து வருகிறார். ''பெரியநாயகி உலா'' எனும் கதையின் மூலமாக ந.பிச்சமூர்த்தி நிகழ்த்துகிற உரையாடல்கள் முழுவதும் ஆறறிவு, பணம், வர்த்தகம் ஆகியவற்றைக் குறித்ததாக இருக்கிறது. கர்ப்பகிரஹ இருளுக்குள் அடைபட்டுக் கிடக்கிற கடவுளர்களுக்கு வெளிச்ச ரேகைகள் அச்சமூட்டுபவையாகவே இருக்கின்றன. ஒளிவெள்ளத்தில் நிகழும் அன்றாட நிகழ்வுகளைக் காணமுடியாது தடுமாறுகிறது அவர்களின் மனம். பார்க்கும் பொருட்கள் எதனையும் கடவுளைக் கொண்டே இதனை நான் படைக்கவில்லையே பிறகு எப்படி? எனும் கேள்வியைக் கேட்கச் செய்கிறார். மொழிக் கதைகளின் தொடர்ச்சியென நம்பப்படுகிற ந.பிச்சமூர்த்தி பெரியநாயகிக்கு சொல்கிறார். ''சொத்திலிருந்து பிறந்ததே வம்பு என்கிறார்?'' காற்று, நெருப்பு, தண்ணீர், மண், மரம், லோகங்கள் இப்படித்தானே உண்டாக்கிக் கொடுத்தோம். இவர்களாக சொத்து என்ற ஒன்றைக் கற்பனை பண்ணிக் கொண்டு விட்டு வீணே சிக்கறுக்க நியாயத்தைக் கூப்பிடுவானேன்?'' என்கிறார் பெரிய நாயகி. கதையின் உச்சம் பெரிய நாயகியை சினிமாவில் பெரியநாயகியாக நடிக்க வைப்பது தான். இன்றைக்கு முகிழ்த்து வருகிற மதஅடிப்படைவாதிகளின் பார்வை எல்லைக்குள் சிக்கியிருக்காத பல கதைகளை எழுதிக் கொண்டேயிருக்கிறார்கள், நம்முடைய முன்னோடிப் படைப்பாளிகள். இதன் தொடர்ச்சியே நாம் என்கிற புரிதல் நமக்கும் தேவையாக இருக்கிறது.

ந.பிச்சமூர்த்தியின் தனித்துவம் அவருடைய கதைகள் தோறும் இயங்கும் மொழி தான். அடிப்படையில் கவிஞன் என்பதால் புதிய எழுதுதல் முறைகளை எழுதிப் பார்க்கிறவராகவே வெளிப்படுகிறார். அதிலும் அவருடைய மோகினி கதைக்குள் இயங்கும் அசாத்தியமான மொழிப்பிரயோகம் இப்போதும் புத்தம், புதியதாகவே வெளிப்படுகிறது. எப்போதும் நவீனர்கள் கச்சிதமான வடிவங்களை உதறி எறியவே விரும்புகின்றனர். நூற்றைம்பது வருடங்களைக் கடந்து விட்ட பிறகும் கூட ஓ ஹென்றி பாணியிலான கதைகள் இன்று வரையிலும் உலகின் எல்லா மொழிகளிலும் எழுத்தாளர்களால் எழுதப்பட்டுக் கொண்டே யிருக்கின்றன. கதையை நடத்திச் செல்லும் நுட்பம் கைகூடிய பிறகு கதைக் களத்தில் ஏதோ ஒரு இடத்தில் வாசகன் அறிந்திட கதையின் முடிச்சினை அவிழ்க்கிற போது ஆச்சரியம் மேலிடுகிறது. பல சந்தர்ப்பங்களில் இதுதான் கதையென வாசகன் எதிர்கொண்டு முடிவை நோக்கி நகர்கிறான். ஆனால் கதை அப்படி எதிர்பார்க்கிற புள்ளியில் திறப்பதில்லை. எப்போதும் மாற்றத்தை செய்கிறகலைஞர்களே வாசகக் கவனத்திற்கு உள்ளாகுகிறார்கள். அப்படியான தனித்த கதையே மோகினி, கதைக்குள் கவிதை, கடிதங்கள், கடிதங்களுக்குள் கவிதை என முற்றிலும் புத்தம், புதிதான வடிவத்தை பரிசோதித்த கதை மோகினி.

ஒரு கண்ணிமைப் பொழுதினில் திகைப்பற்ற மௌனத்தை உருவாக்கிடும் புறச்சூழல்களால் தான் சகலவிதமான அகச்சிக்கல்களும் உளப்போராட்டங்களும் நிகழ்கின்றன. தன்னுடைய கதையின் மொழியென உளச்சிக்கல்களையும், அகம் எழுப்புகிற புறத்தின் கேள்விகளையும் முன்வைக்கிற போது படைப்பு உன்னதத்தை அடைகிறது. படைப்பின்நோக்கம்பற்றியஎந்தவிதமானதெளிவின்மையோ, குழப்பமோ ந.பிச்சமூர்த்திக்கு எப்போதும் இல்லை. மனிதகுலத்தின் மேன்மைகளையும், அறத்தையும் பாடுகிற ஒரு வானம்பாடியாகத்தான் அவர் வெளிப்பட்டிருக்கிறார்.

அகத்தின் கேள்வியை புறத்தே
கண்டெழுதிய ந.பிச்சமூர்த்தி

ததும்பும் பெண் மனம்

புனைவிலக்கியங்களை கட்டித்தருவது அவற்றில் ஊடாடி செழித்திடும் மொழி தான். படைப்பாளிக்கான படைப்பு மொழியை நிலமே உருவாக்கித் தருகிறது. சனாதனம் பரவிக் கிடந்த தஞ்சை நிலத்தின் வாழ்க்கையிலிருந்தே கு.ப.ராவின் மொழியும், கதைக்களனும் உருவாகியுள்ளது. நிலவுடைமையின் கர்ண கொடூர நிறங்களை கு.ப.ராவின் கதைகளுக்குள் வாசக மனம் கண்டு உணரும் தருணம் சமகாலத்தைய அரசியல், இலக்கிய பிரக்ஞையின் தன்மையினால் உருவானதே. படைப்புகள் காலத்தைப் பதிவு செய்வதாக இருப்பது எவ்வளவு எதார்த்தமோ, அப்படியே தான் காலம் கடந்து விட்ட பிறகும் கூட சமகாலத்தைய மனநிலைகளோடு பொருந்துவதாக இருப்பதும். தேர்ந்த படைப்புகளே இப்படி எக்காலத்திற்குமான சாஸ்வதத்தைப் பெற்றுத் திகழ்கின்றன. கு.ப.ரா. தமிழுக்கும், தமிழ் புனைவிலக்கியப் பரப்பிற்கும் நூறு சிறுகதைகளையும், எழுதி முடிக்கப்படாத ஒரு நாவலையும் கொடையென தந்திருக்கிறார். அவற்றில் சரிபாதிக்கும் மேலான படைப்புகள் தமிழ்மொழியின் புனைவுப் பரப்பில் பொருட் படுத்தி வாசித்துக் கற்க வேண்டியவையாக இன்றும் இருந்து வருகின்றன.

வாழ்க்கையின் சக்கரவாட்டச் சுழற்சியில் எரிச்சலும், கோபமும் அடைந்திடாத மனிதன் யாராவது இருக்க முடியுமா? எழுதி வைக்கப் பட்ட நியதிப்படியா நடக்கிறது வாழ்வு. வாழ்க்கைப் பாடுகளால் அல்லலும், அயர்ச்சியும் படுகிறமனம் அதனில் இருந்து துடித்து வெளியேறவே விரும்புகிறது. இது மாதாந்திர சம்பளம் பெற்று அரசுப்பணியில் இருக்கும் ஊழியருக்கு மட்டுமானது தானா?

நச்சுப்புடுங்கும் அடுக்களைப் புழுக்கத்தில் வெந்து தணியும் பெண் உலகத்திற்கு பொருந்தாதா? எழுத்தாளன் என்பவன் என்ன சிலுவை சுமந்து கிடந்திட விதிக்கப்பட்டவனா? அவனும் தான் சூழல் தரும் நெருக்கடியிலிருந்து தப்பித்து வெளியேறிடத் தவித்தலைகிறான். எழுத்தாளன் அறிந்திருக்கும் வழிவகை எழுதித் தொலைப்பது மட்டும் தான். ஆகவே தான் சமூகத்தின் துயரங்களை, சிக்கல்களை கதைகளாக்கி மொழி சிகிச்சை செய்கிறான். மனதின் துயராற்றிடும் கதைகளை உலகிற்கு கொடையாக்கிடும் எழுத்தாளன், எழுதிக்கடப்பதில் உள்ள துயரங்களையும், ஆற்றாமைகளையும் கூட கதைகளாகவே வெளிப்படுத்துகிறான். மற்ற எழுத்தாளர்களை விட கு.ப.ரா வேறுபடும் மிக முக்கியமான புள்ளி இதுதான். சிறுகதை எழுதுவதில் உள்ள சிக்கல்களைப் பற்றி கு.ப.ரா எழுதிய கதைகளை மட்டுமே தனித்தொகுப்பாக் கிடலாம். அவ்வளவு கதைகளை எழுதியிருக்கிறார். ''சிறுகதை இயந்திரம்'' என்று ஒரு கதைக்கு தலைப்பு வைத்திடும் அளவிற்கு அவருக்கு எழுத்து இம்சிப்பதாகவும், விடுதலையின் கருவியாகவும் இருந்திருக்கிறது.

ஏன் எழுதுகிறோம்? யார் படிக்கிறார்கள்? நாம் எழுதாவிட்டால் உலகம் சுழல்வது தடைப்பட்டு விடுமா என்ன? இருந்தாலும் எழுதித் தொலைக்க வேண்டியிருக்கிறதே எனும் மனநிலை எழுதிட விதிக்கப் பட்டவர்களின் எல்லாக் காலத்தைய நிலை தான். அதிலும் தீபாவளி, பொங்கல் என்று வந்துவிட்டால் மலர்களுக்கு கதை கேட்டு தொந்தரவு செய்திடும் நிலை இன்றைய கதையல்ல, நெடுநாளாக முப்பதுகளில் இருந்தே இந்த நிலை நீடித்திருக்கவே செய்கிறது. ''அந்தச் சிறுகதை தான், சனியன், நினைத்த மாத்திரத்தில் எழுத வருகிறதா? சில சமயங்களில் நன்றாக வருகிறது. சில சமயங்களில் என்ன முயன்றாலும் வரமாட்டேனென்கிறது..'' என்று எரிச்சலுடன் நகரும் கதை இந்த அவஸ்தையிலிருந்து வெளியேறிடும் முடிவையும் கூட முன் வைக்கிறது. ''டைப் ரைட்டர் போல் ஒன்று இருக்க வேண்டும். சிறுகதை வேண்டும் போது அதனடியில் போய் உட்கார்ந்து கொண்டு டைப் அடிக்க வேண்டும். நான்கு பக்கங்கள் அடித்த பிறகு படித்துப் பார்த்தால் ஒரு கதை இருக்க வேண்டும். சிறிது நேரம் கழித்து மற்றொரு நான்கு பக்கங்கள் அடித்தால் மற்றொரு கதை வரவேண்டும்...'' சிறுகதை இயந்திரம் இருந்தால் எப்படியிருக்கும் எனும் மனநிலை புத்தாக்க மனநிலையை சிதைத்திடும் சூழலைக் குறித்த பகடியாகத்தான் வெளிப்படுகிறது.

பெண்கள் எழுதிச் செல்லும் காலமிது. பெண் எழுத்தின் மொழியை கண்டடைந்த தமிழ்க் கதையுலகம் இன்றைய புள்ளியை வந்தடைந்திட கோடிட்ட படைப்பாளி கு.ப.ரா. அதிலும்

எழுத்தாளர்களின் மனைவிமார்களுக்கும், இலக்கியத்திற்கும் ஏதாவது சம்பந்தமுண்டா? என்று பலரும் நினைப்பது இருக்கட்டும். பல எழுத்தாளர்களும் கூட நினைக்கிறார்கள். அப்படியான சூழலுக்குள் கதையொன்றை எழுதிச் செல்கிறார் கு.ப.ரா.எழுத்தாளனின் மனைவி மீனாட்சி கதை சொல்கிறாள். சின்ன வயது பெண்ணுக்கு பெரிய வயது ஆண் கணவன் ஆகியதால் உருவான உளச் சிக்கலையும், அவளுடல் மீதான நிலவுடைமையின் வன்மத்தையும் மிகுந்த நுட்பத்தோடு மீனாட்சியினால் கதையாக்கி சொல்ல முடிவது கண்டு படைப்பாளி ஆச்சர்யம் கொள்கிறான். அவளுடைய சொற்கள் வழியே வாசகனுக்கு கு.ப.ரா. உணர்த்த முயல்வது மிகவும் முக்கியமானது தான். பெண்கள் தங்களுடைய சொற்களை ஆண்டுகள் பலவாக தேக்கி வைத்திருக்கிறார்கள். அவர்களுடைய கதைகளை சொல்லத் துவங்கி விட்டால் அவ்வளவு தான் நாமெல்லாம் காணாமல் போய்விடுவோம் என்கிற பதட்டத்தையும் கூட படைப்பாளி அடைகிறான். அதனால்தான் மீனாட்சியின் கதை முடிப்பில் மாற்றத்தைக் கோரிப் பெறுகிறான். தன் இடம் காலியாகி விடுமோ என்கிற அச்சத்தின் குரலாகவே அவை வெளிப்படுகின்றன. "சீ...! இந்த முடிவு எனக்குப் பிடிக்கவில்லை. ஏதோ நாம் தான் வாழ்க்கையில் கஷ்டப்படுகிறோம். கதையில் வருகிறவர்களுமா கஷ்டப்பட வேண்டும். கதையிலாவது மனதுக்கு ஒரு மாற்றம் வேண்டாமா? "கதை, வாழ்க்கையின் உண்மையை அப்படியே எடுத்துக் காட்டுகிறது. பின் ஏன் கதை என்கிறீர்கள்? என் கதை உங்களுக்குப் பிடிக்கவில்லை. அவ்வளவுதானே? என்று கூறி வெளியேறுகிறாள். அதன் பிறகு கதையின் எழுதப்படாத பக்கங்களை நிச்சயம் நம்மால் உணர முடிகிறது. படைப்பாளிகளின் ஈகோ இற்று விழும் இடங்களை தரிசிக்கத் தருகிற எழுத்தாளனால் தான் தமிழ்க் கதையுலகம் உலக அளவிலும் உயர்ந்து நிற்கிறது.

இப்படி கு.ப.ரா. "உண்மைக் கதை", "ஸ்டுடியோ கதை, புரியும் கதை" என கதைகள் குறித்து எழுதியிருக்கும் கதைகள் ஒவ்வொன்றும் கதைகளின் இலக்கணம் என்று வடிவமெடுக்கவில்லை ஒவ்வொன்றும் அந்தக் கதைகளின் நிலத்தையும், காலத்தையும் குறித்த சர்ச்சைகளாகவே கனிந்திருக்கின்றன. இலக்கிய உலகினில் தன்னுடைய கதை புரியவில்லையென யாராவது எரிச்சல்படுகிற போது படைப்பாளி அடையும் மனத்துயரம் தமிழில் கதையாகியிருக்குமா என்பது தெரியவில்லை. நிச்சயமாக கு.ப.ராவின் புரியும் கதை இந்த திசையின் புள்ளியை தொட்டு மட்டும் சொல்கிறது எதைக் கதையாக்கினாலும் கு.ப.ரா. உறுதியாக அந்தக் கதையின் பெண் பாத்திரமாக உருமாறிப்

போவதை நிச்சயமாக உணர முடிகிறது. அன்பு பொங்கிப் பெருகிடும் ஆரம்ப நாட்கள் நகர்ந்து, ஊறி கடக்கிற போது அதுவரையிலும் குறையென்று அறியாத பலவும் தென்படத் துவங்குகிறது. பழத்தின் இனிப்புச்சுவை வாயில் கரைந்தவுடன் தோலின் கசப்புத் தென்படுவது தவிர்க்கவே இயலாதது. அதுதான் யதார்த்தம் என்பதைக் கண்டறிகின்றனர் இளந்தம்பதியினர். அவர்களையும் எழுத்தாளன் கண்டறிந்து சொல்வது தான் மிகவும் முக்கியமானது. மறைவிலேதான் மகிழ்ச்சி இருந்தது. நிர்பந்தத்தில், கட்டுப்பாட்டில் - இன்பம்! விடுதலையில் - வெறுப்பு!'' என நகரும் கதையில் அவள் அவனிடம் சொல்கிறாள். நாளைக்கி காலமே அம்மாவை வரும்படி தந்தியடியுங்கள்...'' மிக நுண்ணிய அலகான குடும்பத்திற்குள் நிகழும் சர்ச்சைகள், விட்டுக் கொடுத்தல்கள், ஏமாற்றுதல்கள், தந்திரங்கள், சாகஸங்கள் என யாவற்றையும் கதையாக்கிடும் கு.ப.ரா. எப்போதும் அந்த குடும்பத்தின் மைய அச்சாக பெண்ணை வைத்துக் கொண்டு அவளின் துயரங்களையே பேசுகிறார். இது குடும்பக் கதைகளில் மட்டுமல்ல, வேறு எந்த தளத்தில் கதைகளை நிகழ்த்துகிற போதும் கு.ப.ராவிற்கு பெண்களின் துயருற்றுத் ததும்பும் மனதின் சொற்களே மேலெழுந்து வருகின்றன. அதுவே அவரின் தனித்த சிறப்பாகவும் வெளிப்படுகிறது.

பாப்புலர் சினிமாக்கள் படைப்பாளிகளுக்கு பெரும் விருப்பத்தையும், உபசரிப்பையும், சில தருணங்களில் மயக்கத்தையுமே கூட ஏற்படுத்துகின்றன. இது தற்காலத்தையது தான். நீண்ட காலமாக வெகுஜன சினிமா பரிசென அளித்த துயரத்தையும், ஏழ்மையையும் செரிக்க முடியாது. காசநோயில் வீழ்ந்திட்ட படைப்பாளிகளின் கதைகள் தனித்து எழுதப்பட வேண்டியவை. உலகின் தத்துவங்களை, கலைகளின் நுட்பத்தை, மனித குலமேன்மைக்காக சகலவித்தைகளையும் கற்றறிந்த மேதை தான் என சுயபெருமிதத்தில் திளைப்பவர்கள் கூட பாப்புலர்சினிமாவின் ஒற்றை வரிக்கு வந்து போய்விடவே துடிக்கின்றனர் என்பதுவும் கூட காலம் காட்டித் தருகிற நிஜம் தான். கு.ப.ரா. இதனிலும் கூட தனித்து தென்படுகிறவராகவே இருக்கிறார். வாய்ப்புக் கிடைக்கும் போதெல்லாம் சினிமாத்துறைக்குள் துயருறும் பெண்களின் மனக்கிலேஷங்களை கதையாக்கிடும் கு.ப.ரா. சினிமாவின் வன்மத்தையும் டைரக்டர்கள் எனும் ஆண்களின் மூளையாலும், உடலாலும் வடிவமைக்கப்படும் அதன் உள்ளடக்கம் எப்படி பெண் குலத்தை வஞ்சிக்கிறது என்பதை தன்னுடைய ''ஸ்டுடியோ கதை''யில் எழுதியிருக்கிறார். ஒரு விதத்தில் ஆடைக்குறைப்பிற்கு நிர்பந்தம் செய்ய நான் காரணமல்ல, ஸ்கிரிப்ட் அதனைக் கோரிப் பெறுகிறது

என்றுரைக்கும் ஆண்மய்ய சினிமாக்களத்தை விட்டு துறந்து வெளியேறும் பெண் நடிகை நிச்சயம் கு.ப.ரா.வே தான் என்று நமக்கும் தெரிந்து விடுகிறது.

உலகெங்கிலும் சொல்லப்பட்ட கதைகளை மறுமுறையும் ஒருமுறை சொல்லிப் பார்த்திடும் கதைகளை எழுதிடும் காலமென சமகாலத்தைச் சொல்லிட முடியும். கு.ப.ராவும் கூட அப்படியான மறுஉருவாக்கக் கதைகள் 13 எழுதியிருக்கிறார். அவை யாவும் இதிகாச புராணக் கதைகளாக மட்டும் இருக்கவில்லை. மாறாக வரலாற்றுக் காட்சிகளின் மீது தன்னுடய புனைவெனும் மாய ஒளிக்கீற்றைப் பாய்ச்சுகிறார். அது வரலாற்றாளர்களால் இருட்டடிப்புச் செய்யப்பட்ட கரும்புள்ளிகளின் மீது பளீரெனப் பாய்கிறது. ராமனும், பாலகிருஷ்ணனும் வந்து போன மறுஉருவாக்கக் கதைக்களனுக்குள் கு.ப.ரா.வின் கதாபாத்திரங்கள் யாவும் கண்டுகொள்ளாமல் விடுபட்ட பெண்மனத்தின் குமுறல்களையும், ஆசைகளையும், ஏக்கங்களையும், அதிகார மையத்தினால் நிர்க்கதியாக்கப்பட்ட பெண் உடலின் துயரத்தையும் கூட பேசுவது இருந்திருக்கிறது. இது ஒருவிதத்தில் தமிழ் புனைவுப் பரப்பினில் ஓங்கி ஒலித்திட்ட உபகுரல்கள் தான்.

எத்தனை அமரத்துவம் பெற்ற படைப்புகளை படைப்பாளிகள் எழுதினாலும் கூட ஒரு எழுத்தாளனின் மீது இயல்பாக ஏற்றப்பட்டு விடுகிற சிலமுத்திரைகளை காலம் அவ்வளவு எளிதினில் அழித்து விடுவதில்லை. அப்படித்தான் கு.ப.ரா. வரலாற்றை, குடும்பத்தை, நாத்திகத்தை, சனாதனதர்மத்தை, இந்து தத்துவம் என்று அன்று புரிந்து கொள்ளப்பட்டிருந்தவற்றின் போதாமைகளை, புரட்சி, கம்யூனிஸம் என புரிதலுக்கு உள்ளாகியிருந்த கருதுகோள்களை என அவருடைய வாழும் காலத்தின் மனசாட்சியாகிடும் கதைகளை எழுதியிருந்தாலும், அவரைஅவருடைய ''நூருன்னிஸா?'' விடியுமா? ''ஆற்றாமை'' ''மோகினி மாயை'' போன்ற கதைகளைக் கொண்டே மதிப்பிடுகின்றனர். இது ஒருவிதத்தில் தவறைப் போல தோன்றினாலும் கூட அவருடைய பல கதைகளை எவராலும் எழுதிட முடியும். ஆனால் நூருன்னிஸாவையும், கனகாம்பரத்தையும் கு.ப.ராவைத் தவிர நிச்சயம் வேறு யாராலும் எழுதிட முடியாது என்பதனால் தான் இப்படியான அழியாத ரேகைகள் அவரின் மீது ஏற்றப்பட்டு விட்டன.

கு.ப.ரா.வைக் குறித்து ந.பிச்சமூர்த்தியின் அழித்திட இயலாத நிர்ணயிப்புகள் ஆண்டுகள் பலவானாலும் நிலைத்திருக்கிறது. அவனுடைய எழுத்துக்கு ஆண்-பெண் உறவை முக்கியமான

விஷயமாக கையாண்டதால் அவனுடைய எழுத்து பச்சையாக இருக்கிறது என்கிறார்கள். பெண்மனம் இப்படியாக இருக்கிறதென்று நினைக்க இஷ்டப்படாதவர்கள் உண்மையைப் பார்க்க, பேசப் பயந்தவர்கள் கூறும் பேசும் பேச்சு இது. ஒருவிதத்தில் கு.ப.ராவின் நோக்கமும் கூட இதுதான். நிலவும் உண்மைகளை திரையிட்டு மறைப்பதனால், இலைமறை காயாக எடுத்தியம்பி கடப்பதனால், யாதொரு பயனும் ஏற்பட்டு விடப் போவதில்லை. கதையின் நோக்கம் குற்றத்தின் உண்மையை மறைப்பதன்று, மாறாக கீறி ஆற்றுவதே வைத்தியம். எனவே தான் இளம் பிராயத்து மனநிலைகளை கடக்க முடியாத மதசம்பிரதாயங்களை தனித்தனியே விட்டு விட்டு உடலை வெல்கிற ஆற்றல் பெறுகிறார்கள். நூருன்னிஸாவும், அவனும். பெண் விடுதலையெனும் போலி நடைமுறைகளை கனகாம்பரப்பூவை புறக்கணித்து நொறுக்குகிறாள். நீரோடையாக கடப்பது மட்டுமல்ல, சுழலிலும் எதிர்கொண்டு நிற்பதே கலைமனம் என்பதே கு.ப.ராவின் எழுத்து காட்டிடும் உலகம்.

பெண் உலகின் மாயங்களை கண்டெழுதிய
கு.ப.ராஜகோபாலன்

அன்பெழுதிய இசைக்குறிப்புகள்

விரிந்து பரந்து கிடந்த நீண்ட நிலக்காட்சிகள் எப்போதும் காட்சிதந்ததைப் போலவே இப்போது நமக்கு தெரிவதில்லை. இளமையில் ரசித்து நின்று பார்த்த கோவில்கள் சுருங்கியா போய்விடும். ஆனாலும் கூட அப்படித்தான் காட்சிப்படுகின்றன நமக்குள். தோற்றப் பிழையின் தன்மைகளை கண்டுணரும் தருணங்கள் மகத்தானவை தான். சில காட்சிகள் காட்டித் தரும் இந்த மகாத்மியங்கள் சில கதைகளுக்குள் பச்சைசர்ப்பமென நெளிந்து கிடக்கிறது. அப்படியானதமிழ்க்கதைகளை நிலத்தின் வர்ணம் கலையாத சொற்களுக்குள் அடுக்கித் தொடரும் எழுத்து முறை தஞ்சை எழுத்துக் கலைஞர்களுக்கு மட்டுமேயான தனித்தன்மை யிலானது. தஞ்சையின் தனித்த கதைகளை எழுதிய முதல் தலைமுறையின் கலைஞன் தி. ஜானகிராமன்., ந.பிச்சமூர்த்தி, கு.ப.ரா., மௌனி என இவரின் ஒருசோட்டுக் கலைஞர்களின் கதைகள் யாவிலும் காவிரியும், இசையும் கலந்து ஓடுகின்றன. தி.ஜானகிராமனின் கதைகளுக்கும் கூட இதே நிலக்காட்சிகளே பின்புலம்.

எழுதப்படுகிற கதைக்களத்தைத் தேடிச்சென்று தரிசித்தே தீர்வது என்கிற பெரும் வேட்கையை ஏற்படுத்திய மகாகலைஞன்தி.ஜானகிராமன், தி.ஜா.வின் கதாமாந்தர்கள் ரத்தமும், சதையுமாக கும்பகோணத்திலும், தஞ்சை நிலத்திலும் வாழ்வதாக நம்புவதைத் தவிர வாசகனுக்கு வேறு எந்த சாத்தியமுமில்லை. எண்பதுகளில் எழுதத் துவங்கியவர்கள் கூட மோகமுள்ளின் யமுனாவைத் தேடி பயணப்படவே செய்திருக்கிறார்கள்.

நிஜத்திற்கும், புனைவிற்குமாக ஓடிக் கொண்டிருக்கும் மெல்லிய கோட்டை அழித்து எழுதியவர் தி.ஜானகிராமன். அவருடைய கதைகளின் மனிதர்கள் மனிதகுலத்தின் வாழ்ந்த விதவிதமான அடையாளங்கள். ஒன்றைப் போல் மற்றொன்று அமைந்திடாத தனித்த நூறுக்கும் அதிகமான சிறுகதைகளை எழுதியிருக்கிறார். எல்லாக் கதைகளுக்கும் இடையே ஓடக்கூடிய ஒற்றைத்தன்மை அளவிட முடியாத அன்பும், கருணையும் தான். துயருற்றுக் கிடப்பவர்களின் மனதிற்கு அன்பை அள்ளித் தருவதே அவருடைய மொழிச் செயல்பாடாக வடிவம் பெற்றுள்ளது.

இயற்கை கலைஞர்களுக்குள் அறச்சீற்றத்தையும் இப்படியாகிக் கிடக்கிறதே உலகம் என்கிற மனக்கிலேசத்தையும் உருவாக்குகிறது. அதுவே அவனறிந்த தொழில் நுட்பமான கதையெனும் இயந்திரத்தை கைக்கொள்ளச் சொல்கிறது அவனை. அதன்பிறகு அவனும், கதையும் சேர்ந்து இயங்கி இந்தச்சமூகத்திடம் ஏன் இப்படி இருந்து தொலைக்கிறீர்கள் என எரிச்சலும், கோபமும் அடைகின்றனர். காற்றும், நீரும் சுழித்து ஓடும் கங்கையின் ஸ்படிக நீரோட்டத்தை பார்க்கிற ஒவ்வொருவரும் அவரவரின் மனநிலைகளுக்கான காட்சிகளைக் கண்டடைகின்றனர். நெல்லைச் சீமைக்காரர்களுக்கு தாமிரபரணியை ஞாபகமூட்டினால், தஞ்சைக்காரர்களின் கண்களுக்குள் விரிவது காவிரிநிலக்காட்சியைத் தவிர வேறு என்னவாக இருக்க முடியும். மனிதகுலம் காவிரிக்கரையில் இருந்து கங்கைக்கும், காசிக்கும் குடிபோனால் கூட அவர்களுக்குள் வைத்தீஸ்வரன் கோவில் பிரதிமைகள் நிழலாடத்தான் செய்கிறது என்பதைக் கண்டடைவதற்கு மனிதாபிமானம் மட்டுமல்ல, கலை மனமும் கூட தேவையாகிறது. அவருடைய கங்காஸ்நானம் கதை சொல்லும் நியதி இதுதான். ''காசிக்கு போனாலும் கருமந்தொலையாது'' என்கிற எளிய சொல்லாடலைக் கட்டுடைத்த கதையது. எழுதப்பட்ட கதைகளுக்குள் எழுதச் சாத்தியம் கொண்ட காட்சிகளை பூடகமாக அங்கங்கே வைப்பதும் கூட நுட்பமான கதைக் கட்டுமானம் தான்.

புனிதப்பயணங்களை மதத்தைக் கடந்து நடத்திட முடியாது எவராலும். கிறிஸ்தவ, இஸ்லாமிய புனிதப்பயணங்களுக்குள் மட்டுமல்ல, வைதீகர்கள் நடத்துகிற புனிதயாத்திரைகளும் கூட பாவங்களைத் தொலைத்திடும் பிராயசித்தப் பணிதான். சகல திசைகளிலும் இருந்து கிளம்பி வந்து கங்கையில் கழுவப்படுகிற பாவக்கறைகளை சுமந்தபடி சுழித்து ஓடுகிறது பெருநதி. மூழ்கிவெளியேறும் போது புதிதாகப் பிறந்து விட்டதாக நம்புகிற மனநிலையை ஏற்றுக்கொள்ளும் எளிய மனதிற்கு எதிரான தர்க்கத்தை முன்வைக்கிறார் எழுத்தாளர். நீங்கள் குளித்து

முடித்து வெளியேறி கரையேறுகிறீர்கள், ஆனால் கரையின் நிலம் உங்களுக்கு பழைய வாழ்க்கையையும், அதன் துயரங்களையும், சங்கடங் களையும் நினைவூட்டவே செய்கிறது. உடல் கழுவி வெளியேறிடலாம். மனதைக் கழுவி எடுப்பது ஒன்றும் அவ்வளவு எளிதல்ல.

விசித்திரமும், சுழியும் கொண்டு பெருகியோடும் காட்டாற்று வெள்ளத்தில் மிதந்தலையும், இலைகளைப் போலத்தான் மனிதகுலம் தெறித்து ஓடுகிறது. உடல் வளர வளர மனதும் வளரத்தான் வேண்டும். ஆனால் வயது கூடுகிற போது மனிதன் சில லெளகீக நிபந்தனைகளுக்குப் பலியாகிறான். பிறகு அவன் வடிவமைத்துக் கொண்ட வாழ்க்கை பொய்மையும், வஞ்சகமும் சூழ்ந்து கிடக்கிறது. தன்னுள் பெரும் புற்றெனவளர்ந்திருக்கும் பொய்க்குன்றிலிருந்து விஷஜந்துக்கள் அவர்களே அறிய முடியாத தருணத்திலும் கூட வெளியேறி அலைகின்றன. எப்போதாவது வெளிப்படும் மனிதாபிமானம் கண்டு நாமே சிலிர்த்துப் போகிறோம். அப்படி சிலிர்ப்பின் நிமிடங்களை கதையாக்குவதில் நம்முடைய எழுத்தாளன் மகாகெட்டிக்காரன். ''சிலிர்ப்பு'' என்கிற கதை தமிழின் ஆகச் சிறந்த கதைகளில் ஒன்று. குழந்தைகளிடம் பொய்மையும், வஞ்சகமும் வந்து சேரமுடியாத சூழல் வரை அவர்களுடைய முகபாவங்களில் மாற்றம் நிகழ்வதில்லை. பெரியவர்கள் நுழைந்து கண்டறியச் சாத்தியமற்ற மாய உலகம் அது. இதனையே சிலிர்ப்புடன் எதிர்கொள்கிறான் எழுத்தாளன்.

ஓடும் ரயிலில் கவனித்துக் கொண்டேயிருப்பவர்களின் மனித மனங்களுக்குள் கதைகள் சேகரமாகிவிடுகின்றன. நச்சுப்புடுங்கி அப்பாவிடம் வாங்கிப் பத்திரப்படுத்துகிற ஆரஞ்சுப்பழத்தை விட்டு விடாத மனதுடன் பயணிக்கிறது ஒரு குழந்தை. விடாமல் கேள்விகளை அடுக்கிக் கொண்டேயிருக்கிற அந்தக் குழந்தையின் மனநிலையை அடைய முடியாமல் தடுமாறுகிற தகப்பன்கள் பலரோடும், குழந்தைகள் சிலரோடும் தடதடத்து ஆடுகிறது ரயில். ''இரண்டு அநாதைகளும் சாப்பிடும் போது எனக்கு இனம் தெரியாத இரக்கம் பிறந்தது. தாயை விட்டுப் பிரிந்த அநாதைகள். எவ்வளவு வித்தியாசம் ஓர் அநாதை இன்னும் இரண்டு மணி நேரத்தில் தாயின் மடியில் துள்ளப் போகிறது. இன்னொன்று தாயிடமிருந்து எட்ட முடியாத தூரத்தை நோக்கி தூர தூரப் போய்க் கொண்டே இருக்கப் போகிறது'' இந்தக் காட்சிக்குள் எழுத்தாளனின் மனநிலையை நிச்சயம் அறியலாம். தன்னுடைய கதைகள் எதுவும் உபதேசம் செய்யவோ, வாழ்க்கையை உய்விக்கவோ தோன்றிய வஸ்துக்கள் அல்ல என முன்னுரையில் பிரகடனப்படுத்துகிறார் எழுத்தாளர்.

ஆனால் எல்லாக்கதைகளையும் ஒருசேர வாசித்தபிறகு படைப்பாளியின் சார்புநிலையை கண்டுணர தனித்த பூதக்கண்ணாடிகள் தேவையில்லை. ஏழைக்குடியானவர்கள், வேலை தேடி தொலை தூரம் பயணிக்கும் பிஞ்சுக்குழந்தைகள், பசித்துக் கிடக்கும் வயிறுகளை மட்டுமே சுமந்தலைய சபிக்கப்பட்ட உயிரிகள். உடலை வசப்படுத்தவும், பிரயோகிக்கவும் தெரிந்த மனுஷிகள் என எல்லைக் கோட்டில் ஓடிக்கொண்டிருக்கும் மனிதக் கூட்டத்தின் சார்பாகவே பேசுகிறார். அத்தகைய மனநிலைகளை கதைக்குள் நிகழும் கனகச்சிதமான உரையாடல்கள் மூலம் எவராலும் உணர முடிகிறது.

இரண்டு குழந்தைகள் பேசிக் கொள்கின்றன...

''உனக்கென்ன வயசு?'' என்று திடீரென்று பையன் குஞ்சுவைப் பார்த்து ஒரு கேள்வி கேட்டான். ''பத்து'' ''பத்து வயசா?'' அப்படின்னா நீ வந்து அஞ்சாவது படிக்கிறியா? என்று விரலை எண்ணிக் கொண்டே கேட்டான். ''இல்லை'' ஏண்டா பத்து வயசுன்னா அஞ்சாவது படிக்கணுமா?''ஆமாம்பா எனக்கு ஆறு வயது ஒண்ணாவது படிக்கிறேன். ஆறு, ஏழு, எட்டு, ஒன்பது, பத்து அவ அஞ்சாவது ''அவ படிக்கலைடா''?... இப்படி மொத்தக் கதையையும் உரையாடல்களுக்குள் பொதிந்து தருகிற தனித்தன்மை தி.ஜா.வின் எழுத்திற்கு மட்டுமேயானது.

பசியையும், அதன் உக்கிரத்தையும் கதைக்குள் மொழியாகக் கடத்துவது ஒன்றும் எளிதானதில்லை. பசித்துக் கிடந்த வயிறும், ஏங்கிய கண்களோடு சோற்றைப் பிசைந்து பந்திகளில் இருந்து வெளியேற்றப் பட்ட மனிதர்களின் சாபத்தால் விளைநிலம் அற்றுப் போனது தஞ்சை என எழுதுவது ஒன்றும் எளிதானதில்லை. அன்பும் கருணையும் அற்ற கல்நெஞ்சக்காரர்கள் எந்தப் பொய்மைக்கும் துணை போக முடிகிறது. ''பரதேசியாக வந்து வெளியேற்றப்பட்ட நாளில் கும்பி கொதித்து வழங்கிய பெரும் சாபத்திற்கு உயிரைப் பலி எடுக்கும் வல்லமை மிகுந்திருக்கும் என்பதை புனைவின் அதீத கனங்களில் தான் சாத்திய மாக்கிட முடியும். ஆனாலும் தி.ஜா.வால் அதனை பரதேசியின் சாபமாக்கிட முடியவில்லை. வைதீகமனம் அதை மறுக்கிறது. காலதேவனின் திருவிளையாடல் என்றே கதையாடுகிறார். நன்றாகத் தெரியத்தான் செய்கிறது. ஆனாலும் கூட மடங்களையும், சாமியார்களையும் தேடிப் போவதும் வெளிச்சம் விழாதா என் வாழ்க்கைப் பரப்பில் எனக் காத்துக் கிடப்பதுவும் நடக்கத்தான் செய்கிறது. சாமியார்களும், ரிஷிகளும் கடவுளின் பிரதிநிதிகள் என்கிற நினைப்பு வெகுஜனத்தை இன்றும் குழப்பவே செய்கிறது. சாமியாரின் மாய வித்தையால் தன்னுடைய

வாழ்க்கையே புரண்டு வேறாகிடும் என இன்றைக்கும் நம்புகிற எளிய மனிதர்களைப் பற்றிய கதையே. ''பிடிகருணை'' கருணைக் கிழங்கும், வாழைப்பழத்தையும் தவிர வேறு எதையும் தட்சணையாக சாமியார் ஏற்காததிற்கு மூலநோயைக் கண்டறிகிற பகடிமனநிலை கலைஞர்களுக்கு மட்டுமேயானது.

தி.ஜானகிராமனின் ''மேரியின் ஆட்டுக்குட்டி'' மனித மனதிற்குள் ஆழமான ஊற்றெடுக்க காத்திருக்கும் அன்பைத்தான் வெளிப்படுத்துகிறது. ஆழ்மனதில் ஊறி, ஊறி வளர்ந்திருக்கும் குரூர விஷத்தை கடத்தி வெளியேறுவது எப்படி என்பதெல்லாம் கதைக் கலைஞர்கள் மட்டுமே அறிந்த சூட்சுமம். மனனம் ஆக மறுக்கும் ஆங்கிலப் பாடல் தன் குழந்தையை நினைத்த நொடியிலேயே லகுவாகிடும் என்கிற மனதின் நுட்பத்தை கற்றுத் தேர்ந்திடும் வித்தையை காலமே வழங்குது அவளுக்கு, தன்னை மறுத்து ஓடியவன் பற்றுக்கோல் அற்று கத்திக் கதறிய போதும் இளகவில்லை. அவளும் சூழலும், மேரியின் ஆட்டுக் குட்டியாக மகனைத் தழுவிக் கொள்கிறேன். இனி எந்த நிமிஷத்திலும் அந்த நீசனை சந்திக்கப் போவதில்லை, அது தேவையுமில்லை என்பதில் உறுதியாக இருக்கிறாள். கொஞ்சம் பேசிவிட்டால் போதும் பெண்கள் தங்களுடைய நிலையின் உறுதியைக் கலைத்து விடுவார்கள் என்கிற யதார்த்தம் போன்ற தோற்றத்தை கலைக்கிறது கதையின் மொழி. பெண்களைக் கதைக்குள் எழுதிடும் போது தி.ஜானகிராமனின் மொழியும், நுட்பமும் அது வரையிலான கட்டுமானத்திலிருந்து முற்றிலும் விலகியே வெளிப்படுகிறது. மிகச் சரியாக பெண் மனதின் மொழிக்கு நெருக்கமாகச் சென்றிட முயற்சிக்கிறது. அப்படியான தி.ஜா.வின் கவனிக்கப்படாத கதைகளில் ஒன்று ''பசி ஆறிற்று''

காமத்தையும், இச்சையையும் எழுதிய கதைகள் தடுமாறித் தத்தளிக்கின்றன. ஒரு விதத்தில் இசை காமத்தினும் நுட்பமானது. இரண்டையும் கனக்கச்சிதமாக கையாண்டு வெற்றி கண்டவர் தி.ஜா.பொருந்தாத வயதினில் நடக்கும் திருமணங்களால் சபிக்கப்பட்ட பெண் மனதின் ஆற்றாமையையும் அது இசையைப் போல சுருதி கூட்டி உடலெங்கும் அவரோகணமுமாக கச்சிதமாக ச.வில் தொடங்கி பதநி என ஏறிச்சென்று கச்சிதமாக கீழறங்கி வருவதில்லை. அது பெரும் அலையையும், கிளர்ச்சியையும் உடலின் ரேகைகளில் கூட கிளர்த்தி எடுக்கிறது. அதற்கு பால்பேதமில்லை. ஆண்-பெண் என்ற பேதத்தைக் கூட கடந்திடும் ஆற்றல் கொண்டது காமம். பசி ஆறிற்று கதையில் நைவேத்யத்திற்கு வாக்கப்பட்டு டமார செவிடனுடன் குப்பை கொட்டுகிற ருக்குமணி மாமி எதிர்வீட்டு வசீகர இளைஞனை

பார்த்த நொடியில் பிரேமை கொள்கிறாள். அவளுடைய உடல் அவளை வெற்றி கொள்ளும் நுட்பத்தை படிப்படியாக, துளித்துளியாக இசைச் சுருதியைப்போலவளர்த்தெடுக்கிறார்எழுத்தாளர். உடலின்அவஸ்தையை சகித்திடும் தன்மையை சமூகம் நிர்பந்திக்கிறது. தனக்குள் சுருங்கிப் போகிற பெண்களின் குறியீடு அவள், அப்போதும் படைப்பாளி தன் சொற்களால் கருணையையும், அன்பையும் அந்தப் பெண்ணின் வழியே பெண் குலத்திற்கே வழங்குகிறார்.

பள்ளி வாழ்க்கையின் பாடுகளை எழுதிடாமல் எப்படிக் கடக்க முடியும் எழுத்துக் கலைஞர்களால். இன்றைக்கும் விவாதிக்க தயங்குகிறவர்களாக சுருங்கிக் கிடக்கிற ஆசிரியர்கள். தண்டனை முறைகள் விசித்திரத்தை உருவாக்கிடும் என்பதை நம்ப மறுத்து உறுதியாக தன் நிலையில் இருக்கும் ஆசிரிய குலத்தை இன்று வரையிலும் விவாதத்திற்குள் இறக்கிட முடியாது தடுமாறுகிறது எழுத்துலகம். அனுகூலசாமி, சின்னையா எனும் இரட்டை மனிதர்களின் வழியாக புத்தம் புதிய விவாதத்தைதுவக்கி நடத்தியுள்ளார். தன்னுடைய ''முள்முடி'' கதையில் தி.ஜா.கல்விச் செயல்பாடுகளின் மீதான கவலை. தரம் குறித்த அதீத அக்கறை. ஒழுக்கமே பிரதானம் எனும் பிரஸ்தாபம். ஒழுக்கம் என்கிற வார்த்தைக்குப் பின் இருக்கும் வன்முறை என யாவற்றையும் கலைத்துப் போடுகிறது கதை. ஒரு கதை இரட்டைப் புள்ளிகளில் துவங்கி இரு வேறு பாதைகளில் பயணப்பட முடியுமா? நிச்சயம் முடியும் எனச் சொல்கிறது முள்முடி. அனுகூலசாமி வாத்தியார் ரிடையர்டு நாளின் கதையது. தன் வாழ்நாளிலேயே எந்த மாணவருக்கும் தண்டனை தராதவன் எனும் பெருமிதத்தில் இருக்கிறார். எழுத்தாளன் சின்னையா எனும் மாணவனைக் கொண்டு அனுகூலசாமியின் கர்வத்தை கலைக்கிறான். எந்த வாழ்க்கையும் குறைபாடு உடையது தான். அனுகூலசாமி கொடுத்த சிறிய தண்டனை எப்படி ஒரு மனிதனைக் கலைத்து போட்டிருக்கிறது என்பதை உணர்ந்து கதையை வாசிக்கிற போது கலங்கிப் போகிறோம். சக மாணவனின் புத்தகத்தை திருடிய குற்றத்திற்காக இனியாரும் சின்னையாவுடன் பேசவே கூடாது என்று தண்டிக்கப்படுகிறான். புறக்கணிப்பின் துக்கத்தை அனுபவித்திருக்கச் சாத்தியமற்ற அனுகூலசாமி வாத்தியாரை நிலைகுலையச் செய்கிறது சின்னையாவின் வார்த்தை. ''ஒரு வருஷமா என் கூட ஒரு பையனும் பேசவேயில்ல சார், இப்பதான் நீங்க ரிடையர்டு ஆகிட்டீங்கள்ள இனிமேலாவது எல்லாரையும் பேசச் சொல்லுங்க சார்'' என்கிறான். புறக்கணிப்பில் உண்டான துயரம் கசப்பின் அதீதச் சுவையாக யாவருக்குள்ளும் தங்கி விடுகிறது. அனுகூலசாமி வாத்தியாரின் கதைமட்டுமல்ல இது என்கிற புரிதலுக்கு நாமும் கூட வந்து சேர்கிறோம்.

தி.ஜானகிராமனின் கதைகளுக்குள் மட்டும் வெளிப்படும் தோடியும், காம்போதியும், பிலஹரியும் வேறு எங்கும் கண்டிடச் சாத்தியமற்றவை. இசைமேதைமையையும், இசையைப் பித்தெனப் பிடித்தாட்டும் மாயாவியாக கைக்கொள்ளும் கதை மாந்தர்களாலும் நிறைந்திருக்கிறது அவரின் கதை உலகம். ஒருவிதத்தில் இசையால் எழுதிச் செல்லப்படும் குறிப்புகள் தான் அவரின் கதைகள் என்கிற புரிதலுக்கும் கூட நம்மால் வரமுடிகிறது. அவருடைய மேதமையை நிரூபித்துக் கொண்டிருக்கும் ''மோகமுள்'' ''அம்மா வந்தாள்'' போன்ற புதினங்களுக்கு சற்றும் குறையாத அமரத்துவம் பெற்ற கதை ''செய்தி'' வெள்ளைக்காரத் துரையின் முன் வாசிக்கப்படும் நாதஸ்வரக் கலைஞனின் மனநிலையும் நம்முடைய சாஸ்திரிய சங்கீதத்தின் மேன்மையையும் நுட்பமாக படம் பிடிக்கிறது கதை. தவத்தைப் போலானது இசை. தமிழ்க்கலைஞன் வாசித்த சாந்தமுலேகா... எனும் பாடலை திரும்ப, திரும்ப வாசிக்கச் சொல்கிறான். மொழி கடந்த இசையில் பித்தாகிறான். கதையை இப்படி முடிக்கிறான். ''இந்தக்கையைக் கொடுங்கள், வாசித்த இந்தக் கையைக் கொடுங்கள்'' கடவுள் நர்த்தனமாகிற இந்த விரலைக் கொடுங்கள் நான் கடவுளை முகர்ந்து முத்தமிடுகிறேன்'' இது வெள்ளைக்காரன் உச்சரித்த சொற்கள் அல்ல. உணர்த்தியவை. இசையைப் போலவே தான் தி.ஜா.வின் கதைகள் சத்தம் போட்டு சொற்களை உச்சரிப்பவையல்ல. இசைக் குறிப்புகளைப் போல உணர்த்துபவை. அவரின் கதைகளை வாசித்தறிதல் சாத்தியமில்லை உணர்ந்தே அறிதல் வேண்டும்.

தஞ்சைப் பெருவெளியின் அதீத
கணங்களை கதையாக்கிய
தி.ஜானகிராமன்

துயருறும் மனிதக்கடல்

எழுத்துக்களின் மொழியையும், கதைகளின் கட்டமைப்பையும் நிலத்தின் தன்மைகளே ஓரளவிற்கு முடிவு செய்கின்றன. வெம்மையை உறிஞ்சிக் கிடக்கும் கரிசல்காட்டு மனிதர்களின் கதைகளை வசந்தமிக்க மொழியால் உருவாக்கிட இயலுமா? குளிர்ச்சியையும், வாழ்வையும் தேடி காடோ தேசமோ என அலைந்து கொண்டிருக்கும் மனிதக்கூட்டத்தின் கதையை நின்று நிதானிக்கும் மொழிகொண்டு எழுதிட முடியாது. வாழ்க்கையும், அது புரண்டு செல்லும் பாதைகளில் எதிர்படும் துயர்களும் மொழியாக வடிவெடுக்கிறது கு.அழகிரிசாமியின் கதைகளில். தன்னுடைய கதைகளை வெறும் கதைகளாக மட்டும் பார்த்து கொண்டிருப்பவரல்ல அவர். தன் வாழ்வின் பகுதியாகவே இலக்கியத்தையும், கலையையும் வடித்துக் கொண்டவர். தன்னுடைய பிள்ளைகளுக்கு ராமச்சந்திரன், சாரங்கன் என்று பெயர் சூட்டியிருப்பதற்கு அவர் சொல்லுகிற காரணம் கவனிக்கத்தக்கது. சாரங்கன் எனும் பெயர் அவர் எழுதிய அன்பளிப்புக் கதைக்குள் குழந்தைகளின் முன் கையறுநிலையில் வெட்கி நிற்கும் கதாபாத்திரத்தின்பெயர்.தன்னுடையசெயல்களின்கடும்விளைவிற்காகவே மனம் வருந்துகிற மனிதர்களால் தான் இந்த உலகம் இயங்கிக் கொண்டிருக்கிறது என்பதில் அசாத்தியமான நம்பிக்கை கொண்டவர் கு.அழகிரிசாமி. அதனால்தான் தன்னுடைய கதையின் பாத்திரமான சாரங்கனை தன்னுடைய மகனுக்கு பெயர் சூட்டினார். அவரே சொன்னது போல் தான் படித்தவற்றிலேயே மகத்தான கதாபாத்திரமான ராமபிரானின் பெயரை மற்றொரு மகனுக்குச் சூட்டியிருப்பார். எழுத்து வேறு

வாழ்க்கை வேறு என்று பிரித்து பார்த்திட பழகாதவர். அவருடைய எழுத்து கூட ஒரு விதத்தில் மனித வாழ்வின் துயரங்களை, கண்ணீரை கலையாக்கிடும் மகத்தான வித்தை தான்.

கு.அழகிரிசாமியின் கதைகள் என தொகுக்கப்பட்டு சாகித்ய அகாடமியில் கிடைக்கப்பெறும் நூல் தொகுப்பில் 69 கதைகள் இருக்கின்றன. முப்பதிற்கும் மேற்பட்ட கதைகள் ஊர்க்கதைகள், அவருடைய வாழ்நிலத்து மனிதர்களின் மனங்களுக்குள் ஊடாடிப் பயணித்தவை. பிறகான மற்ற கதைகள் ஊரிலிருந்து கிளம்பி சென்னைக்கும், மதுரைக்கும், குமாஸ்தாக்களின் மனைவிமார்களாக வாழப்போன மனிதக்கூட்டத்தின் துயர்கதைகள். வண்டியையும் மாட்டையும், விட்டு விட்டு புறாக்கூடுகளில் வாழ்க்கை நடத்துகிறதே மனிதக்கூட்டம் என துயருறும் சொற்கள் கொண்டு கட்டி எழுப்பப்பட்ட கதைக் கோட்டங்கள், எல்லாக்கதைகளும் நாற்பதிற்கும் எழுபதிற்கும் இடையில் எழுதப்பட்ட கதைகள். இவ்விரண்டு முனைகளிலும் கதைகள் நகர்ந்து பயணித்தாலும்கூட இவரின் கரிசனம் எப்போதும் குழந்தைகள், பெண்கள் ஆகியோரின் மீதுதான். அவர்களின் மனநிலைகளை அறிந்து எழுதிடவே விரைந்து பயணிக்கின்றன மொழிக்குள் அவருடைய கதைகள். புதுமைப்பித்தனைத் தாண்டி எப்படி நவீன கதைகளை யோசிக்க முடியாதோ அப்படித்தான் முற்போக்கு கதைகள் எனும் தனித்த வகையைக் குறித்து பேச யோசிக்கிற எவரும் கு.அழகிரிசாமியை தவிர்க்க முடியாது. ஒரு விதத்தில் இப்படியான கதைகளின் ஆதிவிதையே கூட கு.அழகிரிசாமிதான். இதற்கான வலுவான சாட்சிகளாகவே நாம் ''வெறும்நாய்'' கதையையும் ''திரிபுரம்'' கதையையும் சொல்ல வேண்டும்.

கொதிக்கும் தார்ச்சாலைகளில் உருகி ஓடிக்கொண்டிருக்கும் வெயிலில் எப்படியாவது வாழ்ந்து தீரவேண்டுமே என வைராக்கியமாக அலைந்து கொண்டிருக்கும் கிராமத்து சம்சாரிகளின் பிள்ளைகளைப் பற்றிய கதையை கு.அழகிரிசாமியைப் போல உறுதியுடன் எழுதியவர் வெகுசிலரே. நாற்பதுகளின் குமாஸ்தாவாக மாறியிருக்கும் இரண்டாம் தலைமுறை கிராமத்திலிருந்து நகரத்திற்கு விதிக்கப்பட்டமையால் வந்தவர்களே. அலுவலகங்களுக்குள் நிறைந்திடும் போட்டிகள், பொறாமைகள், கழுத்தறுப்புகள், காட்டிக் கொடுப்புகள் ஆகியவற்றை நகரத்தைப் பற்றி பேசவாய்ப்புள்ள எல்லா இடங்களிலும் எழுதுகிறார். நாற்பதுகளில் எழுதப்பட்ட கதை எழுபதாண்டு காலம் கழித்தும் கூட காலப்பொருத்தப்பாடு உடையதாக ஆகியிருப்பது ஆச்சர்யமான விஷயமல்ல. கு.அழகிரிசாமி மகாகலைஞன் அவருடைய ''சிறுமைக்கதை'' என்கிற கதையில் அலுவலகம் என்று வருகிற இடத்தில் எல்லாம் ஐ.டி.

பார்க்கில் எனப் போட்டு விட்டால் அது 2015ஆம் வருடத்தைய கதையாக மாறிவிடுகிறது. இன்னும் நூறுவருடம் கழித்து வாசிக்கிற போது கருக்காத புதுமெருகோடு மொழிச்செட்டோடும் வெளிப்படும் அவருடைய கதைகள். அதிகாரம் மனித மனங்களை எப்படி நுட்பமாக தகவமைக்கிறது என்பதையெல்லாம் இவ்வளவு நுட்பமாக எழுதிட முடியுமா?

வீடாக இருந்தாலும், அலுவலகமாக இருந்தாலும் அதிகார மையத்தைக் குளிர்விக்க எப்போதும் தந்திரங்கள் திட்டமிட்டு உருவாக்கப்படுகின்றன. மாறாத ஒரே மந்திரம் ''நீங்கள் இல்லாதபோது அவர் எப்படி பேசினார் சார் தெரியுமா?'' என தன்னுடைய சகஊழியரை மேலதிகாரியிடம் போட்டுக் கொடுப்பது தான். மன்னராட்சி காலத்தில் என்று யோசித்தால் கூட காலப்பிழை ஏற்பட்டு விடும், மனிதன் தோன்றிய காலத்தில் இருந்தே இப்படியான காட்டிக் கொடுத்து பலன்பெறும் மலிவான தந்திரங்கள் நிகழ்த்தப்பட்டுக் கொண்டேதான் இருக்கிறது. அப்படியான கதையொன்றில் புறத்தே நிகழும் காட்சிகளையும் கடந்து மனிதனின் அக உலகினில் அதிகாரம் பரவிச்செல்கிற நூதனத்தை அதிநுட்பமாக கண்டறிந்து சொல்கிறார். ''மேலதிகாரிகள் தங்களுடைய ஊழியர்களை எதற்கு திட்டுகிறோம் என்று தெரியாமல் திட்டிக் கொண்டிருப்பார்கள். அதற்கு பெரிதாக வேறு எந்தக் காரணமும் இல்லை. ஒரு தடவை ஒரு மனிதனை இம்சித்து ருசி கண்டு விட்டால், அப்புறம் அதை ஒரு போதும் நிறுத்த மனதால் முடியாது. அதிகாரிகளுக்கு ஊழியர்களை குற்றஞ்சாட்டுவதில் உள்ள ஆசை அடங்காத வெறி போலவும், ஒரு லாகிரிப்பழக்கம் போலவும் வளர்ந்து ஒரு தீர்த்திடவே முடியாத ஒரு மனக்கோளாறாக படிந்து விடுகிறது. ''இப்படி சாதாரண கதைகளுக்குள் கூட மனநிலை சார்ந்த விவாதங்களை நடத்திடும் ஆற்றல்மிக்க கதைகளாக அவற்றை மாற்றி விடுகிறார். காற்றிலேயே பரவிடும் பேராற்றல்மிகு விஷக்கிருமி அதிகாரம், அது வைரஸாக பரவி வீடு வரை எட்டி விடுகிறது. அதனதன் எல்லைகளில் நின்று எதிர் நிற்கும் உயிரிகளை இம்சித்துக் கொண்டேயிருக்கிறது.

தமிழ்ச்சிறுகதைகளின் மூலஊற்று மனிதவாழ்க்கை தான். அது ஒன்றும்தனித்ததில்லை. சூன்யத்தில் முகிழ்த்திட சாத்தியம் கொண்டவையு மல்ல. எல்லாவிதமான புறச்சூழல்களும் மோதிமுரண்பட்ட வாழ்வின் பாடுகளை நடத்திச் செல்கின்றன. தத்துவத்தளத்தில் நின்று பேசக்கூடிய பல கதைகள் ஏற்றத்தாழ்வுகளால் மனிதமனங்களுக்கு இடையே உடைக்க முடியாத எஃகுச்சுவர்களாக உருவாகி திட்டமிட்டிருப்பதாக சமூகமே நம்பிக்கொண்டிருக்கும் எண்ணங்களை தன்னுடைய கதையெனும் மந்திரஉளி கொண்டு அடித்துப் பார்க்கிறார். அவர்கள்

விழுவதும், பின் எழுவதுமாக நிகழ்வுகள் நடந்தேறுகிறது. கூரான நேர் எதிர்முரண்களோடு படைப்பாளி கதைகளைக் கொண்டு நம்மோடு நிகழ்த்திப் பார்த்த உரையாடல்களே 69 கதைகளும் என்று தோன்றுகிறது. பூடகமாகவா இருக்கிறது வாழ்க்கை. பிறகு ஏன் கதைகளை மட்டும் பூடக மொழியினில் எழுத வேண்டும். எந்த விதமான தப்பித்தலும், பாசாங்கும் இன்றி கதைகள் கட்டப்படுகின்றன. ஆனாலும் இத்தனை வெளிப்படையாக சொல்லப்படுகிற கதைகள் யாவும் பூரணத்துவமும், கலையமைதியும் கொண்ட படைப்புகளாகவே முகிழ்த்திருப்பது ஆச்சர்யம் கொள்ள வைக்கிறது. மேதைகளின் மொழிச்செயல்பாட்டில் தான் கலையும், அழகும் கைகூடிவிடும் போலத் தெரிகிறது. சின்னப்புள்ளி பிசகினால் வெறும் கருத்துப் பிரச்சாரம் ஆகிவிடுகிற கதைக்களனைத் தேர்வு செய்து இத்தனை கச்சிதமாக கதை எழுதிச் சென்றுள்ள கு.அழகிரிசாமி நிச்சயமாக ஒரு 'Cult' தான். அவர் கச்சிதமான இரட்டை எதிர்வுகளுக்குக் கூட இரண்டு என்றே கதைத் தலைப்புகள் தந்திருக்கிறார். அவருடைய ஆகச்சிறந்த கதைகளாகவும் அவை வடிவம் பெற்றிருக்கின்றன. ''இரண்டு ஆண்கள்'' ''இரண்டு பெண்கள்'' இரு சகோதரர்கள்'' ''இரண்டு கணக்குகள்'' என்று மட்டுமல்ல ''இருவர் கண்ட ஒரே கனவு'' என தன்னுடைய கதைகளில் இருந்து தனித்து வெளிப்படும் கதைக்கு தலைப்பிட்டிருக்கிறார்.

காலத்தின் நியாயங்களையும், பலவீனங்களையும் காட்சிப் படுத்துவது மட்டுமல்ல, அவற்றின் மீதான தன்னுடைய அழுத்தமான எதிர்வினைவையும் கூட முன்வைப்பவனே கலைஞன். ''இரண்டு பெண்கள்'' கதை சுதந்திர வேள்வி நாட்களில் இளைஞர்களை கவ்விப் பிடித்திருந்த பிரம்மச்சாரிகளுக்கு வீடில்லை என்பதற்கு சொல்லப் பட்டுக் கொண்டிருக்கும் வலுவான தர்க்கமான அவர்களுடைய பெண் உடலின் மீதான ஈடுபாட்டின் மீது மையம் கொள்கிறது. சன்னலில் பெண் நிழல் ஆடாதா எனும் பெரும் விருப்பத்தை மனதில் தேக்கி வைத்துக் கொண்டு அலைபவர்கள் தான் ஆண்கள் என்பதை மட்டுமல்ல. அந்தப் பெண் எப்படியானவளாக இருக்கிற போது நிலைமை கட்டுக்குள் இருப்பதும், பிறகு கைமீறிப் போகிறது என்பதுவும் மிகவும் முக்கியமாக இருக்கிறது. பெண்களை நிறத்தால் தான் அளக்கிறது சமூகம். கருப்பு பெண்ணுடன் அவன் பேசிய நாளில், ஒன்றாக பஸ்ஸில் துணிந்து பயணம் செய்த நாட்களில் கூட தயங்கிக் கிடந்தது தெருவும், தெருவின் ஆண்களும். ஆனால் அதுவே அதே தெருவின் மற்றொரு பெண் கொஞ்சம் நிறமாக இருந்து விடுகிறாள். அவளுடன் பேசிய

நாளில் தெருவே தலைகீழாக குதிக்கிறது. வீட்டையே அவர் காலி பண்ணிப் போய்விடும் அளவிற்கு நிலைமை தலைகீழாகிறது. அப்போது எழுத்தாளனின் குரல் தெருவின் ஆண் மன வக்கிரத்தை கலைத்து எழுதுகிறது. ''நீங்கள்குடியிருந்தவீட்டுக்காரரும், உங்கள்எதிர்வீட்டுக்காரரும் அந்த தெருவில் இருக்கும் அத்தனை ஆண்களும் அந்த அழகான பெண் உடலின் மீது ஏதோ ஒரு வெறியில் இருந்திருக்கிறார்கள் என உறுதியாகச் சொல்கிறேன்'' என்கிறார். இப்படித்தான். அவருடைய பல கதைகளில் கதையின் இறுதிப்புள்ளியில் வாசகன் எதிர்பாராத முடிவினை தருபவராக வெளிப்படுகிறார்.

பெண்களை உயிரற்ற வெற்றுச் சதையாக மட்டும் பார்த்துப் பழகிய ஆண்மனம் தான் பிற ஆணை நேர்மையும், தூய்மையும் மிக்க மனிதனாக இருக்க வேண்டும் என எதிர்பார்க்கிறது. ஆண்களைப் பற்றி பேசுகிற கதையாயினும் கு.அழகிரிசாமி பெண்களின் மீது பரிவும் கரிசனமும் கொண்டே இயங்குகிறார். இரு ஆண்கள் கதையின் கடைசிப் பகுதியே இதனைப் புரிந்து கொள்ள போதுமானதாக இருக்கிறது. ''பிறந்த நாளிலிருந்து வெளியுலகத்தை அறியாத பெண்கள் இவர்கள். அத்துடன் ஆடம்பரச் செலவு செய்யவோ, ஆடம்பரங்களைக் கண்ணார காணவோ முடியாத ஏழைகள். இப்படிப்பட்ட வாழ்க்கை நிலையில் வளர்ந்தவர்களால் வெளியுலகத்திலிருந்து வந்து சேர்ந்த ஒரு மிகச்சாதாரண பகட்டைப் பார்த்து கூட புத்தி பேதலித்துப் போய் விடுகிறது'' எனத் தொடரும் வரிகளின் கடைசிச் சொற்கள் அழுத்தமாக இப்படிப் பேசுகிறது ''பாவம்! அப்பாவிப் பெண்கள்! ஆனால் நல்ல பெண்கள்! ஆம் மிக மிக நல்ல பெண்கள்!''. தமிழ்க்கதையுலகம் அதுவரையிலும் பெண்களை உடலாகவும், காதல் ததும்பிக் கொட்டும் உயிரியாகவும் படைத்துக் கொண்டிருந்தது என்பதுவும் வாசகனுக்கு ஞாபகம் வரவே செய்யும்.

வறுமை பிடுங்கித்தின்னும் வாழ்வை விதியென ஏற்று தடுமாறுகிற வாழ்க்கையின் துயருற்ற பகுதியை தமிழ்க் கதைகளில் அழுத்தமாக எழுதியவர் கு.அழகிரிசாமி. ''இருவர் கண்ட ஒரே கனவு'' திரிபுரம் எனும் இரண்டு கதைகளும் தமிழ்ச் செவ்வியல் கதைகளின் மூலஊற்று என்று தான் மதிப்பிட வேண்டும். பசியும், வறுமையும் மனிதனை நிர்மூலமாக்கி விடுகிறது. மான அவமானம் பார்ப்பதில்லை. பஞ்சத்தில் உயிர்நீத்த தன்னுடைய கணவன் ரெண்டுவாய்ச் சோத்துக்கு வழியில்லாமல் தான் செத்து போனான் எனச் சொல்வதற்கு தைரியம் இல்லை. காலரா கண்டு இறந்தான் எனக் கதை விட்டு மகளை அழைத்துக் கொண்டு வடக்கிலிருந்து தெற்கு நோக்கி அழைத்து வருகிறாள் தாய்.

நரசம்மாவும், வெங்கட்டம்மாவும் வறண்ட சப்பாத்திக்கள்ளிகளிலும், குத்துச் செடிகளிலும் மட்டும் பசுமை தோய்ந்து கிடக்கும். சாத்தூரை அடைகிறார்கள். நீரற்ற கரிசல் பாலையென வெம்பிக் கிடக்கிறது. சுடுமணலில் ஓரம் கரும்பிக் கிடந்த வெள்ளரிக்காயை தூசி தட்டி சாப்பிட எத்தனித்த மகளைதட்டிவிட்டவள்தான்இருட்டிய பிறகுபசியைத் துரத்திட மகள் வைப்பாற்றுக்குப் போய் மறைவாகி கையில் சில்லரைக் காசுடன் திரும்பிய போது அழுவதற்கு மாறாக கொக்கொலி கண்டு சிரிக்கிறாள். ஒற்றைச் சொல் போதும் ஒரு கதையையோ, புதினத்தையோ கலைத்தன்மை கொண்ட அசாதாரண படைப்பாக்கிட ''ஏழை அழுத கண்ணீருக்குத் தான் வாளை உபமானமாகச் சொன்னார்களே ஒழிய ஏழை சிரித்த சிரிப்பைப் பற்றி பிரஸ்தாபிக்கவில்லையே...'' எனும் இந்த வரிகள் தமிழ்உரைநடையின் மகத்துவமான வரிகளாகவே இன்று வரையிலும் நீடித்திருக்கிறது.

கலைஞர்கள் எப்போதும் பெண்களிடமும், குழந்தைகளிடமும் கரிசனம் மிக்கவர்கள் தான். குழந்தைகளின் மன உலகினில் ஏற்படும் அசாத்தியமான மாற்றங்களை தன்னுடைய கதைகளெங்கும் எழுதியிருக்கிறார் நம்முடைய எழுத்தாளர். இருவர் கண்ட ஒரே கனவில் கும்மிருட்டு ராத்திரியில் அய்யோ அம்மா எனக் கதறித்துடித்தெழுந்த குழந்தைகள் இருவரும் என்ன கனவினைக் கண்டிருப்பார்கள். தன்னுடலை மறைக்க வழியின்றி வீட்டிலேயே முடங்கிக் கிடந்து பசியாற்றி வழியின்றி செத்துப் போன தாயின் பிள்ளைகளின் கனவில் மரணத்தின் விளிம்பில் தாயின் மீது போர்த்தப்பட்ட வெள்ளைச் சேலையின் தூய நிறமே வருகிறது. திரும்பிவரவே சாத்தியமற்ற தாயின் மரணத்திற்காகவா அழுகிறார்கள் குழந்தைகள். அவளோடு சேர்ந்து எரியூட்டப்பட்ட அந்த புதுக்கோடித் துணிக்காகவுமே உதிர்க்கிற கண்ணீர் அது. நாமறியாமல் குழந்தைகளுக்குள் துக்கத்தையும், தனிமையையும், ஒதுக்குதலையும் திணித்து விடுகிறோம். அதனை குழந்தைகள் எப்படி எதிர்கொள்வார்கள் எனபதையே சாரங்கன் எனும் சிறுவன் அன்பளிப்பு கதையில் யாவருக்கும் உணர்த்துகிறான். ராஜா வந்திருக்கிறார் கதையைப் போல குழந்தைகள் மன உலகின் மர்மங்களை வெளிக் கொணர்ந்த கதைகள் தமிழில் மிகவும் குறைவு தான். குழந்தைகளின் மரணத்தை எப்படி எதிர்கொள்ள முடியும் நம்மால். ஆனாலும் இடிபாடுகளுக்குள் வாழ முடியாது தவித்தபடி ஓடிக் கொண்டிருந்த கற்பகம் எனும் சின்னஞ்சிறு குழந்தை அவள் விரும்பிய காற்றாகவே மாறிப் போகிறாள் எனும் வரிகளை கடக்க முடியாமல் கண்கள் குளமாகிறது.

கு.அழகிரிசாமியின் ஒவ்வொரு கதையும் ஒரு வாழ்க்கையைப் பதிவு செய்கிறது. ஒவ்வொன்றிற்குள்ளிலிருந்தும் வாசகனை நோக்கி இப்படிக் குறைபாடுடைய வாழ்க்கையை வாழ்கிற ஏழைகளின் வாழ்வை மீடேற்ற என்ன செய்யப் போகிறாய் நீ என எந்தக் கேள்வியையும் கேட்கவில்லையவர். ஆனால் வாசகன் நிச்சயம் தனக்குள் பொங்கி, அழுது, கோபமுற்று எரிச்சல் அடைவதும், ஏதாவது செய்யத்தான் வேண்டும் என நினைக்கப் போவது மட்டும் நிச்சயம். தன்னுடைய கதைகள் மனித வாழ்வை உய்விக்க வந்த மகத்துவங்கள் என்கிற எந்த பிரகடனத்தையும் பகிரங்கப்படுத்தாதவர் கு.அழகிரிசாமி. தமிழ் வாழ்வின் அர்த்தமுள்ள பக்கங்களைக் குறித்த மிக முக்கியமான பகுதியாகியிருக்கிறது அவை யாவும்.

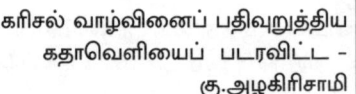

கரிசல் வாழ்வினைப் பதிவுறுத்திய
கதாவெளியைப் படரவிட்ட -
கு.அழகிரிசாமி

அந்தரத்தில் உருளும் சொற்கள்

தன்னுடைய ஒற்றைச் சொல்லால் உலகறிந்திட வெளிப்படுகிற அபூர்வக் கலைஞர்கள் எப்போதாவது தான் உருவாகி நிலைக்கிறார்கள். காற்றின் தீராத பக்கங்களில் பறவையின் இறகு மிதந்தலைவதைக் கண்டு அது எழுதிச்செல்லும் சொற்களை தேடிப்பிடிக்கும் வல்லமை எல்லோருக்கும் வாய்ப்பதில்லை. தன்னுடைய மொழிச்செயல்பாட்டினால் தன்மீது விழுந்திட்ட அடையாளங்களை கலைத்து மேலேறுவது ஒன்றும் அவ்வளவு எளிதானதில்லை என்பதற்கு காலம் நிறைய சாட்சிகளை தன்னகத்தே கொண்டுள்ளது. தன்னுடைய சொற்களை உருளும் பாதரசத் துளிகளாக கவிதை நிலத்தில் படரவிட்டவர் பிரமிள். தன்னுடைய கவிச்சொற்கள் கொண்டு தமிழ்மொழியின் வெளிப்பாட்டுச் சாத்தியத்தை விசாலமாக்கியவர். கவிஞர் பிரமிள் என்ற ஒற்றை அடையாளம் அவரையும், அவருடைய மொழிச் செயல்பாட்டையும் குறுக்கிடுவதாகும். அவருடைய ஆகச் சிறந்த கதைகள் அவர்மீது குவிந்த கவிதையெனும் மாயஒளியினால் கவனம் பெறாமலே போய் விட்டன. அவருடைய கவிதைகளுக்கு நிகரான கதைகளையும், புதுமைப்பித்தனுக்குப் பிறகான கதைக்காரர்களில் தனித்த மொழியில் கதை சொல்லிடும் அவருடைய படைப்புகளையும் அவசியம் வாழ்ந்துணர வேண்டும்.

நீள்கதைகள், குறுங்கதைகள், சொல்கதைகள் என சகலவிதமான கலைவடிவங்களையும் பரீட்சித்துப் பார்த்திட்ட பிரமிளின் கதைகள் மிகவும் குறைவாகவே நமக்கு கிடைக்கின்றன. மௌனியைப் போலவே முப்பதிற்கும் குறைவான கதைகளை எழுதிய எழுத்தாளர்

பிரமிள். அவருடைய கதைகள் நிகழும் களம் முற்றிலும் தனித்தது. அதுவரையிலுமான கதைகள் காண மறுத்த புதிய பகுதிகளுக்குள் பயணித்து கதையாடியவர் அவர். அவருடைய ''காடன்கண்டது'' கதையின் கதை சொல்லி ஒரு குறவர் சமூகத்து மனிதன். அதிகாரம் கலைத்திடும் நிஜத்தை ருசிகரமான மொழியில் சொல்கிறார். காட்டில் கிடக்கும் பொணத்தை பார்த்ததால் தடுமாறியவன் அதை போலீஸ் ஸ்டேஷனுக்குள் கொண்டு வந்து சேர்க்கிறான். கதையை பின்தொடர்பவரல்ல பிரமிள். கதையை நாலா திசைகளிலும் சிதறடிப்பவர். எனவே தான் காடனின் சொற்கள் காட்டிற்குள் உருண்டு புரள்கிறது. காடெல்லாம் அழிந்து கொண்டிருக்கிறது என்பதைக் குறியீடாக தேர்தல் வருதில்ல அதுக்குப் பிறகு நாடெல்லாம் காடாக மாறிடும். பிறகென்ன நீங்கள் எங்கும் திரியலாம் என்கிறான் போலீஸ்காரன். கதைக்குள் பகடியாக தத்துவத்தையும் எழுதிடும் ஆற்றல் கொண்டது அவருடைய மொழி. அதனால் தான் ''பொணத்தைப் பார்த்தியா, மனத்தைப் பார்த்தியா முதல்ல மனம் தான தட்டுப்பட்டிருக்கும் நீ பொணத்தைப் பார்த்தேன் கெட்ட நாத்தம் குடலைப் புரட்டிருச்சுருங்கிறது நம்புற மாதிரியில்லயே. முதல்ல நீ அறிஞ்சது எத பொணத்தையா மனத்தையா...'' இப்படியான தத்துவ விசாரங்களையும் கூட எதார்த்தமான மொழியில் எளிய மனிதர்கள் கதைகளுக்குள் நடத்திக் கொண்டேயிருக்கிறார்கள்.

தத்துவங்களைக் குறித்து மட்டுமல்ல, விஞ்ஞானத்தின் அர்த்த சாத்தியங்களையும் குறித்து விவாதிக்கின்றன பிரமிளின் கதைகள். பயணங்களின் போது நிகழும் தர்க்கங்களின் மூலமாக நகரும் கதை நீலம். ''கதை, கவிதை போன்ற எந்த மனசிருஷ்டியையும் கூட கம்ப்யூட்டர்கள் மனிதனைவிடச் சிறப்பாக கையாள முடியும் என்கிற விவாதத்தில் கம்ப்யூட்டரினால் பெயிண்டிங் செய்ய முடியும் எனினும் சொல்லப்பட்ட விலை அதிகம் என்கிறார் ஒரு எளிய சித்திரக்காரர். மனிதர்கள் தங்களுடைய இடம் பறிபோவதைக் கண்டு அடைகிற பதட்டத்தை நுட்பமாக வாசகனுக்குள் கடத்துகிற இடம் இது. அவருக்குத் தெரியாதா? கவிதையே எழுதுகிற கம்ப்யூட்டரால் சித்திரக் கோடுகளைப் போடுவதில் சிரமமேயிருக்காது என்று. ஆனாலும் நடக்கிறது விவாதம். எந்த ஒரு கதைக்காரனும் கச்சிதமாக கதை சொல்லிவிட்டால் எல்லாம் முடிந்து விடும், அங்கே மற்றவருக்கு இடம் இல்லை. வாசகனுக்கும் இடம் தருகிற விவாதப் புள்ளிகளைக் கொண்டது பிரமிளின் கதைகள். மொத்தத்துவத்தில் கச்சிதத்தன்மை இருந்தால் அதன் பிறகு என்ன இருக்கிறது பேசிக் கொள்ள. இயந்திரங்களால் உருவாக்கப்படும்

கச்சிதத்தன்மை யாவற்றையும் முடிவுக்கு கொண்டு வந்து விடுகிறது. மனிதர்களே குறைபாடுகளுடைய படைப்புகளை உருவாக்கிடும் வல்லமை மிக்கவர்கள். அப்போது தான் வியாக்கியானங்களும், தர்க்கங்களும் உருவாதல் சாத்தியம், மாற்றங்களும் தவிர்க்கவே இயலாது உருவாகும் மனிதனே இயந்திரங்களைக் காட்டிலும் மேலான படைப்புச் சக்தி மிக்கவன் என்பதை நுட்பமாக பல கதைகளில் விவாதிக்கிறவராக இருக்கிறார் பிரமிள்.

தமிழில் சயின்ஸ் ஃபிக்சன் எனும் வகை மாதிரியை சுஜாதாவும், இரா.முருகனும் பரீட்சித்துப் பார்த்திருக்கிறார்கள். ஆனாலும் அந்தக் கதைகள் யாவும் வாசகப் பரவசம் என்கிற எல்லையைக் கடந்திட முயற்சித்ததில்லை. அறிவியல் புனைகதைகளுக்குள் தர்க்கத்தை, நிச்சயமாக எழுதிட முடியும், ஆனால் சமகால அரசியலை எழுதிட முடியுமா? ''குவாண்டம் தியரி'' என்கிற அறிவியல் கருதுகோள் எப்படி மூன்றாம் உலக நாடுகளை வேவு பார்த்திட மேலை நாடுகளுக்குப் பயன்படப் போகிறது என்பதை முன் உணர்ந்து சொன்ன கதைக் கலைஞன் பிரமிள். ''அசரீரி'' எனும் கதையில் சொல்லப்படும் HAC 3000 மிகவும் முக்கியமான பதிவாகும். உலக நாடுகளில் இந்தியாவைக் குறித்திட்ட ஒரு இயல்பான சொல்லாடல் இப்படி வருகிறது கதையில். 'H என்றால் ஹிந்துஸ்தான், ஹாப்பி, ஹீரிஸ்ட்டிக் என்ற மூன்றையும் குறிக்கும். A என்றால் ஆத்மா, அட்டாச்மெண்ட், அலங்கோரித்மிக், இந்திய உபகண்டத்தின் சரித்திரம், தத்துவம், சீர்திருத்த இயக்கங்கள், மாற்றப்பட முடியாத மரபுகள், மக்களின் நிறைகுறைகள், ஜாதிக் கட்டுமான விபரங்கள் இன்னும் ஏகப்பட்ட உதிரிவிவரங்கள் எல்லாவற்றையும் குறிப்பது 3000. அவ்வளவு தான் அசரீரி கதையை வாசித்துக் கொண்டிருக்கும் போதே இந்தியத் தீபகற்பத்தைக் குறித்த மேற்குலகின் பார்வையை நம்மால் உணர முடிகிறது.

தன்னுடைய வாழும் காலத்தின் நிகழ்வுகளுக்கு செவி சாய்க்க மறுத்து உள்முகத் தேடலிலும், ஆத்மபரிசோதனைகளிலும் இயங்குபவனே கலைஞன் என்கிற பித்துக்குளித்தனம் இன்றைக்கும் தமிழில் இருந்தே வருகிறது. பிரமிள் சமகாலத்தின் சர்ச்சைகளை கதையாக்கியவர். அதிலும் இன்றைக்கும் விதந்து பேசப்படுகிற சிற்றிதழ் சார் அதிநவீனர்கள் குறித்தும், அவர்களுடைய செயல்பாட்டில் உறைந்திருக்கும் போலிமைகளைக் குறித்தும் பேசிப் பார்த்தவர். அவருடைய ''பாறை'' எனும் கதையின் தலைப்பே கூட பகடியின் உச்சம் தான். 45 ஆயுள் சந்தாதாரர்களைக் கொண்டு துவங்கப்பட்ட ''பாதை'' என்கிற சிற்றிதழ்தான்

''பாறை'' என்றழைக்கப்படுகிறது. அந்தக் குழாமில் 10வரிக் கவிதையைக் குறித்து 64 பக்கத்திற்கு கட்டுரை எழுதுகிற விமர்சகர் இருக்கிறார். அதிநவீன மோஸ்தர் தன்மீது விழவேண்டும் என்பதற்காக நாடகம் போடும் நபர்களும் இருக்கிறார்கள். கதை நிகழும் களம் அதிநவீன இலக்கிய உலகம், அங்கே கொத்ஸர், மாயாகோவஸ்கி, போர்ஹே, ஆல்பர்காம்யூ எனபெயர்கள்உச்சரிக்கப்படலாம். ஆனாலும்அவர்களுக்குள் இயங்கிக் கொண்டிருக்கும் இந்திய மனம் தனித்தது என்பதையே ''பாதை'' எனப் பெயர் சூட்டிக் கொண்டாலும் அது ''பாறை'' தான். பிளக்சிபிளிட்டி அற்ற இறுகிய தன்மை கொண்டவர்களாக அதிநவீன இலக்கியவாதிகள் உருவாகி சுருங்கிப் போகிறார்கள் என்பதை நுட்பமாக பதிவு செய்திருக்கிறார் பிரமிள். நவீன இலக்கியத்தையும் தமிழ் வாழ்வின் பண்பாட்டு அடையாளமாக உருமாறிக் கொண்டே யிருக்கும் பாப்புலர் சினிமாக்களின் உருவாக்கத்திற்குப் பின் உள்ள அரசியலைக் குறித்தும், இன்றைக்கும் தீர்க்கவே முடியாத அதீதச் சிக்கலாக வடிவமெடுத்து பூதாகரமாக பெருகி நிற்கும் சாதியம் குறித்தும் பிரமிளின் கதைச் சொற்கள் தமிழ் நிலத்தில் உருண்டு புரள்கின்றன. சமகாலத்தோடு விவாதித்துப் பார்த்திட தயங்குகிறவர்களால் கலைப் படைப்பை உருவாக்கிட முடியாது என்பதையே நமக்கு பிரமிளின் கதைகள் உணர்த்துகின்றன.

புரட்சிகரநடவடிக்கைகளில் ஈர்ப்புள்ளமனிதர்கள், அவர்களுடைய செயல்பாடுகளின் போதாமையால் மனம் தடுமாறிக் குழப்பமடைவது. மலத்தை அள்ளும் வாழ்க்கை விதிக்கப்பட்ட மனிதன் தான் அதிலிருந்து மீடேறி கலகக்காரனாகவும், அதிநவீனச் சிந்தனையாளனாக ஆவது எனக் காட்சிப்படுத்துவது என ஒற்றைத்தன்மையிலன்றி சமூகத்தின் சகலபகுதி மக்களோடும் ஊடாடிக் கதை எழுதியவர் பிரமிள். ஆனால் அவருடைய தனித்த கதை மொழியும் கதைநிலமும் இலங்கை தான். இலங்கையிலிருந்து தமிழ் நாட்டிற்கு வந்து விட்ட போதும் தன்னை அகதியாக ஒருபோதும் தெரிவித்துக் கொள்ளாதவர். அவருடைய மூன்று கதைகள் உலகத் தரமானவை. அவையாவும் இலங்கை அரசியலையே முன் வைத்துப் பேசுகின்றன. எண்பதுகளில் எந்தவிதச் சார்புமின்றி இலங்கை அரசியலைப் பேசுவது ஒன்றும் அவ்வளவு எளிதான விஷயமில்லை. ஆனாலும் தன்னுடைய 'லங்காபுரி ராஜா'விலும் ''கோடாரி''யிலும், அங்குலீமாலாவிலும் பேசுவது இதைத்தான். கோடாரியில் காட்சிப்படும் ஊரில் மக்கள் யாவரும் அரசமரங்களை வெட்டுகிறார்கள். அதற்கு பிரமிள் கண்டு சொல்லும் காரணம் இதுதான்.

‘‘அரசமரத்தின்கீழ்தான்இப்பெரும்பான்மையினரின்கடவுளாகியுள்ளவர் சத்தியத்தைக் கண்டதாகக் கூறப்படுகிறது. எனவே ஒவ்வொரு அரசும் இவர்களுக்கு சிறுபான்மையினரைத் திணற வைக்க உதவுகிறது...’’ இப்படி ஒரே ஒரு வரியில் அசாத்தியமாக நிலத்தின் அரசியலை எழுதிச் செல்லும் கலைஞன் பிரமிள் என்பதை அவருடைய கதைகளை ஒரு சேர வாசிக்கிற எவராலும் உணர முடியும்.

அங்குலீமாலாவில் சீலன் எனும் இயக்கக்காரனின் மன ஓட்டத்தை முன்வைத்து நிகழ்த்தப்படும் கதையாடல் காலத்தையும் கடந்து நின்று சமகாலத்தோடு பொருந்திப் போகிறது. மதமாற்றம் குறித்த சர்ச்சைகள் மிகவும் வித்தியமானவை. ‘‘தமிழர்கள் கிறிஸ்தவர் களாகியிருக்கிறார்கள். ‘‘புத்த சிங்கள மேலாதிக்கத்தின் வேர் வடிவம் இலங்கையில் மொத்த மிஷன் இலங்கைத் தமிழ்ஹிந்துக்களிடமிருந்து தன்னைக் காப்பாற்றிக் கொள்ளல். தற்காப்பு நிச்சயம் தாக்குதலாக மாறும் வன்முறை நியதி...’’ இதனைக் குறித்த விவாதங்கள் ஈழத்தில் வெகுவாக நடைபெறவில்லை. மீள்குடியேற்ற நாட்களில் இந்துக் கோவில்களுக்குள் புத்தர் சிலை வருவதும், தமிழ்க் குடியிருப்புகள் கலைக்கப்பட்டு தமிழ் நிலத்தில் சிங்கள மக்கள் குடியேற்றம் நிகழப் போகிறது என்பதை முன்னுணர்ந்த கலைஞன் பிரமிள்.

தன்னுடைய நிலத்தில் நிகழ்ந்து கொண்டிருக்கும் துயரக் காட்சிகளை கலைஞன் தனக்குள்ளும் குறியீடாக கடத்திப் பார்க்கிறான். அவ்வப்போது அவனுடைய மனம் அடையும் ஆற்றாமைகளையும், கோபத்தையும் எழுத்தில் மிகுந்த துடியுடன் பதிவு செய்கிறான். லங்காபுரியின் கதையை ஒரு சிங்களக் கிழவன் சொல்வது இன்னும் சரியானதாக இருக்கும் எனக் கண்டுகொண்ட கலைஞனின் மொழி பாய்ச்சலாக வெளிப்படுகிறது. 1982களின் இன அழிப்புப் போர்க்களத்தை காட்சிப்படுத்த குறியீடாக யானை வேட்டையை தேர்வு செய்வது கூட பெரிய வித்தியாசமான முயற்சி எனச் சொல்லிட முடியாது. யானை பிடிக்கும் கூட்டத்தை அரசிடம் இருந்து காண்ட்ராக்ட் எடுத்து இருப்பவர் லலித் அதுலத் முதலியின் அண்ணன் சிரில் திஸ்ஸ நாயக்க என்பதுவும், லங்காபுரியின் ராஜாவான அந்த யானை வேட்டை நிலத்தில் திஸநாயக்காவை குத்திக் கிழிப்பதையும் காட்சிப்படுத்தியிருக்கும் பகுதிகள் நமக்கு மிகச் சரியாக இலங்கை அரசியலை முன் வைக்கின்றன. இளைஞர்கள் தமிழ்ப்பொடியன்களாக மாறிப் போனதற்கான யதார்த்தத்தையும் கூட சொல்கிறார் கதைகளில். ‘‘பிஞ்சு மனம் கண்ணெதிரிலேயே தாய் குதறப்பட்ட போது, கனியுமுன் கல்லாகிப்

போன இதயத்தோடு துப்பாக்கி பிடிக்கப் போய்விட்ட இளைஞர்கள் அந்நாட்களில் ஆயுதத்தோடு மட்டும் பயணிக்கவில்லை. அவர்களுக்குள் அமில்கர் கப்ரால், பிரான்ஸ் பனான், நெல்சன் மண்டேலா, சே போன்றோரும் புத்தகங்களாக உடன் இருந்திருக்கிறார்கள். பிறகான நாட்களில் அரசியல் நீக்கம் பெற்ற ஆயுதக் குழுக்களாக இவர்கள் உருமாறிப் போய்விடப் போகிறார்கள் என்பதைத் தான் பிரமிளினால் கண்டுணர முடியவில்லை. யாவற்றையும் கடந்து காற்றின் தீராத பக்கங்களில் மெல்லிய பறவையின் இறகென மிதந்து செல்லும் சொற்கள் திரும்ப, திரும்ப நமக்குள் ஒலித்துக் கொண்டே யிருக்கின்றன. ''வெறிகளுக்கு நேர்வேறான பரிமாண குழந்தைமை.''

புதிய கதை மீறல்களைக் கண்டடைந்த பிரமிள்

யதார்த்த பெண்ணியம்

நிகழும் வாழ்வினை உடன்போயோ, எதிர்கொண்டோ வாழ்ந்திட ஒவ்வொருவரும் தனித்தனி வழிமுறைகளை உருவாக்கிக் கொள்கிறார்கள். வானம் பார்த்து விரித்துக் கிடந்த தார்ப்பாயில் மிட்டாய்களும், ஊறிக்கிடக்கிற இலந்தைப் பழங்களும் இருந்த ஐம்பதுகள் தொலைந்தது போல தோற்றம் பெற்றிருக்கலாம். நிஜத்தில் பண்டங்கள் பாட்டில்களுக்குள்ளும், கடையொன்றினிலும் இடம் பெயர்ந்து இருக்கின்றன. எப்படியாவது வாழ்வது என்பது உயிரிகளின் தவிர்த்திடவே இயலாத நிலை. நோய்மை சிதைத்திட்ட உடலோடு மூடுண்ட அறைகளுக்குள் முடங்கிப் போனவர்கள், ஏதாவது ஒரு துளை வழியாக வெளியேறிடவே விரும்புகிறார்கள். இளம்பிராயத்தில் அம்மையும், நோய்மையும் குலைத்துப் போட்டுவிடுமோ என்று அவரையறிந்த யாவரும் கொண்டிருந்த அச்சத்தை எழுத்தின் வழியாக கடந்தவர் எழுத்தாளர் சூடாமணி. ஐம்பதுகள் துவங்கி இரண்டாயிரத்தின் துவக்கம் வரை ஐநூறுக்கும் அதிகமான கதைகளை எழுதியிருக்கிறார். எழுத்து அவரின் உயிர் மூச்சாக இருந்தது. தன்னுடைய கதைகளை வெகுஜன இதழ்கள், சிற்றிதழ்கள் என்று யாதொரு பேதமுமின்றி சகல பத்திரிகைகளிலும் இடம்பெறச செய்திருக்கிறார். வற்றாத ஈரமும், தகிக்கும் கோபமும், அன்பும், அறச்செறிவுமாக மனுஷிகளும், மனிதர்களும் நாலாதிசைகளிலும் அவரது கதைகளின் ஊடாக அலைந்து கொண்டேயிருக்கிறார்கள்.

குடும்ப அமைப்பின் அச்சாணி நீங்கள் என உருவேற்றிட ஓராயிரம் இலக்கியப் பிரதிகள் தமிழில் இதுநாள் வரையிலும் கூட செய்யப்பட்டுக் கொண்டேயிருக்கின்றன. பெண் வாசகர்களும் கூட ஒரு விதமான உவப்போடு அதனை ஏற்கவே செய்கிறார்கள். தனித்து விலகி பெண்களின் நியாயங்களை எழுதிட துவங்கிய போது சிலர், உடலெனும் இயந்திரம் அவர்களைத் துன்புறுத்துவதாக பலரும் கழிவிரக்கத்தோடு உச்சுக் கொட்டிடும் சொற்களை அடுக்கினார்கள். கவிதையையும், கலைகளையும் அவர்கள் படைத்திட்ட போது பலரும் எரிச்சலுற்றார்கள். தன்னுடைய உடலின் தனித்த அடையாளங்களையும், தர்க்க மனநிலைகளையும் தமிழில் கவிதாயினிகள் படைப்பாக்கினார்கள். சர்ச்சைகளும் வியாக்கியானங்களும் மிகுந்திருந்த தொண்ணூறுகளின் துவக்ககால படைப்புகளுக்கான ஆதிவிதைகளை நிலத்தில் தூவியவர்களில் மிகவும் முக்கியமானவர் ஆர்.சூடாமணி என்பதனை ஒருசேர அவரின் கதைகளை வாசிக்கின்ற போது உணர முடிகிறது.

வெள்ளப் பெருக்கினில் மிதந்தோடும் தக்கைகள் அல்ல கலைஞர்கள். அவர்கள் விலகிச் செல்பவர்கள். தனித்து யோசிப்பவர்கள். புதிதாய் எழுந்து நிற்பவர்கள். சமூகத்தின் பயணத்திலிருந்து விலகி நின்று வாழ்க்கையைப் பார்த்திடுவதால் தான் ஆர்.சூடாமணியினால் ''நட்சத்திரம் பொய்க்குமா?'' ''மூடநம்பிக்கை'' போன்ற கதைகளை எழுத முடிகிறது. அறிவியல் கண்டறிந்த உண்மைகளேகூட நிரந்தரமானதில்லை. அதனால் தான் அறிவியலுக்கு நிகழ்கால உண்மைத்துவம் என்று பெயர். அறிவியலே இப்படியென்றால் யூகங்களால் உருவாக்கப்பட்ட நம்பிக்கைகளைப் பற்றி நாம் எதுவும் சொல்ல வேண்டியதில்லை. ஆனாலும் கூட மரபான நம்பிக்கைகளுக்கு கடவுளும், மதங்களும் கொண்டு அழிவின்மைச் சாயம் பூசப்பட்டு விடுகிறது. காலாதி காலத்திற்குமாக மனிதகுலம் கடைப்பிடித்து வருகிற மூடநம்பிக்கைகளை கேள்விக்கு உள்ளாக்குவதில் சளைக்கவே சளைக்காதது இவரின் எழுத்து. குறிப்பாக சாஸ்திரங்களும், ஜோஸ்யங்களும் கலைத்துப் போட்டிடும் பெண் வாழ்வினை எதிர்கொள்ளும் வலிமையை இவருடைய கதைகள் உருவாக்குகின்றன. நிலத்தில் நிகழும் மாற்றங்களின் சூத்திரதாரி வானில் மிதக்கும் நட்சத்திரங்களே எனும் ஐதீகத்தைக் குறித்த மாபெரும் பகடியே இவருடைய நட்சத்திரம் பொய்க்குமா? எனும் கதை. கதைக்குள் புதிய எழுதுதல் முறையொன்றினை முயற்சிக்கிறார். நட்சத்திரங்களைக் குறித்தும், அவற்றின் மாறாத செயல்பாடுகளைக் குறித்தும் நாமறிந்த பழமொழிகளை ஒவ்வொரு சம்பவங்களாகக் கொண்டு கலைத்து ஒதுக்குகிறார். குறுங்கதைகளைச் சேர்த்துக் கட்டித்

தொகுத்து ஒற்றைக் கதையாக்கிடும் புதிய எழுதுதல் முறை நீண்ட காலமாக பலராலும் பின்பற்றப்படாமலே இருக்கிறது. அதனை முயற்சிக்க வேண்டும் என்றே தோன்றுகிறது. ''ஆண்மூலம் அரசாளும், பெண் மூலம் நிர்மூலம்'' என்கிற பால்பேதத்தை வலுவாக்கிடும் இந்தப் பழமொழியை யாருக்காகவோ விரித்து எழுதிட விட்டுச் சென்றிருக்கிறார்.

மனங்களுக்குள் ஊறிக்கிடக்கும் அன்பெனும் துளிகள் எப்போது வேண்டுமானாலும் வெளிப்படக் காத்திருக்கிறது. உறவுகளுக்குள், நட்பிற்குள் பேதம் துளிர்விட சந்தர்ப்பங்களை காலமும், வாழ்க்கையும் திறந்தே வைத்திருக்கின்றன. மனிதர்கள் பேதக்காட்டிற்குள் விழுந்து தொலைந்து போக ஒருபோதும் விரும்புவதில்லை. விரும்பாமலே பயணிக்கும் காடாக பேதம் விரிந்திருக்கிறது. சூடாமணியின் கதைகள் பேதங்களால் பிளவுண்ட இதயங்களுக்குள் நொடியில் வெளிப்படக் காத்திருக்கும் அன்பை பிரவாகமெடுக்கச் செய்கிறது. அவருடைய பெரும்பாலான கதைகளின் மனஉலகம் பெண்களுக்கானது தான். விதிவிலக்காக ''வீம்பு'' எனும் கதை தந்தைக்கும் மகனுக்குமான உறவினையும், அன்பையும் சொல்கிறது. சூடாமணி தன்னுடைய கதைமாந்தர்களை உரையாட விடுவதில்லை. மாறாக ஒருவரைப் பற்றி மற்றவர்கள் தனித்தனியே பேசிக் கொள்கிறார்கள். பேச்சு வளர்ந்து, வளர்ந்து அவ்விருவரையும் நெருங்குகிறது. இது ஒருதனித்தன்மையிலான கதைசொல்லுதல் முறையாகும்.

தோழிகளுக்குள் எழுதப்படுகிற கடிதங்கள் யாவற்றையும் தொகுத்தால் அதுவும் ஒரு கதையாகி விடுகிறது சூடாமணிக்கு. மனம் யாவற்றையும் தேக்கி, சேர்த்து, நிரப்பி வைத்துக் கொண்டேயிருக்கிறது. அன்பு, கருணை இவற்றால் மட்டுமானதல்ல வாழ்க்கை. மனிதர்கள் தங்களுடைய நண்பர்களிடம் பகிர்ந்து கொள்ளும் நிகழ்வுகளுக்குள் முகிழ்த்து வருபவையாக வெறுப்பும், கசப்பும், துக்கமுமே இருந்து வருகிறது. தன்னுடைய தோழிகளுக்கு சொல்வதாக மிகவும் சன்னமான குரலில் மனிதகுலத்திற்கே எடுத்துச் சொல்கிறார் சூடாமணி. அன்பு, பிரியம், பாசம் என மட்டும் பயணித்திடும் வாழ்க்கையா எல்லோருக்கும் அமையப் போகிறது. நிச்சயமாக இல்லை. அவநம்பிக்கைகள், கண்ணீர்துளிகள், துரோகங்கள், ஏமாற்றுக்கள் என இவற்றை மட்டும் தேக்கி வைத்திட மனம் ஒன்றும் குப்பைத் தொட்டியல்ல. அது பூக்களை ஸ்பஷ்டமாக வைத்திட வேண்டிய அபூர்வமான இடம். அன்பும், கருணையும், நம்பிக்கைகளும் பொங்கிப் பெருகிய வாழ்நாளின் அதீத கணங்களை நிச்சயம் பதியமிடுங்கள். அது

பூமாலையாக உருவெடுக்கும். குப்பைகளை அகற்றிடுங்கள் என்கிறார். அவருடைய எட்டணா நாணயம் இருத்தலியம் குறித்தும், இன்மை குறித்தும் எளிய சொற்களால் தர்க்கம் செய்த கதை, குழந்தையின் பார்வையில் வறுமையை நாடிபிடித்துப் பார்த்து கதை சொல்வது ஒன்றும் அவ்வளவு எளிதில்லை. "இருக்கே" என குழந்தை உச்சரிக்கிற போது அதுவரையிலும் யாவற்றிற்கும் இல்லை, இல்லை என சொல்லிக் கொண்டிருந்த தகப்பனோடு வாசகனும் தான் தடுமாறிப் போகிறார்கள்.

அதுவரையிலமான நம்பிக்கைகள் உடன்படுகிற இடங்களை கண்டுணர்ந்து கதையெழுதிட மிகுந்த ஆற்றல் தேவையாக இருக்கிறது. இதிலும் மொழியை முறுக்காமல் எளிமையான சொற்களில் கடவுள்கள், மதங்கள் குறித்த தர்க்கங்களை தன்னுடைய பல கதைகளில் நிகழ்த்துகிறார் எழுத்தாளர். "நாமாவளி" எனும் கதையில் கடவுளையே வாசகனோடு பேசவிடுகிறார். "என்னைப் பற்றி நீங்கள் எல்லோரும் வைத்திருக்கும் தவறான கருத்து. நான் சர்வ வல்லமை பொருந்தியவன்என்பதுதான்(பொருந்தியவன்என்றுஏன்சொல்கிறீர்கள்? பொருந்தியவள் என்று இருக்கக் கூடாதா? நான் பெண்ணா, ஆணா அல்லது அஃறிணைப் பொருளா?)" இப்படித் துவங்கித் தொடரும் விவாதம் மிகவும் முக்கியமானது. மனிதர்களே தான் உலகிலுள்ள உங்களின் படைப்பு, உங்கள் வசதிக்காகவும், உங்கள் மரண பயணத்திலிருந்து புகழ் தேடவும் நீங்கள் எண்ணிப் படைத்திருக்கிறீர்கள் என நகர்ந்து வேறு ஒன்றும் வேண்டாம் கடவுளுக்கு ஆயிரம் பெயர்கள் இருந்து விட்டுப் போகும். நான் கண்டடைந்த கடவுள் எனும் கருத்து சக மனிதர்களின் துயரங்களுக்காக கண்ணீர் சிந்துவதும், கருணையும், மனிதாபிமானமும், நியாய உணர்வும் தான் என்கிறார். கண்ணீர்க் கடலில் தத்தளிப்பவர்களின் வாழ்க்கையில் கலங்கரை விளக்கமாக இருக்கிறது மதம் என்பதனை விவாதித்துப் பார்த்த கதையிது.

எழுத்தாளன்(ள்) எல்லா நிலைகளிலும் கதைகளை எழுதுகிற போதிலும் அவளறியாது அவருடைய கதையுலகம் என ஒன்று அவருடைய கதைகளின் ஊடாக உருவாகி நிலைத்து விடுகிறது. எழுத்தாளர் சூடாமணியின் கதைக்களம் பெண் உலகம் தான். பெண் உலகின் மாயங்களையும், நியாயங்களையும் அரும்பான குழந்தைகளின் மனம் துவங்கி மரணத்தின் கடைசிப்புள்ளியில் இருக்கும் பெண் வரையிலும்ஒவ்வொருமனதிற்குள்ளும்ஊடுருவிபேசிப்பார்த்திருக்கிறார்.

பெண் குழந்தையாக இருப்பது, பெண்ணாக வளர்வது, திருமணத்திற்காக காத்திருப்பது, கணவனின் காம இச்சைகளை சகிப்பது, வயது கடந்த முதுமையை துரத்திட தவிப்பது என பெண்

உலகின் ஒவ்வொரு நிலையையும் கதைகளாக்கியிருக்கிறார் எழுத்தாளர். பெண் குழந்தைகள் நித்தமும் பேசிச் சிரித்து விளையாடிக் கொண்டிருந்த இடத்தை எங்கிருந்தோ கிளம்பி வந்த மாப்பிள்ளைகள் களவாடிப் போய் விடுகிறார்கள். அதற்கு முந்திய நாள் வரை பேசிக்கதை சொல்லி, சொல்வதையெல்லாம் கேட்டுக் கொண்டிருந்த சேக்காளியை கல்யாணம் என்கிற பெயரில் கடத்திக் கொண்டு போவதை அரும்பு உலகம் பொறுத்துக் கொள்வதேயில்லை. குழந்தைகளுக்கு மட்டுமேயான இந்த தனித்த துயரத்தை தமிழ்க்கதைகள் பேசவேயில்லை. பெண்களாக பிறப்பெடுப்பதே குழந்தைகளைப் பெறுவதற்காகத்தான். உயிர்களை மறுஉற்பத்தி செய்திடும் மகத்துவமான சக்தி பெண்களுக்கு கிடைத்த வரம் என்பது மாதிரியான கருத்துக்கள் புராண, இதிகாசங்களால் உருவேற்றி நிலைப்படுத்தப்பட்டிருக்கிறது. பெரியாரின் கர்ப்பப் பையை அகற்றிடு எனும் முழக்கத்திற்கு பின்பு இருக்கிற கோபத்தின் நியாயத்தை பெண்களால் மட்டும் தான் புரிந்து கொள்ள முடியும். சூடாமணியின் 'டாக்டரம்மா அறை' எனும் கதையின் கடைசிவரியில் ஏழாவது குழந்தையைச் சுமப்பவள் தன்னுடைய கணவன் சுமக்க முடியாமல் சுமந்து வந்து பொருட்களை வைத்து விட்டு உஷ்... என பெருமூச்சு விடுவதைப் பார்த்து சிரிக்கிறாள். அது ஒரு காவியச்சிரிப்பு என்கிறார் எழுத்தாளர். தமிழ்க்கதைகள் எங்கும் துயருறும் பெண்கள் ஒற்றைச் சிரிப்பாலே தங்களுடைய துக்கத்தை வெளியேற்றிட நிர்பந்திக்கப்பட்டிருக்கிறார்கள்.

கதையோட்டத்தை நகர்த்திச் செல்கிற போது படைப்பாளிகள் கண்டுபிடித்து விடுகிறார்கள் கதையை அவள் நடத்துவதற்கும், அவன் நகர்த்துவதற்கும் உள்ள பாரதூர வித்தியாசத்தை. கதைத் தொகுப்பின் பல்வேறு தளங்களில் விவாதிக்கப்படுகிற கருத்தாக இருப்பது முப்பது வயதைக் கடந்த பிறகு பெண்களுக்கு விருப்பமிருக்கக் கூடாதா? என்பது தான். பால்ய மணம் செய்து கணவனை இழந்தவளுக்கு முப்பது வயதில் திருமண ஆசை முகிழ்க்கவே செய்யும் என்கிற எதார்த்தத்தையும், இயல்பினையும் கதைகள் சொல்லிக் கொண்டிருக்கின்றன. ஆண்கள் தங்களுக்கென வகுத்துக் கொண்டிருக்கும் பாலியல் சுதந்திரம் குறித்த வியாக்கியானங்களை கலைத்துப் பார்க்கும் பெண் குரல் சூடாமணி யினுடையது. தனக்கு நாற்பது வயது கடந்து விட்டது. முடியெல்லாம் நிறம் மாறி விட்டது நான் வலுவிழந்து விட்டேன் என்கிற குழப்பத்தை எப்படிச் சரிசெய்வது வேறு வழியேயில்லை அதனால் தான் இப்படிச் செய்யட்டுமா என்கிற கேள்வியை கேட்கவில்லை சூடாமணியின்

பெண். மாறாக அவள் தன்னுடைய முதுமையின் தளர்ச்சியையும், தளர்ச்சியின்மையையும் பரிசோதிக்க இப்படியொரு வழியை காட்டியதற்கு உங்களுக்கு நன்றி என அதிர்ச்சியூட்டுகிறாள். கதையில் வரும் ஆண் மட்டுமல்ல, ஆண் உலகமே அதிர்ச்சியுற்று தலை கவிழத் தான் செய்யும்.

சூடாமணியின் ''நான்காவது ஆசிரமம்'' போன்ற செவ்வியல் தன்மையிலான கதையைப் போல மற்றொரு கதையை தமிழ்க் கதையுலகம் எங்கிலும் தேடினாலும் கண்டடைய முடியாது. பெண்ணியச் சிந்தனையாளர்கள் அந்தக் கதையை விவாதிக்க வேண்டும். ஒற்றைக் கதையைக் கொண்டு பெண் உலகின் எல்லா விஷயங்களுக்குள்ளும் யாவரும் பயணிக்க முடியும். பெண்ணின் மகத்துவத்தைக் குறித்து இரண்டு ஆண்கள் பேசிக் கொள்கிறார்கள். அவர்களின் உரையாடல் உள்ளுறையாக இருப்பது அவளின் பெருமை மட்டுமல்ல, அவர்கள் இருவரின் போதாமையும் கூடத்தான். பேசிக் கொண்டிருப்பவர்கள் அவளின் கணவன்கள் என்பதுவும் தன்னிடமும் கூட அவள் விவாகரத்து கேட்டால் என்பதுவும் கூட மிகவும் முக்கியமானது. தமிழின் அபூர்வக் கதையிது. மனுஷிகளுக்குள் உடல், மனம் என்பவற்றையும் கடந்து தாண்டி அவள் ''தான்'' என்கிற தனிமையில் மட்டுமே நிலையான நிறைவு அடைகிறாள். பெண் உலகின் சரிசெய்யப்படாத நியாயங்களை இந்தச் சமூகத்தின் முன் கதையாக்கி விரித்திருக்கிறார். விவாதிப்பதும், சரிசெய்வதுமான கடமை யாவருக்குமானது தான்.

பெண்ணெழுதும் எழுத்தான
சூடாமணி

புறக்கணிப்பின் துக்கம்

தன்னை முன்நிறுத்தும் தந்திரம் அறியாத மேதைகளின் மேதமைகளைக் காலம் முற்றாக புறந்தள்ளிவிடுவது இல்லை. ஏதாவதொரு நொடியில் அவர்கள் கண்டடையப்படுகிறார்கள். எல்லாத் துறைகளிலும் ஒளிகுவியும் மனிதர்களைச் சுற்றிக் கடைசிக் கருநிழலில் கலைந்து போகிற கூட்டத்திற்குள் தேடிப் பார்க்க வேண்டும் போல தோன்றுகிறது. மேதைகளைச் சாவுக்குப் பலிதந்து கொண்டேயிருக்கும் இலக்கியத் துறையில் இன்னும் கூடுதல் கவனத்துடன் காலம் தொடர்ச்சியாக செய்து வந்திருக்கும் தப்பிதங்களை உற்று நோக்க வேண்டியுள்ளது. பாரதி, பட்டுக்கோட்டை, தமிழ்ஒளி, புதுமைப்பித்தன் என இளம் வயதில் மரணம் விழுங்கிய இலக்கியக்காரர்களின் அணியில் சேர்த்திட வேண்டிய எழுத்துக்கலைஞன் கிருஷ்ணன் நம்பி ''யானை என்ன யானை'' எனும் கவிதையின் கடைசி வரியில் ஜனநாயகம் முகிழ்த்திருக்கும் காலநிலையை குழந்தைகளுக்கும் உணர்த்திடும் சொற்களைத் தமிழ் மொழிக்குத் தந்தவர் அவர். கவிதை, குழந்தைக் கவிதை, விமர்சனக் கட்டுரைகள் என நாற்பத்தி நான்கு வயதிற்குள் எழுதி முடித்து இக உலக வாழ்விலிருந்து காற்றாகிப் போன கலைஞன் கிருஷ்ணன் நம்பி. அவருடைய மொழியும், கதைகளுக்காக அவர் தேர்ந்தெடுக்கும் களமும் தனித்தது. மற்ற யாவற்றையும் விட சிறுகதையில் தனித்து வெளிப்படுகிறார்.

வாழ்வில் துயருற்றுக் கிடக்கும் மனிதர்களின் மீது அன்பும், கருணையும் பெருகிட நெருங்கிச் செல்கிற எழுத்து மொழி நம்பியினுடையது. மனப்பிறவாளர்களைக் குறித்த கவனம் தமிழ் இலக்கியக் காரர்களுக்கு மிகவும் குறைவு என்று தான் சொல்ல வேண்டும். சித்தம்

கலங்கிப் போகிட தன்னை வித்திட்ட இந்த உலகத்தின் மீது அவர்களுக்கு இருக்கிற தீராத கோபம் மொழிச் செயல்பாட்டிற்குள் சிக்காதது. யாவரும்தான் ஏதோ ஒரு புள்ளியில் மனப்பிறழ்விற்கு உள்ளாகிறோம். பகிர்வது தான் இல்லை. ''சங்கிலி'' என்னும் கதையில் ரோட்டோரத்தில் உழல்கிற எளிய மனிதர்களின் ஊடாக வாழ்க்கையின் கவனம் பெறாமல் போன மனப்பிறழ்வினைக் குறித்து அதிநுட்பமாக எழுதுகிறார் நம்பி. தன்னுடைய காலைப் பிணைத்திருக்கும் விலங்கான கொடிய சங்கிலியை அகற்றச் சொல்லி வீதியில் வருவோர், போவோரையெல்லாம் கத்தி அழைக்கிறாள் அந்தப் பெண். உலகெங்கும் நடப்பதைப் போலத்தான் ஒன்று புறக்கணிக்கிறார்கள் அல்லது வன்முறையை ஏவுகிறார்கள். புறக்கணிப்பும், வன்முறையும் மனதின் குரூரங்கள், எப்போதும் அவை வெளிப்படக் காத்துக் கொண்டேதான் இருக்கின்றன. எப்போதாவது வெளிப்படுகிற அன்பிற்குத் தான் சகல வன்மத்தையும் காட்டாற்றைப் போல அடித்துச் சென்றிடும் ஆற்றல் மிகுந்திருக்கிறது. இங்கே வாய் பேச முடியாத ஊமைச் சிறுவனைக் கொண்டு கால் விலங்கை அகற்றுகிறார். அவனும் கூட ரோட்டோரத்து அநாதை தான். பிறழ்விற்குள்ளான இதயத்தில் இருந்து பீறிட்டெழும் அன்பின் மொழியை எழுதிடும் ஆற்றல் மிக்க கலைஞன் என்பதனால் நம்பி இப்படி எழுதுகிறார். ''ஈ...ஈ... என்று ஊளையிடுவதைத் தவிர வேறு எதுவும் செய்ய முடியவில்லை அந்த ஊமைப் பிறவிக்கு. அப்போது மட்டும் அவன் நாவுக்கு பேசும் ஆற்றல் வந்திருந்தால் ''அம்மா, அம்மா...'' என்று கதறி அழுது அந்தப் பைத்தியத்தின் அன்பில் அவன் ஐக்கியமாகியிருப்பானோ என்னவோ...? எழுதப்பட்ட கதைகள் வாசக மனதைத் திறக்கத்தான் செய்கிறது. மனப்பிறழ்வுக்குள்ளானவர்களை வளைத்துக்கட்டியிருக்கும். சங்கிலிகளை அறுத்தெறியுங்கள் என்று உரக்கக் கூவத் தோன்றுகிறது.

நம்பி எழுதக் கிடைத்திருக்கும் 24 கதைகளில் முதல் பகுதிகள் எங்கும் குழந்தைகள் துள்ளித் திரிகிறார்கள். விதவிதமாக கேள்வி எழுப்புகிறார்கள். விடை மறுக்கப்படுகிற தங்களுடைய கேள்விகளை இந்தச் சமூகத்தின் முகத்தில் வீசி எறிகிறார்கள். இவை யாவற்றையும் விலகி நின்று கவனித்திட்ட நம்பி கதைப் பொம்மைகளாக்கித் தருகிறார் நமக்கு. விதவிதமாக சோதனை செய்து பார்த்திடும் துணிச்சல் மிக்க எழுத்தாளர் என்பதால்தான் அவர் தன்னுடைய நீலக்கடல் கதையை ஐம்பது பக்கத்தில் எழுதினாலும் அது வாசகனோடு என்ன மாதிரியான உரையாடலை நிகழ்த்த வேண்டும் என்கிற தெளிவு அவருக்கு இருந்தது. அவருடைய ''நீலக்கடல்'' கதையின் ஒருபகுதி பாட்டியுடனானபேரன் பேத்திகளின் உரையாடலாக வடிவம் பெற்றிருக்கிறது. கதையை தன்னுடைய காமிராக் கண் கொண்டு நிலத்திலிருந்து, வானத்திற்கும்,

வானிலிருந்து கடலுக்கும், கடலில் இருந்து மலைக்குமாக பாய்ச்சல் வேகத்தில் நகர்த்திட அவருடைய மொழிவளம் அவருக்கு கை கொடுக்கிறது. குருவியின் மரணத்தினால் குழந்தைகளின் கேள்வி கதையை தேவலோகத்திற்கு நகர்த்துகிறது. தேவலோகத்தில் முருகனையும், பாலகிருஷ்ணனையும், விநாயகரையும் ''கிட்டிப்புள்'' விளையாட வைக்கிறார் எழுத்தாளர். விளையாட்டில் முருகன் அடித்த கிட்டிப்புள் பரமசிவனின் நெற்றியில் பட்டு கண்ணாக ஒளிர்ந்து அடங்கியதாம், கோபத்தில் கற்பகத்தாரு மரத்தில் கிட்டிப்புள் வெட்டி விளையாடியதற்காக திட்டி கிட்டியைத் தூர எறிகிறான் பரமசிவன், எல்லா அப்பாக்களையும் போலவே. பிறகென்ன விநாயகர் தந்தத்தை பாதி துண்டித்துத் தர கிட்டிப்புள் விளையாட்டு தொடர்ந்தது என்கிற படைப்பாளியின் கற்பனைக்குள் தேவலோகம் உள்ளிட்ட எல்லா ஐதீகங்களும் பகடியாடப்படுகிறது. இப்படித்தான் கடவுள்களை, ஐதீகங்களை, புராண இதிகாசகங்களை கேள்விக்குள்ளாக்குவதில் சளைக்காதவர்கள் தமிழ்ச் சிறுகதையாளர்கள்.

நீலக்கடல் என்கிற கிருஷ்ணன் நம்பியின் ஆறு கதைகள் கொண்ட இந்த முதல் சிறுகதைத் தொகுப்பு எங்கும் குழந்தைகள் அலைவுறுகிறார்கள். தன்னுடைய தந்தை மட்டும் ஏன் இப்படி வறுமை பிடித்து இற்றுக் கிடக்கிறார் என தன்னுடைய வயதையும் தாண்டி யோசிக்கும் குழந்தைகள் நிச்சயம் கிருஷ்ணன் நம்பியின் கதைகளில் மட்டுமே காணக் கிடைக்கின்றனர். அவருடைய கதைகள் தான் இன்றைக்கும் தன்னை விவாதித்திட மறுக்கிற இறுகிப்போன அமைப்பாக உறுதி குலைந்திருக்கும் பள்ளிக்கூடங்களைக் குறித்து மிகுந்த காத்திரத்துடன் தர்க்கித்தன. அதிலும் ''சுதந்திரம்'', கணக்கு வாத்தியார் எனும் இரண்டு கதைகளையும் முதலில் படிக்க வேண்டியவர்கள் ஆசிரியர்கள். எப்படி இந்தப் பிஞ்சுக் குழந்தைகளின் உலகிற்குள் நாம் காட்சிப்படுகிறோம் என்பதையும், கேட்பாரற்ற வன்முறையை கைக்கொள்கிற போது துயருறும் அந்தக் குழந்தைகளின் மனஅவஸ்தையை எப்போது புரிந்து கொள்ளப் போகிறோம் என்கிற முடிவிற்கும் வரமுடியும். அப்போது அவர்களுடைய கண்களின் ஓரத்தில் கசிகிற கண்ணீர் மனதின் இறுகுகிற பாறை இளகி வடியும் துளிகள் என்று நிச்சயமாக சொல்ல முடியும்.

''சுதந்திரம்'' மற்றும் ''கணக்கு வாத்தியார்'' எனும் இரு கதை களையும் சொல்ல வேண்டும். சுதந்திரம் கதை பள்ளிக்கூடத்தில் நிகழும் சுதந்திர தினக் கொண்டாட்டத்தைப் பற்றிய கதையா? அல்லது சுதந்திரம் என்பது என்ன என்பது குறித்த தர்க்கமா? குழந்தைகளின் மன உலகிற்குள் இருக்கும் பள்ளிக்கூடச் சுதந்திர தினமே கதை, விதவிதமான கொடிக் கம்புகளுடன் மதியம் நடைபெறும் பள்ளி விழாவிற்கு

மாணவர்கள் தயாராகிப் போகிறார்கள். கிராமத்து பள்ளிக்கூட அமைப்பை இப்படிச்சொல்கிறார். பள்ளிக்கூடத்துச்சுவரெல்லாம் புதிதாக வெள்ளையடித்திருக்கிறார்கள். அசிங்கம் பிடித்த ஒரு கிழட்டுப் பிச்சை காரனுக்குப் புத்தாடை உடுத்தி விட்டது போல் காட்சியளிக்கிறது அந்தக் கிராமத்துப் பள்ளிக்கூடம். பள்ளிக்கூடத்தை கூரைத்தடுக்கு வைத்து வகுப்பறையாகவும், ஹெட்மாஸ்டர் ரூமாகவும் பிரித்திருக்கிறார்கள். விழாவிற்காக எல்லாம் ஒன்றாகிறது. மதியம் கலெக்டர் கொடியேற்ற வரப்போகிறார். காத்திருக்கிறார்கள் மாணவர்கள் எல்லோருக்கும் பசிக்கிறது. முன்கட்டில் உருவாக்கப்படும் பலகாரங்களின் வாசம் வேறு பசியைத் தூண்டுகிறது. கலெக்டர் வந்தபாடில்லை. மாணவர்களுக் கிடையேயும்தள்ளு முள்ளு கூச்சல், பிரம்புகளுடன்வாத்திமார்கள் சிங்கக் கூண்டுக்குள் நுழையும் ரிங் மாஸ்டர் போல நுழைந்து திரும்புகிறார்கள். பிரம்பின் சலார், சலார் ஒலியைத் தொடர்ந்து அமைதி சூழ்வதும் பின் சலசலப்பு தொடர்வதுமாக பள்ளி இயங்கிக் கொண்டிருக்கிறது. டீ பார்ட்டி நடக்கும் போதே லேட்டாக வருவார் என நம்பப்பட்ட கலெக்டர் வந்துவிட மாணவர்கள் விழாவிற்கு தயாராகிறார்கள். தள்ளுமுள்ளில் கருப்பையாவின் கொடி கிழிந்து விட இரண்டாம் வகுப்பு வாத்தியார் முட்டாக்களுதை ஒழுங்கா கொடிய வச்சிக்கிறதுக்கென்ன? என்று அந்த கொடிக் கம்பையே பிடுங்கி கருப்பையாவின் தொடையில் பளீரென்று வீசி விட்டு ஓடு ஓடு அவசரம் என்கிறார். இந்த குழப்பத்தில் சுழலும் பிரம்புகளும், பிரம்புகளின் நீளம் குறித்த கிருஷ்ணன் நம்பியின் குழந்தைகளின் உரையாடலும் பள்ளிக்கூடங்களில் நிறைந்திருக்கும் சுதந்திரத்திற்கு எதிரான வன்முறையை மிகவும் நுட்பமாக பதிவு செய்கின்றன. எல்லாஒழுங்கையும் பெருமழைகலைத்து போடசுதந்திரமாக கருப்பையாவும் மாணவர்களும் வீடு நோக்கி விரைகிறார்கள்.

இந்தப் பெருமழையில் தான் அவரின் அடுத்த கதையான கணக்கு வாத்தியார் துவங்குகிறது. மழையில் பள்ளிக்கூடமே இடிந்து நொறுங்குகிறது. பள்ளிக்கூடப் பெஞ்சுகள், மேசை, நாற்காலிகள், கரும்பலகை, தேசப்படம், வாத்தியார் பிரம்பு எல்லாவற்றையும் பொடிப் பொடியாக சூர்ணமாக்கத்தான் கடவுள் இப்படி மழையை ஏவி விட்டிருக்கிறான் கடவுள். அவன் செய்வது சரி அது அவனுக்குத் தெரியும். பள்ளிக்கூடங்களையும் அவன் அப்படிப் பண்ணுவான் மனிதர் களுக்கென்று தான் படைத்திருக்கும் ஒரு பள்ளிக்கூடத்துக்குள் மனிதர்களின் எண்ணற்ற பள்ளிக்கூடங்களை சூர்ணம் பண்ணி அவன் நாசிக்குப் பொடி போட்டுக் கொள்வான் எனத் தொடங்கும் கதை இன்றைக்கு தமிழ்கல்விச் சூழலில் விவாதத்திற்கு உள்ளாக்கிக் கொண்டிருக்கும் பள்ளிக் கூட தண்டனை முறைகள் குறித்து ஆழமாக

மாணவனின் மனநிலையில் விவாதிக்கிறது. புதுமைப்பித்தன் ஈசனை அழைத்து நிலத்தில் விட்டான். நம்பி கிருஷ்ணனை அழைத்து பள்ளியில் உலவ விடுகிறான். பளார், பளார் என கணக்குத் தெரியாமல் வாத்தியாரிடம் பிரம்படி வாங்குகிறான் கிருஷ்ணன். கடவுள்கள் எல்லாம் மேலே இருந்து வரம் தரத்தான் லாயக்கு நிலத்தில் நிமிடத்தை கூட கடத்திட லாயக்கற்றவர்கள் என்பதை பகடியாக சொல்கிறார்கள் காலந்தோறும் கதை சொல்லிகள்.

கிருஷ்ணன் நம்பி தன்னுடைய தொகுப்பெங்கும் புறக்கணிக்கப் பட்டவர்களுக்காக பேசுகிறார். அவருடைய சட்டை கதையைப் போல வறுமையையும், அதன் கொடூரத்தையும் உக்கிரமாக பொழிந்த கதை வேறு எங்கும் இருக்காது. அதிலும் தன்னுடைய நண்பனின் திருமண வீட்டிற்கு சட்டை போட்டுப் போக வேண்டும் என ஆசைப்படுகிற ஐம்பது வயதுக்காரர்களின் துயரத்தை எளிய சொற்களால் நகர்த்துகிறார் நம்பி. பத்து வருடத்திற்கு முன்பு தனக்குத் தைக்கப்பட்டு சிறியதாக இருந்த சட்டையை அவனுடைய பையன் எடுத்துத் தருகிறான். கச்சிதமாக இப்போது அவனுக்குப் பொருந்திப் போகிறது சந்தோசத்தில் துள்ளிக் குதிக்கிறான். அப்போது அவளுடைய மனைவியின் மனதிற்குள் பெருகும் துக்கத்தையும், துக்கத்தின் குரலையும் கண்டுணர்ந்து சொல்கிறார் நம்பி. ''பசியிலும், பட்டினியிலும் வாழ்க்கைத் துயரங்களிலும் அடிபட்டு சட்டம் சட்டமாய் விட்டுச் சருகாகிக் காய்ந்து போய் நின்ற தன் கணவனின் மெலிந்த உடம்பைப் பார்த்து கண்ணீர் மல்க நின்றாள்'' இசையிலும், இசையை ரஸிப்பதிலும்' ஈடுபாடு மிக்கவர் நம்பி என்பதை அவர் அவருடைய கட்டுரைகளில் குறிப்பிடுகிறார். ஆகவே தான் கதைகளையும் கூட வாசகனைத் தன்னுடைய குறிப்புகளைக் கொண்டே நகர்த்துகிறார். பேதமில்லாத அந்த இசைக்குறிப்புகள் மலையேறிச் செல்கின்றன. உச்சஸ்தாயில் வாசகனும் எழுத்தாளனோடு இணைந்து நிற்கிறான். ஒரு விதத்தில் ஓ ஹென்றி பாணியில் அமைந்த இவருடைய கதைகள் கச்சிதமான ஒழுங்குடன் நகர்கின்றன. கதைகளை எப்போதும் சொல்லிப் பார்ப்பவரில்லை. நம்பி மாறாக நடத்திப் பார்ப்பவர் அவருடைய இழுப்பிற்கெல்லாம் கதைகள் வளைந்து கொடுத்து நகர்கின்றன. இந்த மகா ஆச்சர்யத்தை நம்பியின் கதைகளை வாசிக்கும் எவரும் உணரலாம்.

நேர்கோட்டுப் பாணியிலான கதைகளை மட்டும் எழுதியவரல்ல கிருஷ்ணன் நம்பி. தொண்ணூறுகளில் தமிழ் வாசகன்களையும், எழுத்தாளர்களையும் பித்துப் பிடிக்க வைத்த சொல் மேஜிக்கல் ரியலிசம், ஒடுக்குமுறைக்கு உள்ளான லத்தீன் அமெரிக்க நிலத்தில் இருந்து வந்த படைப்பாளிகள் தங்களுடைய துயரத்தையும், வலியையும் யதார்த்த மொழியில் சொல்லிடச் சாத்தியமற்ற சூழல் உருவானதால் மேஜிக்கல்

ரியலிசத்தை கைக்கொண்டனர். நம்பி இந்த எழுதுதல் முறையை அறிந்தவரல்ல. ஆனாலும் அவர் மாய எதார்த்தக் கதையான ''தங்கஒரு'' வை எழுதினார்.

சென்னையில் குடியிருக்க இடம் தேடி அலைபவர்களும், கிடைத்த இடமும் படைப்பாளியின் மனதினில் ஏற்படுத்திய வடிவே ''தங்க ஒரு''. எள்ளல் தொனி துள்ளிவிழும் சோகச்சித்திரமது. தன் பணியின் முதல் நாளில் தனக்கு வழங்கப்பட்டப் பூட்ஸே தங்கும் வீடானதும், வீட்டு நெருக்கடியில் மூச்சு விட முடியாது தன் உடலைக் குறுக்கிப் பழகிய கணவனும் மனைவியும் வாழ்ந்து கொண்டிருக்க, பிறந்த குழந்தைகள் அந்தப் பூட்ஸிற்குள்ளேயே இறந்து போனதை தகவலாக பகிர்ந்து கொள்கிறான் போலீஸ்காரன். அதை கேட்டுக் கொண்டிருந்த கதை சொல்லி தன் குடும்பத்திற்காக வீடு தேடிக் கொண்டிருப்பவன். கதையின் முடிவில் தான் தன் கதையையா அல்லது குறுகிய போலீஸ் மனிதனின் கதையையா கூறுகிறோம் என்கிற பதட்டத்தை அடைந்து விடுகிறான். எனவே தான் கதையின் முடிவில் இப்படிக்கு உயரமான கணவன் என முடிக்கிறான்.

தன்னுடைய கதைகள் எங்கும் அலைவுறும் மனிதர்களின் துயரத்தையும், இயலாமையையும் கண்டு பதட்டமடைகிறார். அவருடைய காயங்களுக்கு சொற்களால் மருந்திடுகிறார். தன்னுடைய எனக்கு ஒரு வேலை வேண்டும் என்ற கதையை எப்படி எழுதினேன் என்று ஒரு கட்டுரையை நம்பி எழுதியிருக்கிறார். என்னுடைய கதைகள் எங்கினும் திரிகிற ''அவனும் நானும்'' வேறு யாருமல்ல நான் தான். முதலில் நான் எனக்குள் பெருகிக் கிடக்கிற துயரத்தை வெளியேற்றிடும் கருவியாகவே என் கதைகளைப் பார்க்கிறேன். என்னுடைய அனுபவத்தையே உலகின் அனுபவமான உருமாற்றுகிறேன். அவையே என் கதைகள்'' என்கிறார். நிஜத்தில் எதார்த்தக் கதைகள் வாழ்வின் துயர் அகற்றும் உயர் மருந்துகள் என்பதைத் தவிர வேறு என்னத்தச் சொல்ல.

மனிதகுலம் சுமக்கிற புறக்கணிப்பின்
சொற்களைக் கதையாக்கிய
கிருஷ்ணன்நம்பி

சொல்லாத சொல்

வாழ்க்கையில் யாவரும் ஒவ்வொரு நொடியிலும் தேர்வு செய்கிறோம். உணவிலும், உறங்கும் நேரத்திலும் கூட மனிதனுக்கு மனிதன் நிச்சயம் வித்தியாசம் இருக்கவே செய்கிறது. ரசனையிலும் கூட தேர்விற்கு பெரிய பங்கிருக்கிறது. அரசியல் கட்டுரைகளின் மீது தீராத காதல் கொண்டு வாசிப்பவர்கள் இலக்கியங்களின் பக்கம் திரும்பிக் கூடப் பார்ப்பதில்லை. இலக்கியத்திலும் கூட கதைகளை வாசிப்பவர்கள், கதைகளுக்கு வெளியேயான நுண்கலைகளால் ஈர்க்கப்படுவதில்லை. ஒரு நாளில் நிகழ்வதில்லை இந்தத் தேர்வுகள். சில முன் தீர்மானங்கள் நாமறியாது நம் மனங்களில் நிறைந்து விடுகின்றன. அவற்றின் வழியிலேயே நம்முடைய புத்தக வாசிப்புகளும் அமைந்து விடுகின்றன. அவர் ஒரு சௌந்தர்ய உபாசகன் என்கிற சொற்றொடர் ஆழமாக எனக்குள் பதியமிடப்பட்டிருந்தமையால் நான் லா.ச.ரா. என்கிற கதைக் கலைஞனை நீண்ட நாட்களாக தவற விட்டிருந்தேன். அதில் பொய்யில்லை என்ற போதும் யாவற்றையும் கற்றுணர்வது ஒரு வாசகனுக்கான அடிப்படைத் தேவை என்கிற எளிய புரிதலை வந்தடைய பல நாட்களாகி விட்டது. லா.ச.ராவின் 'அபிதா' எனும் நாவலை வாசித்த பிறகே அவருடைய மொழிச்செயல்பாட்டில் இருக்கும் மேதமையையும், நுட்பத்தையும் கற்க வேண்டும் என்கிற எளிய புரிதலை வாசகர்களுக்கும் பரிந்துரைக்கிறேன். தவறில்லை மனித மனங்களின் நுட்பங்களை அறிந்து கொள்ள நாம் லா.ச.ராமாமிருதத்தின் கதைகளை வாசிக்கலாம். எல்லாவற்றிற்குமான இடங்களையும் அவருடைய கதைகள் வாசகனுக்கு ஏற்படுத்தித் தருகின்றன.

கதைகளுக்கு வெளியே அவருடைய உரையாடல்கள் கதைகளை விட சுவாரஸ்யமானவையாகவே இருந்திருக்கின்றன. தன்னுடைய கதைகளை வாசிக்கத் தேர்வு செய்வதே கூட ஒரு சொகுஸு தான் என்று அடிக்கடி சொல்வதுண்டு அவர். ''நீ படிக்கும் புத்தகத்தில் ஏதோ ஒரு பக்கத்திலோ, அதில் ஒரு வாக்கியத்தின் சொற்றொடரிலோ, பதத்திலோ அல்லது இரு பதங்களிடையே தொக்கி உன்னுள்ளேயே நின்று கொண்டு உன்னை இடறி நிறுத்தும் அணு நேர மோனத்திலோ, நீண்ட பெருமூச்சிலோ உன் கண்ணில் பணிக்கும் கண்ணீர்த்துளியிலோ, அந்தத் தருணத்தோடு நீ ஒன்றிப் போய் உன்னை அடையாளம் கண்டு கொள்வது. அதுவே சொகுஸு தான் இப்படி வெளிப்படையாக தன்னுடைய கதைகள் என்ன செய்யும் என்பதையும் கூட சொல்பவர்கள் குறைவு. தன்னுடைய கதைகளுக்குள் வாசகனை ஆழ்த்தி ஆத்ம பரிசோதனைச் செய்திட அவனை நிர்பந்திக்கும் எழுதுதல் முறை லா.ச.ராவினுடையது. கதைகளில் முதன் முதலில் தமிழில் கச்சிதத் தன்மையைக் கலைத்தவர் லா.ச.ரா. அதனால் தான் அவருடைய கதைகளை வாசிக்கிற வாசகன் அவளின் கதியென்ன, அவனுடைய உலகத்தை இப்படி நிர்மூலமாக்கிடலாமா? எழுத்தாளன் எனும் கேள்வியில் மூழ்கிப் போகிறாள். பிறகு வாசகனே கதாபாத்திரங்களை தன்னுடைய மனத்திரையில் பின் தொடர்கிறார்கள். தமிழில் பல எழுத்தாளர்கள் லா.ச.ராவின் கதை மாந்தர்களை உருவாக்கியிருப்பதை எளிய வாசகனால் கூட புரிந்து கொள்ள முடியும்.

எழுத்துக் கலைஞர்கள் தன்னைத் தொந்தரவு செய்யும் ஒற்றைப் புள்ளியையே கதையாக வரைந்து பார்க்கின்றனர். அதிலும் தன்னுடைய இரவின் கதைகளை நினைவின் ஆழத்திலிருந்து மீட்டெடுத்து எழுதிடும் வல்லமை வாய்க்கப் பெற்றவர்கள் தமிழ்ச் சிறுகதைகளின் மாஸ்டர்களாகி விடுகிறார்கள். அவர்களின் ரஸமான அனுபவத்தை புனைவெனும் மாயத்தை ஏற்றித் தருகிற போது அது வாசகனுக்குள் புதிய அனுபவங்களை உருவாக்குகிறது. லா.ச.ரா.வின் பச்சைக் கனவு எனும் கதை அப்படியானது தான். நான் என்கிற பார்வையைத் தொலைத்தவனின் சொற்கள்லா.ச.ரா.வினுடையதுதான். ''தூங்குவதற்கும்,விழித்திருப்பவற்கும் என்ன வித்தியாசம்? தூங்குகிற சமயத்திலாவது உருவமற்ற உருக்கள் என் கண்ணுள் தோன்றி மறைகின்றன.'' சொற்களை வைத்து மாய விளையாட்டை லா.ச.ரா. நிகழ்த்துகிற போது யாவற்றிலும் அவரே உறைந்திருக்கிறார். அவரின் குரலையே அவர் உருவாக்கிய மனிதனும், மனுஷிகளும் பேசுகிறார்கள். அது சங்கீதம் கற்றறிந்த மேதையாயினும்

சரி, சட்டி, பானை செய்திடும் குயவனாயினும் சரி. எல்லோரும் லா.ச.ரா.விற்கு கட்டுப்பட்டு நிற்கிறார்கள். அவரின் குரலையே மொழிகிறார்கள். கனவிற்கும், நிஜத்திற்கும் இடையிலேயான கட்புலனாகா இடைவெளிகளில் கதைகள் எழுதப்படுகின்றன. மனிதர்களின் உடல் உறுப்புகள் யாவும் நூறு சதம் சரியாக இயக்கம் பெறுகிறவர்கள் மட்டுமே குறைவற்ற பிறவிகள் என்பது எவ்வளவு தூரம் சரி என்பதைக் குறித்த தர்க்கத்தை லா.ச.ரா. தன்னுடைய எல்லாக் கதைகளிலும் எவ்விடத்திலாவது நிகழ்த்தி விடுகிறார். பிறவிலேயே கண் குறைபாடு இருப்பது வேறு, நடுவில் பார்வையிழப்பினால் ஏற்படும் வலியும் துயரமும் வேறு. பார்வைக்குப் புலப்படுகிற குறைபாடுகள் உடல் சார்ந்தது. ஓராயிரம் குறைகளையும், போதாமைகளையும் தனக்குள் பதுக்கி வைத்திருக்கிறது மனம். மனம் என்கிற மாஉறுப்பு செய்கிற பெரும் அவஸ்தைகளை எழுதித் தீர்ப்பது ஒன்றும் அவ்வளவு எளிதல்ல. அந்தச் சவாலை எதிர்கொண்டு தன்னுடைய கதைகள் எங்கும் இயங்கியிருக்கும் லா.ச.ரா.வே தமிழில் முதன்முதலாக மொழியை வசப்படுத்திடும் நனவோடை உத்தியை தமிழுக்கு அறிமுகப்படுத்தியவர்.

லா.ச.ரா. தன்னுடைய ''கஸ்தூரி'' எனும் கதையில் எழுதி யிருக்கும் சொற்றொடர் அவருக்கு பல சமயங்களில் பொருந்திப் போகிறது. ''சமயத்தில் நீ புரிவதில்லை ஆனால் உன் பேச்சில் ஒருவிதமான லாகிரி கூடிக்கிடக்கிறது. புரிந்தும், புரியாமல் அப்படி என்ன வேண்டிக் கிடக்கிறது என தர்க்கிப்பவர்கள் நிச்சயம் தவறவிடப் போவது மாபெரும் வாசகப் பரவசத்தையே என்பது மட்டும் நிஜம். எல்லாக் கதைகளின் ஊடும், பாவுமாக இயைந்து கிடப்பது மனித மனங்கள் கொள்ளும் குரூரமும், பிரியமுமே... எப்படி அது யாவரும் எதிர்பார்த்திடாத நிலையிலும் கூட துடித்தெழுகிறது. அரவணைக்கிறது ஆட்கொள்கிறது என்பதைக் கண்டுணரச் செய்கின்றன அவரின் கதைகள். கதைகளுக்குள் பெரும் முடிச்சிட்டு அதை நோக்கி வாசகனை நகர்த்திச் சென்று மெது மெதுவாக முடிச்சை அவிழ்த்துக் காட்டி வாசகனை பரவசமடையச் செய்கிற எந்த உத்தியையும் மேற்கொள்ள முடியவில்லை. லா.ச.ரா. செய்வது முடிச்சை இறுக்கிப் போடுவது தான். முடிச்சிற்குள் என்ன இருக்க வாய்ப்புண்டு என்பதை அவரவர் மனத்திரையில் வாசகர்கள் எழுதிக் கொள்ள வேண்டியது தான்.

Eternal triangle நிலையில் பல கதைகளை எழுதியுள்ளார் லா.ச.ரா. நண்பன்-நண்பன் - காதலி அல்ல மனைவி என்கிற முக்கோணக் கூட்டில் தமிழில் யாரும் யோசித்திராத எல்லைக்குள்

எல்லாம் தன்னுடைய பேனாவை நகர்த்துகிறார் "I love your wife" என மிகுந்த துணிச்சலுடன் தன்னுடைய சிநேகிதனிடமே சொல்கிற மனிதனைக் கண்டு தடுமாறி விடுகிறோம். வாசகனின் மனமறிந்தவனே எழுத்தாளன். அதனால் தான் அடுத்த நொடியிலேயே இப்படி நேரடியாக எப்படிச் சொல்ல முடியும். பேசாமல் இதைக் கடிதம் மூலம் எழுதச் செய்திட வேண்டியது தான் என்கிற முடிவிற்கு வருகிறார். அதுவே 'என் பிரியமுள்ள சிநேகிதனுக்கு' 'அன்புள்ள சிநேகிதிக்கு' எனும் இருபெரும் கதைகளாகியிருக்கிறது. கடிதம் நகர்கிறது தடையற்ற சொற்கொண்டு கடிதங்களை எழுதிட முடியுமா அவர்களால், ஆனாலும் எழுதுகிறார்கள். கடிதத்தை Post செய்வது ஒன்றும் அவ்வளவு எளிதில்லையென கதையை வாசிக்கிற நாமும், கதைக்குள் உழல்கிற அவனும் நினைக்கவே செய்கிறார்கள். லா.ச.ரா. தடுமாறிப் போகிறார். பிறகென்ன செய்வது கடிதத்தை கிழித்து விட வேண்டியது தான். கிழித்து எறியப்பட்ட கடிதங்கள், சொல்ல இயலாத சொல் கொண்டு மனங்களுக்குள்ளே தேங்கியிருக்கும் கடிதங்கள் விதவிதமானவை தான். அவற்றின் தன்மைதான் கொடூரமானது.

ஏன் எழுத வேண்டும் இவை யாவற்றையும் என்பதனையும் கூட லா.ச.ரா. தனக்குள் கேட்டுக்கொள்கிறார். பதில் தேடிக்கண்டடையவே அவை யாவற்றையும் கதைகள் ஆக்குகிறார். உள்ளிருந்து கொல்லும் அப்பெருந்துயரத்தை வெளியேற்றுவதைத் தவிர அவர்களுக்கு வேறு எந்த மார்க்கமும் இல்லை. அப்படியே மனதிற்குள் பதுங்கிக் கிடந்தால் அவை யாவும் விஷமுட்செடியாகி மனதையும் உடலையும் அறுத்து அவனையே வீழ்த்தி விடும். எழுதி வெளியேற்றிய பிறகு அவன் நிதானம் கொள்கிறான். அவருடைய கதைகள் எங்கும் ஆண்கள் பித்தேறி அலைகிறார்கள். தடுமாறுகிறார்கள். பெண்களிடம் தோற்று விழுகிறார்கள். யாவற்றின் பின்புலமாக ப்ராய்ட் இவருடைய கதைகளுக்குள் இயங்கிக் கொண்டேயிருக்கிறார். மனம் எனும் குதிரையை வசப் படுத்திட முடியாது. தடுமாறிடும் மனிதர்களின் கதைத் தொகுதியே லா.ச.ரா.வினுடையது.

லா.ச.ரா.வின் கதைகளிலேயே மிகவும் தனித்ததும் ''மண்''. கதையை மற்ற கதைகளில் இருந்து பிரித்தறியச் செய்வது களமே. முழுக்க பிராமணிய சமூகமும், இசையும், காதலும், மனக்கிலேசங்களும், கொந்தளிப்பானமனஓட்டங்களும் நிறைந்திருக்கும் அவர்கதைக்களமல்ல. மாறாக விவசாயக் குடியொன்றின் கதை. கொடும் பஞ்சத்தில்

நிலத்தின் மனிதர்கள் தடுமாறிய நாட்களில் இடம் மாறி, இடம் தேடி உயிரை பிடித்து வைத்திட இதைத்தவிர, வேறு இடமில்லை என்றான போது அங்கே குடிசைகளை அமைத்துக் குடியேறினர். அங்கும், வறுமையும் துக்கமும் மனித உடலை சதை, சதையாக பிடுங்கித் தின்றால் மனிதர்கள் என்னாவார்கள் என்கிற துயரத்தினை சொல்ல முடியாத சொற்களைக் கொண்டு வரைந்திட்ட எழுத்தோவியமே மண். தன் பிள்ளையை பறிகொடுத்து நின்ற போது தைரியம் சொல்லவோ, தங்களின் துக்கத்தில் பங்கேற்கவோ மறுத்து விலகிச் சென்ற ஊரின் மீது சாபத்தை வழங்கிட காத்திருக்கிற குடும்பத்தின் கதை மண். தன்னுடைய கதையில் இப்படியொரு இடம் உருவானதைக் கண்டு அவரே இப்படி எழுதிக் கொள்கிறார். ‘‘வெள்ளைக் காயிதத்தைக் கருப்பு காயிதமாக்கறவங்க, உங்களுக்கெல்லாம் தொழிலாளிகளைக் கண்டாலே ஒரு இளக்காரம். அதுக்கென்ன கண் பார்த்தா கை செய்யுதுன்னு லேசா சொல்லிடுவீங்க...’’ உடல் உழைப்பின் மீது இந்தியச்சமூகத்திற்கு இருந்த, இருந்து வருகிற மனநிலையைக் கண்டு எழுதிய அவரின் சொற்கள் இது.

இசையெனும் மந்திரத்திற்கு மனிதர்களை வசப்படுத்திடும் பேராற்றல் உண்டு. கலையும், இசையும் நுரைத்துப் பொங்கிய நிலத்து மனிதனின் கதைகளில் இசையின் மேன்மையை பல இடங்கள் கடந்து போகின்றன. இசையெனும் தனித்த மொழிக் குறிப்புகளின் உச்சத்தைத் தொட்டுச் சென்ற இரண்டு கதைகள் ‘‘தாஷாயினி’’ ‘‘அபூர்வ ராகம்’’ இதில் தாஷாயினியின் கதைப் பகுதி முழுக்க இசைக் குறிப்புகளால் எழுதப்பட்ட கதையைப் போல வாசக மனதிற்குள் ஸ்வரங்களும், ஆலாபனைகளும் உருண்டு புரள்கின்றன. தமிழில் எழுதப்பட்ட கதைகளில் செய்யப்பட்ட கதைகள், புனையப்பட்ட கதைகள் எழுத முயன்று தோற்றுப் போன கதைகள், எழுத முடியாமல் கைவிட்டுப் போன கதைகள் என விதவிதமாய் கண்டுணர முடியும். ஐம்பதுகளில் தஞ்சை நிலத்துக்காரர்களின் கதைப் பத்திகளில் உரத்துக் கேட்ட தம்புராச் சத்தமும், இசைக் குறிப்புகளும் காலத்தின் முகத்தில் எச்சமாக இன்றைக்கு தேங்கி விட்டன. இசையும், சித்திரமும் மொழி கடந்த கலைகள். ஓவியத்தைப் போலவே இசைக்கும் வண்ணம் உண்டு என்று கண்டறிய கூர்அறிவு நிச்சயம் தேவைப்படவே செய்கிறது.

இந்தியத் தன்மையின் அடையாளம் இதுவென ஐரோப்பிய மனம் கருதிக் கொண்டிருக்கும் பண்டார மனநிலையை எல்லோரும் தான் எழுதியிருக்கிறார்கள். பிச்சைப் பாத்திரம் ஏந்தி மனிதனுக்குப் பின்னால் நிறைந்திருக்கும் வாழ்க்கையை பேனாவெனும் கூர்கத்தி

கொண்டல்ல, குளிர்ச்சியான ஐஸ்கத்தி கொண்டு கிழித்துப் பார்த்த கதையிது. வாழ்நாள் எல்லாம் ஜேப்படி செய்தே வாழ்ந்து விடுவது எனத் தன்னுடைய வாழ்நாளை எல்லாம் வசப்படுத்திக் கொண்டவன் தான், இன்று பிரம்படியையும், சுடுசொற்களையும் சகித்து பிச்சைப் பாத்திரம் ஏந்தி நிற்பவன். மனித வாழ்க்கையை தலைகீழாகப் புரட்டிப் போட்டிடும் விசித்திரங்கள் எப்போது துளிர்ப்படும் என்று கணித்திடுதல் ஒன்றும் எளிதல்ல. இந்த அறிந்திடச் சாத்தியமற்ற கணித்திடவியலாத விசித்திரங்களில் தான் மதங்களும், கடவுள் நம்பிக்கைகளும் தொங்கிக் கொண்டு நிற்கிறது.

காத்திருத்தல் என்பது மனித மனதை வதைக்கும் உயிரற்ற வஸ்து. மனிதர்கள் ஏதேதோ முன் தீர்மானங்களை உருவாக்கிக் கொண்டு எழுவதெற்கென காத்திருக்கிறார்கள். காத்திருந்து, காத்திருக்கிறோமே என எரிச்சல் அடையும் மனநிலையை வந்தடைந்த பிறகும் கூட காத்திருக்கிறார்கள். காத்திருத்தல் ஒரு அவஸ்தை. காத்திருத்தல் ஒரு சுகானந்தம். அதனால் தான் தான் விரும்பும் மாற்றம் நிகழ்ந்தே தீரும். இப்புறவுலகினில் என பலரும் காத்திருக்கிறார்கள். வயது கூடுகிற போதும் கூட எவரும் இச்சுகானுபவத்தை இழக்கத் தயாரில்லை.

அதுநாள் வரையிலும் தான் எழுதிய கதைகளை எல்லாம் தொகுத்து ஒரு பெருங்கதையாக லா.ச.ரா. வைத் தவிர வேறு எவரும் எழுதியிருக்க வாய்ப்பில்லை. அவரவர் வாழ்க்கை அவரவர் பாடு அவரவர் பயணம் எனத் தனித்து இயங்குபவர்களுக்குள் உறைந்திருப்பது தான். தன்னையன்றி வேறு எதனையும் எழுதவில்லை தான் என பிரகடனப்படுத்திடும் லா.ச.ரா. என் கதைகள் எங்கும் உலவி அலைவது நானும் என் வேதனைகளும் தான். துயருற்றுக் கிடக்கும் என் மனதின் காயங்களுக்கு கதையெனும் மருந்திட்டு ஆற்றிக் கொள்கிறேன். இது என் காயங்களை சரிசெய்திடும் ஆற்றல் கொண்டவை மட்டுமல்ல என்று உணர்ந்த போது உலக மக்களின் போதாமைகளையும், வலிகளையும், துயரங்களையும் ஆற்றிடும் ஆற்றல் மிக்கவை என்கதைகள் என்பதனால் யாவருக்குமானதாக்குகிறேன் என்னுடைய கதைகளை. ''இதழ்கள்'' எனும் கதையின் ஒவ்வொரு இதழும், பிறப்பில் இருந்து இந்த நிமிடத்தைய வாழ்க்கை வரை வரையப்பட்டிருக்கிறது. இது நிச்சயம் லா.ச.ரா.வின் கதை தான். ஆச்சர்யம் மிக்க ஒற்றுமை வாசகர்கள் ஒவ்வொருவரும் கதையை இதழ், இதழாக எழுதிக் கொள்கிறார்கள். வாசக இடைவெளி எனும் அடையாளத்தை இரண்டாயிரத்தில் தான் விமர்சகர்களும், ஆய்வாளர்களும்

கண்டடைந்தனர். தன்னுடைய கதைகள் எங்கும் வாசகர்கள் அவர்களை எழுதிக் கொள்வதற்கான பெருத்த இடைவெளிகளை உருவாக்கிய கதைக்காரன் லா.ச.ரா.

எழுதி முடிப்பதெல்லாம் End of the Chapter ஆவதில்லை. ஒரு விதத்தில் எழுத்தாளர் வேண்டுமானால் 'The end of the Chapter for me' எனப் போட்டுக் கொள்ளலாம். நிஜத்தில் எழுதி முடித்து இறுதியாக முற்றுப் புள்ளி வைத்து விட்டால் கதை முடிந்து போவதில்லை. மாறாக முற்றுப்புள்ளியின் அடுத்த வரியை தன் சொற்கள் கொண்டு வாசகனே எழுதிட சொல்ல முடியாத சொல்லை தேக்கியே லா.ச.ரா. முற்றுப்புள்ளியாக வைத்திருக்கிறார்.

அழகின் வசீகரத்தை சொல்லாக்கிய
லா.ச.ராமாமிருதம்

புறஉலகின் நிஜங்கள்

வேறெந்த மொழியிலும் இப்படியான சாதனைகள் நிகழ்ந்திருக்குமா? என்பது சந்தேகமே. தமிழில் தான் இப்படியான அசாத்திய சாதனைகளை எழுத்தாளர்கள் நிகழ்த்தியிருக்கிறார்கள். ஐரோப்பிய இறக்குமதிதான் சிறுகதை வடிவம் என்ற போதும், வேறு எந்த ஐரோப்பிய மொழியிலும் இத்தனை விதமான கதை கூறுதல் முறை இருக்குமா? என்பது விவாதத்திற்குரிய கேள்வி தான். எத்தனை கதை சொல்லிகள், ஒருவரைப் போல மற்றவரின் கதை அமைந்திருப்பதில்லை. வடிவ நேர்த்தியாகட்டும், கதை கட்டுமானமாகட்டும் உலக மொழிகளில் எழுதப்பட்டிருக்கும் கதைகளுக்கு சவால்விடக் கூடியவை நம்முடைய தமிழ்ச் சிறுகதைகள். புதுமைப்பித்தனின் கதை மொழியல்ல மௌனி யினுடையது. நகுலனின் கதைகளுக்குள் பொதிந்திருக்கும் பித்தநிலை வண்ணநிலவனின் கதைகளில் பளீரென தென்படுகிறது. புறத்தே நடக்கிற யாவற்றையும் கதையாக்கிட இயலுமா? எனும் கேள்வி காலம் தோறும் கேட்கப்பட்டுக் கொண்டேயிருக்கிறது. இந்தக் கேள்வியை சாகசமாக எதிர்கொண்டவர் விந்தன். நூற்றுக்கும் மேற்பட்ட கதைகளை எழுதியிருக்கிறார்.

புறஉலகினில் நிகழும் துக்கங்களையே விந்தனின் கதைகள் தனக்கானவையாக தேர்வு செய்து கொள்கின்றன. கதையின் முதல் வார்த்தையைத் தான் நான் தேர்வு செய்தேன். மற்ற வரிகளையும், கதையையும் கதையே நகர்த்திச் சென்றது. கதையே தன்னை எழுதிக் கொண்டது. நான் கதைக்கும், வாசகனுக்குமான வெற்று ஊடகம் மட்டுமே என்று அன்றைக்கும் எழுத்தாளர்கள் சொல்லிக் கொண்டு

தான் இருந்தார்கள். அந்த மாயவித்தை கைக்கூடினால் மட்டுமே கதை கலையாகும் என்கிற அதீத கலைக்கோட்பாடுகள் எதன் மீதும் மயக்கம் கொண்டவரல்ல விந்தன். அவருடைய கதையின் முதல் சொல்லில் இருந்து கடைசி வார்த்தை வரை என்னவாக இருக்க வேண்டும் என்பதில் மிகுந்த தெளிவு விந்தனுக்கு இருக்கிறது. அவருடைய கதைகள் எங்கும் மனிதர்கள் அலைந்து திரிகிறார்கள். ஏமாற்றுப் பேர்வழிகள், திருட்டையே தொழிலாகக் கொண்டவர்கள், அன்றாடம் காய்ச்சிகள் ஒரு வேளை வயிற்றுப்பாட்டை எப்படித் தொலைப்பது என்றறியாது தடுமாறுபவர்கள் என அவரின் கதைத் தொகுதி எங்கும் மனிதர்கள் தத்தளிக்கிறார்கள். ஒருவிதத்தில் புற உலகம் மனிதர்களின் மீது நிகழ்த்துகிற பெருந்துக்கத்தையே விந்தனின் கதைகள் பேசுகின்றன. துக்கித்துக் கிடக்கும் மனிதக் கூட்டத்தின் கண்ணீரைத் துடைக்க முடியவில்லையே என்ன மனிதன் நான் என்று தன்னையே பார்த்து பலமுறை பல கதைகளில் கேட்டுக் கொள்கிறார் விந்தன்.

கண்ணுக்குப் புலனாகாத நுண் அதிகாரம் புகையைப் போல பரவியிருக்கும் குடும்பங்களுக்குள் இவருடைய கதைகள் நுழைந்து வெளியேறுகின்றன. விந்தனுக்கு மிகத் தெளிவான சார்புத் தன்மை இருக்கிறது. குடும்பம் என்றால் எப்போதும் அவருடைய பேனா அதிகாரத்தை விரும்பி ஏற்றுக் கொண்டு என்ன செய்வது குடும்பத்தை பார்க்க வேண்டாமா? என புலம்பி சிலுவை சுமந்தபடி விக்கித்துக் கிடக்கும் பெண் குலத்தின் சார்பாகவே பேசுகிறது. அதிகாரத்தை கேள்வி கேட்டிட எத்தனிக்கும் போதெல்லாம் அவருடைய சொற்கள் மிகுந்த லாவகத்துடன் பகடியாடுகிறது. சொற்களின் எளிமையும், பகடியும் வாசகனை ஈர்த்து கதைகளோடு ஒன்றச் செய்கிறது. கண்கள் நகர்ந்திட கைகள் புரட்டிட விறுவிறுவென நகர்கிறது கதைகள். கதைகளின் மூல ஊற்று அன்பு தான், சக மனிதர்களின் துக்கத்தில் பங்கேற்க மறுப்பவர்களின் மீது வெளிப்படுகிற கோபத்தில் கூட ஈரம் கசியும் அன்பு படிந்திருப்பதை விந்தனின் கதைகள் எங்கும் நம்மால் உணர முடிகிறது.

காலத்தின் முதுகில் தன் சொற்களைக் கொண்டு படைப்பாளிகள் நிகழ்த்துகிற பகடையாட்டமே கதைகள். விந்தன் கதைகளை எழுதப்பட்ட காலத்தின் சாட்சியமாகவும், விவரக் குறிப்புகளுமாக கோர்த்துத் தைத்துக் கொண்டார். போலிகளின் வேஷத்தை காட்சிப் படுத்துகிற போது படைப்பாளி கடுஞ்சொற்களைப் பேசி மனம் கனக்கச் செய்யவில்லை. மாறாக எளிய எள்ளல் மொழியில் அவர்களின் சாயம் வெளுத்துப் போவதை நடத்திக் காட்டுகிறார். காந்தியம் ஐம்பதுகளில் அரசியல் பிழைத்து பொருளாதாரத்தில் உயர்ந்த பலருக்கும் ஒரு

லாகிரிவஸ்தைப் போல இருந்ததை பல கதைகளில் சொல்லியிருந்த போதும் ''காந்தியவாதி'' எனும் தலைப்பிட்டு தனிக் கதையே எழுதி யிருக்கிறார். அந்த கதையின் கடைசி வரிகளே அவருடைய பகடி யாட்டத்திற்கான சிறந்த சாட்சியம். ''நான் எட்டிப் பார்த்தேன் என்ன ஆச்சர்யம்! உள்ளே ஏழெட்டுப் பெண்களுக்கு நடுவே 'எங்கள் ஊர்க்காந்தி எழுந்தருளியிருந்தார், மேலே ஒருதுண்டும், கீழே ஒருதுண்டும் வழக்கமாக இருக்கும் பாருங்கள் அவற்றைக் கூட மறந்து அவர் எளிமையின் உச்சிக்கே போய் வாய்மையும், தூய்மையும், பண்பையும், பாரம்பரியத்தையும் அங்கே வளர்த்துக் கொண்டிருந்தார்.'' இப்படி காந்தியப் போலிகளை மட்டுமல்ல, தொழிலாளிகளை, அட்டையென உறிஞ்சிப் பிழைக்கும் பிழைப்பு அரசியல்வாதிகளையும் கூட பல கதைகளில் நகைத்து சொற்களால் காறி உமிழ்கிறார்.

பெண் உலகத்தின் அகப்பாய்ச்சல்களை பலரும் எழுதிக் கொண்டிருக்கிறார்கள். பெண்களைக் குறித்து ஆண் சிந்திக்கும் அவனுடைய அகம் தமிழ்க் கதையுலகினில் மிக மிக குறைவாகவே பதிவாகியிருக்கிறது. விந்தன் தன்னுடைய கதைகளில் ஆண் மனதின் பெண் உருவை கனக்கச்சிதமாகப் படைத்துக் காட்டியிருக்கிறார். அப்படியான பல கதைகளில் மிகவும் முக்கியமான கதை ''மிஸ், நளாயினி -1930'' கதையின் தலைப்பே கூட முழுக்கதையும் சொல்லி விடும். அப்படித்தான் விந்தனின் கதைத் தலைப்புகள் அமைந்திருக்கின்றன. ஐம்பதுகளின் ஆண்கள் தனக்கு மனைவியாகிப் போகிற காதலி இப்படித்தான் இருக்க வேண்டும் என்பதில் தனித்த உறுதியுடன் இருந்திருக்கிறார்கள். ''என்காதலி, தாசி வீட்டுக்குப் போக ஆசை கொண்ட நாயகனைதலைமேல் சுமந்து சென்ற நளாயினியைப் போன்றவளாயிருக்க வேண்டும்'' என்கிறான். அப்படியா பெண் குலத்திற்கே பெருமை சேர்த்தவர்கள் அல்லவா நளாயினியும், தமயந்தியும், கண்ணகியும் என்று விதந்து பேசிக் கொண்டிருக்கவில்லை அவரின் கதாபாத்திரங்கள். மாறாக தர்க்கம் செய்கின்றன. ''உன்னுடைய காதலி உன்னைப் போல தான் விரும்புகிற ஆடவனோடு என்னைச் சேர்த்து வைத்து நீ தியாகியாக வேண்டியது தானே'' என்று கேட்கிறார்கள். அப்படிக் கேட்பவர்கள் பெண்களாக இருந்தால் அது கதையாகியிருக்காது. மாறாக இப்படியாக தர்க்கம் செய்பவர்களாக ஆண்களே இருக்கிறார்கள்.

''தாம்பத்திய வாழ்க்கையில் மனித வர்க்கத்தை விட மணிப்புறாக்கள் எவ்வளவோ மேலானவையாகத் தோன்றுகின்றன. அவை எந்தக் காரணத்தைக் கொண்டும் ஏகபத்தினி விரதத்தைக் கைவிடுவதில்லை.

''தன்னுடைய மறுமணம் கதையின் முத்திரை வரிகள் இவை. காந்தியம் அந்நாளின் இளைஞர்களின் மனதைக் கவ்விப் பிடித்திருந்தது. அப்போதைய நாட்களில் விதவை மறுமணம் என்பது அவர்களின் Passion ஆகவும் வடிவம் பெற்றிருந்தது. அதில் அவர்களுக்கு ஒரு பெரும் ஈர்ப்பு இருந்ததிற்கு சமூகத்தில் அப்போது அதற்கு இருந்த பெரும் மதிப்பு மட்டுமல்ல காரணம். மாறாக தான் பெரும் தியாகியாக வலம் வரலாம் என்கிற நப்பாசையும் கூடக் காரணம் தான். எழுத்துக் கலைஞர்களில் இப்படியான கதைக்களனைத் தேர்வு செய்கிற போது பெண் உலகின் நியாயங்களையே கதையாக்குகின்றனர். ஆண்களின் தியாகம் எனும் சிலுவையைச் சுமந்தலையும் பாவிகளல்ல பெண்கள் என்று உரத்துக் கூறுகின்றன புதுமைப்பித்தனின் வாடாமல்லியைப் போலத் தான், விந்தனின் மறுமணம் கதையும். விந்தன் எப்போதும் கதைகளை மிகுந்த வெளிப்படைத் தன்மையுடனே நடத்துகிறார். சொற்களுக்குள் கதையின் சூட்சுமத்தை ஒளித்து வைத்து வாசகனை சவாலுக்கு அழைக்கும் எவ்வித முயற்சியிலும் அவர் இறங்குவதில்லை. ஒருவிதத்தில் நமக்கு மிகவும் நன்றாகத் தெரிந்தவர்களின் கதையையே எழுதுகிறார். நாம் முழுக்க அறிந்து வைத்திருப்பவர்களே அவரின் கதைகளில் ஊடாடுகிறார்கள். எளிமைதான் அழகு என்பதில் விந்தனுக்கு ஒரு உறுதி இருந்ததை அவரின் கதைகளை வாசிக்கிற எவரும் உணர முடியும்.

அவருடைய கதைகளில் மனிதர்களின் மனம் சட்டென மாறுவதை மிகுந்த நுட்பத்தோடு கதை சொல்லிப் பார்த்திருக்கிறார். மனிதர்கள் செய்கிற தவறுகள், மற்றவர்களுக்குச் செய்கிற நன்மைகள், நிகழ்த்துகிற அடாவடிகள் எனும் யாவற்றிற்கும் அந்த மனிதனை மட்டும் குற்றம் சொல்வது எந்த விதத்திலும் நியாயமில்லை. ஒரு விதத்தில் சூழலுக்கு பெருத்த பங்கிருக்கிறது. இது குடும்பம் என்றாலும் சரி, நிறுவனம் என்றாலும் சரி, அரசாட்சி நிகழ்த்தும் அரசு எந்திரத்திற்கும் கூட இதே நிலை தான். தன்னளவில் மேன்மையுற்று இருக்கும் மனிதர்கள் கூட சகமனிதனின் மீது பொறாமை கொள்கிறார்கள். அவர்களை இம்சித்து, அவர்கள் அடைகிற துயரத்தை ரசித்து குரூரிக்கிறார்கள். இது எல்லாம் ஏன் நடக்கிறது என்பதை தன்னுடைய கதைகளைக் கொண்டு விளக்குகிறார் விந்தன். அத்தோடு நின்று விடுவதில்லை அவர். தன்னுடைய கதை மாந்தர்கள் நல்லவர்கள் தான். தங்களுடைய தவறுகளுக்காக வருந்துகிற அவர்களால் தான் மனிதகுலம் மாட்சிமை மிக்கதாக நீடித்திருக்கிறது என்பதனையும் எழுதுகிறார் பல கதைகளில். ''நேற்று வந்தவள்'' ''அன்பும் அருளும்'' எனும் இவ்விரண்டு கதைகளும்

தமிழின் மிக முக்கியமான கதைகளாகும். மேலோட்டமான வாசிப்பில் மிகச்சாதாரணமாக வெளிப்படும் இவரின் பல கதைகளை மறுபடியும் வாசிக்கிற போது வாசகன் ஆச்சர்யம் கொள்ளும் நுட்பங்கள் நிறைந்தவையாக கதைகள் கட்டமைக்கப்பட்டுள்ளன.

இருபது வருட காலமாக நூற்றிற்கும் அதிகமான கதைகளை எழுதி வந்த விந்தன் தன்னுடைய கதைகள் எதற்காக என்பதை பகிரங்கப் படுத்தியிருக்கிறார். என்னுடைய கதைகள் சமுதாயத்தின் புற்று நோய்களுக்கு 'மின்சார சிகிச்சையளிக்கும்'. மனித மனத்தின் ஏதோ ஒரு மூலையில் வெளிப்படக் காத்துக் கொண்டு உறைந்திருக்கும் மனிதாபிமானத்தை தட்டியெழுப்பும் எனப் பிரகடனப்படுத்திய எழுத்தாளர் ஐம்பதுகளில் விந்தன் மட்டுமாகத் தான் இருக்கும். நிஜம் தான்; அவருடைய கதைகளுக்கு நோக்கம் இருக்கிறது. சமூகத்தின் மனச்சாட்சிகள் அவை. மனித சமூகத்தை மேலேற்றிடும் ஆற்றல் மிக்கவைகள் அவரின் கதைகள்.

வெகுஜன எழுத்தில் ருசியேற்றிய
விந்தன்

அகப்பாய்ச்சலின் தெறிப்புகள்

மனிதர்கள் ஒவ்வொரு நொடியிலும் ஏதோ ஒரு வேட்கையுடன் தான் வாழ்கிறார்கள். அதன் தன்மை விதவிதமாக இருந்த போதிலும் வேட்கையை நடத்திடவோ அல்லது அடைந்திடவோ பெரும் முயற்சி செய்கிறார்கள். வாழ்நாள் முழுக்க பணத்தைத் துரத்திக் கொண்டிருக்கும் மனிதர்களின் மனங்களுக்குள் பணம் எனும் பிசாசு நிகழ்த்திடும் நூதன விளையாட்டை கவனித்திடவும், அதைச் சரியாக கதையாக்கிடவும், கதைகளை கலைத்தன்மை மிக்கதாக்கிடவும் பேராற்றல் நிச்சயமாக வேண்டும். இப்படியான ஆற்றல்மிக்க எழுத்துக் கலைஞன் எம்.வி.வெங்கட்ராம் குறையென கண்ட பிறகு தேங்கிக் கிடக்கும் மனிதர்களுக்கு நடுவே, குறைகளையும் போதாமைகளையும் விவாதித்து ஒரு நீர்வீழ்ச்சியில் மிதந்திட துடிக்கும் மலரைப் போல மனதின் பக்கங்களில் தன்னுடைய வார்த்தையெனும் சிறகைக் கட்டமைத்தவர் எம்.வி.வி. அவருடைய முதல் கதையை பதினாறு வயதினில் எழுதியிருக்கிறார். இருநூறுக்கும் அதிகமான படைப்புகளை எழுதியிருக்கும் எம்.வி.வி.இலக்கியத்தின் சகலதுறைகளையும் பரீட்சித்துப் பார்த்திருக்கிறார். நாவல், மொழிபெயர்ப்பு, வாழ்க்கை வரலாற்று நூல்கள் என இவர் எழுதிக் குவித்த நூல்களில் அந்தந்த நூல்களின் சாதனைகளை சமன்செய்த பனுவல்களே அதிகம்.

மற்ற துறைகளைப் போலவே தன்னுடைய நூற்றிற்கும் அதிகமானசிறுகதைகளிலும், தன்னுடைய மேதமையை நிரூபித்திருக்கும் எம்.வி.வி.யின் பலகதைகள் உலகத்தரத்திலானவை. படைப்பாளிகள் தங்களுடைய படைப்புகளுக்கான கச்சாப் பொருள்களை வாழ்வினில்

இருந்தே எடுத்துக் கொள்கிறார்கள். வாழ்க்கை வெறும் கொண்டாட்டமும், களியும் மிக்கது மட்டுமல்ல. சகமனிதர்கள் தம்மீது நிகழ்த்திடும் வெறுப்பின் குரூரத்தைக் கண்டு எரிச்சல் அடைகிற மனம் காயப்பட்டுப் போகிறது. காயத்திற்கு மருந்திடும் ஆற்றல் மிக்கவையே சொற்கள். சொற்களைப் பிரயோகிக்கும் முறைகள் விதவிதமானவை. சிலர் பேசிக் கொண்டேயிருக்கிறார்கள். சிலர் அகமனதிற்குள் விவாதம் நடத்துகிறார்கள். மனதிற்குள் சொற்கள் உருண்டு திரள்கின்றன. மனதினில் தேங்கிக் கிடக்கும் வார்த்தைகளை சமாதானப்படுத்திடும் வல்லமை மனிதனுக்கு தேவைப்படுகிற போது அவன் அதனையே கதை எனும் கருவிக்குள் நிறைக்கிறான். ஒருவிதத்தில் கதைகள் அவனுடைய அகத்தின் துயரத்திற்கு மருந்தாவதைப் போலவே, மானுட குலத்தின் துயரங்களைச் சரிசெய்திடும் ஆற்றல் மிக்கதாகவும் உருமாறி விடுகிறது என்பதைத் தன் கதைகளின் மூலமாகக் கண்டடைகிறார் எம்.வி.வெங்கட்ராம்.

கும்பகோணத்து கதை சொல்லிகளில் தனித்தவர் எம்.வி.வெங்கட்ராம். தனக்கு மட்டுமேயான தனித்த உலகாக விரிந்திருக்கும் தறிமேடைகளின் கதையையும், அதற்குள் இயங்கும் கட்டுமானத்தையும், நுட்பமாக பதிவு செய்துள்ளார். மனிதர்கள் பளீரென வெளிச்சம் சூழ்ந்திருக்கும் பகல் பொழுதினில் மிருகங்களைப் போல நடந்து கொள்கிறார்கள். ஒரு வேளை வெளிப்படையாக தெரியாத போதும் கூட மனதிற்குள் அவர்களின் குரூரம் விஷமேறித்தான் கிடக்கிறது. சப்தங்களும், சூட்சுமங்களும், பரபரப்பும் அற்ற இரவுப் பொழுதுகள் அப்படியானதில்லை. இரவினை களவிற்கான பொழுதாக மட்டும் பார்க்கவில்லை. எம்.வி.வி.மாறாக பகற்பொழுதின் உன்மத்தங்களும், வக்கிரங்களும் இளைப்பாறி வெளியேறிடும் மாயத்தை நிகழ்த்திடும் குளிர்ச்சிப் பொழுது அது என தன்னுடைய பல கதைகளில் எழுதியிருக்கிறார். எம்.வி.வியின் சரிபாதிக் கதைகள் பகலின் வன்மத்தையும், இரவின் சாந்தத்தையும் கலந்து தருகின்றன. வறுமை பிடுங்கி தின்றுவிடும் வாழ்க்கையைத் துரத்திடும் எளிய மக்களின் குடும்பத்தில் தான் பத்திற்கும் அதிகமான குழந்தைகள் பிறந்து விடுகின்றன. அவர்களுக்குத் தெரியும். பிறந்திட்ட உயிரிகள் வயிற்றுடன் மட்டும் பிறப்பதில்லையென்று எம்.வி.வியின் ''பைத்தியகாரப்பிள்ளை'' எனும் கதை வறுமையை தறியில் நூற்றுக் கொண்டிருக்கும் நெசவாளக் குடும்பத்தின் கதையைப் பேசுகிறது. அதிலும் குறிப்பாக குடும்பத்திற்குள் உண்டு, உறங்கி ஒன்றாக இருந்திட்ட போதும் அவரவர் நலத்தை எவரும் விட்டுத் தரவில்லை. காதல் என்னும் மனநிலைக்கு கீழேயும், தாய்மை என்னும் தளத்திற்கு கீழேயும் கூட மிகுந்த தன்னலம் ஒளிந்திருக்கிறது என்பதை யதார்த்தமாகச்

சொன்ன கதையிது. முதலாளித்துவ சமூகத்தில் நிலவுகிற மனித உறவுகள் யாவையும் ரொக்கப் பட்டுவாடா முறையிலானவை எனும் மாமேதை மார்க்ஸின் கணிப்பினை கதையாக வாசித்துக் கொண்டிருக்கும் உணர்வினை ஏற்படுத்திடும் கதை ''பைத்தியக்காரப்பிள்ளை''

மனிதர்களுக்குள் எப்போதும் நிறைந்திருக்கும் போதாமைகளையே படைப்பாளிகள் கண்டுணர்ந்து கதைகள் ஆக்குகிறார்கள். தன்னுடைய வாழ்க்கை துயரமும், வறுமையுமாக நீடித்திருப்பதை எவரும் விரும்புவதில்லை. இப்படியாகி விட்டதே நம் வாழ்வென துக்கத்தையும், வலியையும் ஆழ்மனதில் தேக்கி வைத்தால் என்னவாகும் மனம். பித்துப் பிடித்துத் தடுமாறவே செய்கிறது. பித்தத்திலிருந்து கடந்து வெளியேறி விடுவது ஒருவழியாக இருக்கவே செய்கிறது. ஆயினும் மனம் பித்தநிலைக்குள் தன்னையிழக்கவே விரும்புகிறது. பித்தத்தை ஏற்று அதற்குள் லயித்து புதிய, புதிய மனநிலையை அடைய மனிதர்களுக்கு கதைகள் தேவைப்படுகின்றன. கனவினில் அல்ல மனிதர்கள் விழித்திருக்கும் போதினில் கூட தன்னைப் பற்றிய ரஸமான கதைகளை தன்னுள் உருவாக்கிக் கொள்கிறார்கள். தன்னால் உருவாக்கப்பட்ட கதைகளை ரஸிக்கிறார்கள். சொல்லப்படாத கதைகளால் என்ன விளைந்திடப் போகிறது. அதனால் தான் இதுதான் என்னுடைய கதையென இட்டுக்கட்டி வைத்திருக்கும் கதைகளைக் கட்டவிழ்த்து விடுகிறார்கள். பைத்தியம் என அலையும் எவரிடமும் இந்த உலகிற்குச் சொல்லிட அபாரமான கதையொன்று ஒளிந்திருக்கிறது. இதனையே தன்னுடைய ''யாருக்குப் பைத்தியம்?'' எனும் கதையில் எழுதியிருக்கிறார் எம்.வி.வி. சாதாரண கதைகளை பைத்தியங்கள் சொல்வதில்லை. கதைசொல்லியின் ஜரிகைப் பெட்டியை தூக்கியபடி கதை சொல்லிடும் பெரியவரும், பெரியவரின் மகனான அழகர்சாமியும் சொல்லிடும் கதையில் கும்பகோணம் பாலரமணியெனும் தாசியோடு வாழ்ந்திருந்த நாட்களைச்சொல்கிறார்கள்? தன்னுடைய இயலாமையையே கதையாக்கி சொல்லிக் கொண்டு அலைகிறார்கள். நிஜத்தில் இவர்கள் மனப்பிறழ்வாளர்களா? மனப்பிறழ்வு என்பது என்ன? என்பது போன்ற பல கேள்விகளை எழுப்பிக் கொண்டேயிருக்கிறது கதை.

இயற்கையெனும் இயல்பிற்குள் நிறைந்திருக்கும் நுட்பத்தையும், பேரழகையும், தீரவே தீராத வசீகரத்தையும் தன்னுடைய நுண்ணிய சொற்கள் கொண்டு வேறு ஒன்றாக மாற்றிக் காட்டிடும் ஆற்றல் கொண்டவர் எம்.வி.வி. அவருடைய ''வாழவைத்தவன்'' பனிமுடி மீது ஒரு கண்ணகி'' எனும் இவ்விரு கதைகளும் இதனையே செய்கின்றன.

அதிலும் குறிப்பாக தமிழ்க் கதைகளில் சிறப்பாக பதிவுறுத்தப் பட்டிருக்காத குற்றாலத்தின் சீரிய காட்சிகளை அதிநுட்பமாக பதிவு செய்துள்ளார். குற்றாலத்திற்குச் செல்கிற இளஞ்சோடிகளின் வார்த்தைகளாக வெளிப்படும் எம்.வி.வி.யின் சொற்களில் குற்றாலத்தின் நிலவியல்காட்சிகள்துள்ளித் தெறிக்கின்றன. ஒரு படைப்பை வாசித்திடும் போது அதன் காட்சிகள் நம்முடைய காண்திரையினில் உருவாகி வெளிப்படவே செய்யும், அது தேர்ந்த படைப்புகளுக்கு மட்டுமே நிகழும். தேனருவிகளுக்கான பயணத்தில் அவ்விருவருடன் நாமும் தான் கதையின் ஊடாக பயணிக்கிறோம், குளிக்கிறோம், களிக்கிறோம் எல்லாம் நிகழ்கிறது. வெறும் பயணக் கதையாக மட்டும் தேங்கிடும் சகல சாத்தியமும் கொண்ட இந்தக்கதையை கலைத்தன்மை மிக்க மிகச்சிறந்த கதையாக்கியது அந்தப்பெண் கேட்கும் வலிமையான கேள்விகள்தான்? இது அவளுடைய கேள்வியாக மட்டும் இருந்திருந்தால் மிக மிகச் சாதாரணமாகியிருக்கும். அவள் யாவருக்குமான கேள்விகளை எழுப்புகிறாள். திருமணம் என்பது நம்முடைய சமூகத்தில் உடல் சார்ந்த வேட்கையை சரிசெய்திடும் ஒரு ஏற்பாடாகத்தானே இருக்கிறது. நிஜத்தில் என்னைப் பிடித்துத்தான் கல்யாணம் செய்தீர்களா? என்கிற அவளின் கேள்வியை எல்லோரும், ஏதாவது ஒரு சந்தர்ப்பத்தில் எதிர்கொள்ளாமல் இருந்திருக்க வாய்ப்பேயில்லை. அவளுடைய பதிலறியத் துடித்திட்ட அந்தக் கேள்வி குற்றால மலையில் கொட்டித் தீர்த்திடும் அருவியின் பாய்ச்சலிலும் கூட கரைந்திடாமல் அங்கே தான் மலைமீது படிந்து கிடக்கிறது.

காதலையும், உடல் வேட்கையையும் அதைத் தாண்டிட மனிதகுலம் கண்டடைந்திருக்கும் வழிகளையும் தன்னுடைய கதைகள் எங்கும் படரவிட்டிருக்கிறார் எம்.வி.வி. அதற்கு அவர் எடுத்துக் கொள்ளும் களம் புராண, இதிகாச கதைகள் தாம். இன்றைக்கு புதிய வடிவமெடுத்திருக்கும் 'Retold Story' எனும் மறுஉருவாக்கக் கதைகளின் ஆதிக்கதை சொல்லி எம்.வி.வி. தான் அவருடைய ''நித்திய கன்னி'' அதற்கு ஆகச்சிறந்த உதாரணம். நாவலில் மட்டுமல்ல, தன்னுடைய சிறுகதைகளிலும் கூட இப்படியான பரிசோதனைகளை செய்து பார்த்திருக்கிறார். ரதி, மன்மதன் என நம்முடைய மனமெங்கும் நிறைந்திருக்கும் காதற்கடவுள்களை நிலத்தில் இறக்கி தடுமாற வைக்கிறார். ''அழகி'' எனும் கதையில் சாயாதேவியை தேடி வர அரவிந்தர் ஆசிரமத்தின் தலைமைச் சீடனை அழைத்து வருகிறார். தான் விரும்புவதை அடைந்திட ஆண் மனம் எந்த எல்லை வரைக்கும் சென்று திரும்பிடும் ஆற்றல் கொண்டது என்பதனை மிக நுட்பமாக பதிவு செய்த கதை ''அழகி''

காதலையும், காமத்தையும் போன்று சமாதானமாகிடும் தன்மையிலானதல்ல பசி. பசி காதலைச் ஜெயித்திடும் ஆற்றல் மிக்கது. இதனை பிராய்டின் சொற்களைத் துணை கொண்டு ஆனால் பசியெனும் உக்கிரம் நிகழ்த்திடும் விளையாட்டை தன்னுடைய ''வயிறு பேசுகிறது'' கதையில் ஒரு கூர்கத்தியைப் போன்ற சொற்களால் கட்டமைத்துக் காட்டுகிறார். உடலை இற்றுப் போகச் செய்யும் பசியைக் குறித்து எழுதப்பட்ட பிரேம்சந்த் பாணிக் கதையல்ல இது. பசியினால் தடுமாறித் தத்தளித்து தவறிழைக்கும் மனிதர்கள் வெட்கம் அறியாது பசியாற்றிட எந்த எல்லைக்கும் போகும் மனிதர்களுக்கு நடுவில் பசியைச் சுமந்தபடி காதலியைச் சந்திக்கச் செல்லும் மனிதனை எம்.வி.வி.யில் தான் படைக்க முடியும். தாயை முழுப்பட்டினியில் தள்ளி விட்டு தான் மட்டும் பசி ஆற்றிட நினைத்து அவன் உண்ட சோறு பசித்துக் கிடக்கும் வயிற்றின் பாதைகளில் ஈயம் பூசக் கூட போதவில்லை. அவன் தன்னுடைய காதலைச் சொல்கிற போது இவனுடைய நாவிற்கு சக்தியே இல்லை. சொற்கள் காற்றில் துழாவுகிறது. அவன் உறுதியாக நினைக்கிறான் இப்போது பேசிக் கொண்டிருப்பது நானல்ல, என்னுடைய வயிறு. ''கிசுகிசுக்கும் குரலில் அவன் கூறினான்'' அம்மாவுக்கு ரொம்பப் பசி... இல்லை, சும்மா சொன்னேன்; அம்மாவும் நானும் தான் சாப்பிட்டோம்... இல்லை பொய் எனக்கும் ரொம்பப் பசி...'' ''ஐ லவ் யூ'' எனும் அமரத்துவமான சொல் கேட்டிட துடித்தலைந்த அந்த இளைஞன் ''ஐ லவ் யூ டு'' எனச் சொல்ல வேண்டிய சந்தர்ப்பத்தில் எனக்கு ரொம்பப் பசிக்கிறது எனச் சொல்கிறான். இது தான் எம்.வி.வி.

தன்னுடைய படைப்புலகமெங்கும் மனிதர்களின் மனதிற்குள் உறைந்திருக்கும் சொற்களைக் கண்டறிந்து அவற்றினைக் கோர்த்துக் கட்டி கதையாக்குகிறார். தன்னுடைய ''காதுகள்'' எனும் நாவலுக்காக சாகித்ய அகாடமி விருது பெற்றிருக்கும் எம்.வி.வெங்கட்ராமின் கதையுலகம் மனிதர்களின் அகமே.

பசித்தலையும் மனதின் சொற்களைக்
கதையாக்கிய
எம்.வி.வெங்கட்ராம்

நோக்கறிந்த சொற்கள்

நாம் நடந்து செல்லும் பாதைகளில் பதுங்கிக் கிடக்கின்றன நீரூற்றுகள். எல்லோருக்கும் தட்டுப்படுவதில்லை அவை. சிலரே இனம் காண்கிறார்கள். மனிதகுல மேன்மைக்காக அவற்றை யாவருக்கும் பொதுவானதாக்குகிறார்கள். நீரூற்றுகளால் மட்டும் நிறைந்திருக்கும் உலகமல்ல இது. இங்கே கொதித்துக் கிடக்கும் எரிமலைகளை உங்கள் கண்களுக்குத் தென்படவில்லையா? சமயம் கிடைத்தால் போதும் சகலவற்றையும் அழித்தொழித்திடும் அதன் குரூரத்தை நீங்கள் ஏன் குறைத்து மதிப்பிடுகிறீர்கள்? நீரூற்றுகளின் குளிர்ச்சியில் லயித்திருக்கும் பலருக்கு நீரூற்றுக்கள் நிறைந்திருக்கும் இவ்வுலகில் தான் எரிமலைகளும் பதுங்கிக் கிடக்கின்றன என்பது தெரியாமலே இருக்கிறது. நீரூற்றுகளின் மேன்மையையும், எரிமலைகளின் உக்கிரத்தையும் சரியாக புரிந்து கதையாக்குபவர்களே முற்போக்காளர்கள். முற்போக்குத்தமிழ்க்கதைகளின் ஆதிவிதைகளை நட்டுச் சென்ற படைப்பாளிகள் யாவருக்கும் ஒரு பொதுத்தன்மை இருக்கவே செய்கிறது. வேறு ஒன்றுமில்லை மனிதனின் வாதைகளையும், துயரங்களையும், வாழ்க்கையை எட்டித் தள்ள மனிதகுலம் படுகிற அவஸ்தைகளையும் தன்னுடைய சொற்களால் சொஸ்தப்படுத்திடல் சாத்தியம் என்கிற நம்பிக்கையே அவர்களை முற்போக்காளர்களாக்குகிறது. முற்போக்குத் தமிழ்க் கதையாளன் நான் என தமிழில் பகிரங்கப்படுத்திக் கொண்டு கதையாடியவர்கள் வெகு சிலரே. அந்த வரிசையின் ஆதிக் கதை சொல்லி வல்லிக் கண்ணன்.

பிறகான நாட்களில் வல்லிக்கண்ணன் மீது படிந்து விட்ட விமர்சகர் எனும் மாயத் திரையினால் அவருடைய புனை கதையெழுத்துப் பகுதி

மறைந்து போய்க்கிடக்கிறது. ''புதுக்கவிதையின் தோற்றமும், வளர்ச்சியும்'' எனும் நூலுக்கு சாகித்ய அகாடமி விருது பெற்றிருக்கிறார். அவரை இலக்கிய சர்ச்சைகளையும், விமர்சனக்கருத்துக்களையும் முன்னெடுப்பவர் எனும் ஒற்றைக் குடுவைக்குள் அடைத்திட இதுவே காரணமாகி விட்டது. துவக்கத்தில் கதைகள் எழுதியிருக்கிறார். குறுநாவல், நாவல், வாழ்க்கை வரலாறுகள், மொழிபெயர்ப்புகள் என பல்துறை வித்தகராக விளங்கியவர் வல்லிக்கண்ணன். எத்துறையில் இயங்கினாலும் அவருடைய சொற்களுக்கு தெளிவான நோக்கம் இருந்தது. அதனால் தான் எழுத்தாளரும் அவருடைய நண்பருமான வ.விஜய பாஸ்கரனுடன் இணைந்து ''சரஸ்வதி'' எனும் இலக்கிய இதழை நடத்தினார். சரஸ்வதி தன்னை பகிரங்கமாக முற்போக்கு இலக்கிய இதழ் என பிரகடனப்படுத்திக் கொண்டது. வல்லிக்கண்ணனின் ஆகச்சிறந்த கதைகள் யாவும் சரஸ்வதியில் வெளிவந்தவையே. மணிக்கொடியின் மீது பாய்ச்சப்படுகிற ஒளிக்கு சற்றும் குறையாத வெளிச்ச ரேகைகள் விழுந்திருக்க வேண்டிய இலக்கிய இதழ் சரஸ்வதி. காலம் சில தப்பிதங்களை தொடர்ச்சியாக நிகழ்த்திக் கொண்டேயிருக்கிறது. அவற்றை அழித்து எழுதிட வேண்டிய கடமையையும் கூட அதுவே நமக்கு தந்து கொண்டேயிருக்கிறது. முற்போக்கு இலக்கிய வரலாற்றை எழுதிட நினைக்கிற எவரும் சரஸ்வதியையும், வல்லிக்கண்ணனையும் தவிர்த்திடல் சாத்தியமில்லை என்பது மட்டும் நிஜம்.

காலந்தோறும் கதைகள் எழுதப்பட்டுக் கொண்டேயிருக்கின்றன. தன்னை எடுத்து கையாளப் போகிற கலைஞர்களுக்காக அவை காத்திருக்கின்றன. என்னை எடுத்துக் கொள் கதையாக்கு, என் சொற்களை யாவருக்குமானதாக மாற்றிவிடு என இறைஞ்சுகின்றன. நடுவில், திண்ணைகளில் ரோட்டோரத்து வாழ்க்கையின் நீடித்திடும் நிமிடங்களில் கதைகள் உறைந்திருக்கின்றன. புற்றில் உறைந்திருக்கும் பாம்பென மனித மனதிற்குள் கதைகளும், சொற்களும் நிறைந்திருப்பதைக் கண்டுணர்ந்து சொன்ன கதைக் கலைஞனே வல்லிக் கண்ணன். அவருடைய கதைகளை மத்தியதர வர்க்கத்து மனித வாழ்வா? விளிம்பு நிலை மனிதர்களின் துயரா? மேட்டுக்குடியென தன்னை நினைத்துக் கொண்டு வஞ்சனை செய்கிற மனிதர்களின் கீழ்மையா? எனப் பிரித்தறிய முடியாது. வாழ்க்கையின் விளைச்சல்களே கதைகள். ஒரு விதத்தில் வாழ்க்கையை எதிர்கொள்ளத் தடுமாறிடும் மனிதக் கூட்டத்திற்கு நம்பிக்கையளித்திடும் வித்தைகளே தன்னுடைய கதைகள் என்கிற அசாத்தியமான எண்ணம் அவருக்கிருப்பதையும் கூட அவருடைய கதைகள் வாசகனுக்கு உணர்த்துகின்றன.

யாவரும் பிரம்மாண்டத்தை வியந்து பார்த்துக் கொண்டிருக்கும் போது பிரம்மாண்டமான வெளிச்சங்களுக்கு அருகிலே படர்கிற

கருநிழலையும் அதன் ஆறாத துயரங்களையும் காட்சிப்படுத்தியவர் வல்லிக்கண்ணன். அதனால் தான் நெல்லையின் கலாச்சாரத் திருவிழாக் களில் ஒன்றான சூரசம்ஹாரத்தையும், வேஷதாரிகள் நிறைந்திருக்கும் விழாக்களின் உக்கிரத்தையும் படைப்பாளிகள் கதையாக்கினார்கள். அவர்களின் பார்வையின் எல்லையிலிருந்து தப்பிப் போன வாழ்வியலின் மிக முக்கியமான பகுதியை ''சூரன்குத்து'' எனும் கதையாக்கியிருக்கிறார். ஒரு விதத்தில் இது ஒரு உபகதை. இலக்கிய வெளிகளில் புறக்கணிப்பிற்கு உள்ளான மனிதர்களின் கதையை எழுதியே தீர்வது எனும் உறுதி யிருப்பதால் தான் வல்லிக்கண்ணன் ''சூரன்குத்து'' எனும் கதையை எழுதிட முடிகிறது. நெல்லையின் ஓரத்தில் ஒதுங்கியிருக்கும் கிராமமான குருவிப்பட்டியின் ''சூரன்குத்து'' வையே கதையாக்கியிருக்கிறார். யானை முகாசூரனையும் குத்திக் கொன்றுவிட்ட பிறகு குதித்து குதித்து சூரபதுமனையும் ஓட ஓட விரட்டிய முருகன் அறிந்திருக்க சாத்தியமற்ற பகுதிக்குள் தன்னுடைய கலையையும், கதையையும் கண்டுணர்ந்தவர் வல்லிக்கண்ணன். அசுரர்களைப் பெற்றெடுத்த தாய்மார்கள் கூடி வைக்கிற ஒப்பாரியும், ஓலமும், துயருற்றவர்களின் குரலாக ஒடுங்கிக் கிடக்கிறது. பொம்மைகளை வைத்து விளையாடிடும் மனிதர்கள் அசுரர்களைப் பெற்றெடுத்ததாய்மார்பொம்மைகளைஉருவாக்குகிறார்கள். துயரத்தின் வலியை சொற்களாக்குகிறார் வல்லிக்கண்ணன் இப்படி. ''பெரியவர்களும், சிறியவர்களும் சூரத்தாயின்துயரஓலத்தைப் பெரிதாக்கி ஒலி பரப்புவார்கள். அவர்களின் மாரடிப்பு ஓசையும் அழுகை ஒலியும் காற்றிலே கலந்து வந்து என் காதுகளைத் தாக்குகிறது. வெறும் பிரமைதான் அது. எனினும் என் இதயம் வேதனையால் கனக்கிறது. துயரம் தொண்டையில் கூடுகிறது. கண்களிலே நீர் மல்குகிறது...'' தோற்கடிக்கப் பட்டவர்களின் குரலை இந்த உலகிற்கு சொல்லிய இலக்கியங்கள்வெகு குறைவே. சூரபத்மனின்வீழ்ச்சிக்குள்உறைந்திருக்கும்அவளுடையதாயின் குமுறலும், வேதனையும் யாவரையும் நிலை குலைக்கவே செய்கிறது.

தாயின் கண்ணீர் மட்டுமல்ல, வாழ்வின் நிமிடங்களை எதிர் கொண்டிட முடியாது தவித்து தடுமாறும் பெண்களையும், அவர்களின் துயரங்களையும் கூட வல்லிக்கண்ணன் மிகவும் வெளிப்படையான சொற்களைக் கொண்டே பதிவு செய்துள்ளார். ''இரண்டுபாபிகள்'' ''நல்ல காரியம்'' எனும் இரண்டு கதைகளுக்கும் மிகத் தெளிவான நோக்கமும், யாருக்காக பேசுவது, எதைப் பேசுவது என்பதில் படைப்பாளிக்கு இருக்க வேண்டிய உறுதியையும் வெளிப்படுத்துகிறது. இந்த உலகின் எளிய பார்வையில் யார் பாவிகளாக பார்க்கப்படுகிறார்கள். சாகஸம் நிகழ்த்தியாவது அல்லது எந்த விதமான குற்ற உணர்ச்சிக்கும் ஆட்பட்டிடாது துணிந்து கயமையும், பொய்மையையும் தனதாக்கி

வாழ்ந்து கொண்டிருப்பவர்களை வாழ்க்கையில் வெற்றி பெற்றவர்களாக பார்க்கிறது இந்த உலகம். ஒருவிதத்தில் வெற்றியின் அடையாளம் கடைசி நிமிட வெளிப்பாடே. இந்த இடத்தை வந்தடைந்திட்ட பிறகு அதன் பயணக்குரூரங்கள் ரகசியமாக்கப்பட்டு விடுகின்றன. அதனால் தன்னைப் போல ஏதாவது செய்து வாழ்க்கையை ஜெயித்து விட முடியாதவர்களை பாபிகள் என்கிறது உலகம். அதனால் தான் லௌகீக வாழ்க்கையை எட்டித்தள்ளிட முடியாது தத்தளிக்கும் எழுத்தாளனையும், வாழ வேண்டிய நிர்பந்தத்தை கடந்திட தன்னுடலையே வேட்டைப் பொருளாக்கிடும் பாலியல் தொழிலாளியையும் ''இரண்டு பாபிகள்'' எனும் கதைக்குள் காட்சிப்படுத்துகிறார். ஒருவிதத்தில் வாழத் தெரியாதவர்கள் அல்லது வாழ லாயக்கற்றவர்கள் இவர்கள் என்கிற உலகின் குரலை கேள்விக்கு உள்ளாக்குகிறார் கதையில்.

ஆச்சர்யப்படத்தக்க வகையில் வாழ்க்கையை அவரவர்கள் தேர்வு செய்வதில்லை, தற்செயலாக அமைந்து விடுகிற வாழ்வினை நடத்திடுகிறார்கள் என்கிற வேதாந்த விளக்கங்களை முன்வைக்கவில்லை வல்லிக்கண்ணன். எல்லோரும் வாழ்க்கையின் பொழுதுகளை கவனிக்கிறார்கள், திட்டமிடுகிறார்கள், திட்டமிடல் பிசகுகிறது. ஆனாலும் மனிதன் சளைத்து தேங்கி விடுவதில்லை. விசையுறு பந்தினைப்போல உந்தியெழுகிறான். வாழ்வதே முக்கியம் எனும் போது அவரவர்கள் அவரவர் விரும்பிய திசையினில் வாழ்க்கையை நடத்திப் பார்க்கிறார்கள். அதனால் தான் நல்லகாரியம் கதையினில் வருகிற ''பெண்'' வெற்றி கரமானவாழ்க்கையினைவாழ்ந்திட முயற்சிக்கிறாள். கல்லூரி போகிறாள், படிக்கிறாள், தேர்வு எழுதுகிறாள், அவளுடைய பழைய வாழ்க்கை முறையை முற்றாக அழித்து விடுகிறாள். அது அவள் விரும்பித் தேர்ந்த வாழ்வில்லை. பிள்ளையை அவளுடைய கனவினை அடைந்திட தேர்ந்தெடுத்திட்ட தவிர்க்க இயலாத பகுதி அது. எனவேதான் அவள் அதற்காக வருந்திக் கொண்டிருக்கவில்லை. நல்லகாரியத்தை நடத்திட முயற்சித்திடும் போது கடந்து போக வேண்டிய சுழல்ஆறு இதுவென்றே சமாதானமாகிறாள்.

வல்லிக்கண்ணனின் பெண் கதாபாத்திரங்கள் தனித்தவர்கள் ''உரிமை''யெனும் கதை ''செல்லம்மா'' பின்னாட்களில் வெகுஜன சினிமாக்காரர்களால் பயன்படுத்தப்பட்டு, பயன்படுத்தப்பட்டு நைந்து போன கதாபாத்திரம் தான். ஆனாலும் கூட அறுபதுகளில் இக்கதையை எழுதிய வல்லிக்கண்ணனின் எழுதுதல் முறையும், அதற்கென தேர்வு செய்த கதைக்களனும் அவரை தனித்த கதை சொல்லியாக மாற்றி யிருக்கிறது. தெளிவான நேரடியான சொற்களைக் கொண்டு அவருடைய எல்லாக் கதைகளையும் போல அமைக்கவில்லை இந்தக் கதையை.

கதைகளுக்கான மொழியை கதையும், படைப்பாளியும் கூடி முடிவு செய்திருக்கிறார்கள். இருட்டையும், பயத்தையும் குறித்து இத்தனை அபூர்வமான சொற்களைக் கொண்டு எழுதப்பட்ட கதைகள் தமிழில் மிக மிக குறைவுதான். அந்த வகையில் தமிழின் மிகச்சிறந்த கதைகளில் ஒன்றாக ''உரிமைக்'' கதையைச்சொல்லிட முடியும். இக்கட்டானசூழலில் தவிக்கவிட்டு தப்பிப் போகிற ஆண்களுக்காக ஏங்கிக் கிடக்கிறவர்கள் பெண்கள். ஏனென்றால்இவள்பெண். அதிலும்அவனுடையபொண்டாட்டி. வேறு வழியில்லை. அவன் கட்டி வைத்திருக்கும் கட்டுகளை ஏற்று அவனுக்காக காத்திருப்பதைத் தவிர அவளுக்கு வேறு எந்த வழி யுமில்லை என நம்புகிறது உலகம். உலகின் நம்பிக்கைகளை கேள்விக்கு உட்படுத்துபவனேகலைஞன். அதிலும் அவள் ஏன் காத்திருக்க வேண்டும்? துயருற்றுக் கிடந்த நொடியில் தப்பிப் போனவன் திரும்பி வருகிற போது அவள் அவனுடைய அதிகாரத்தின் அடையாளமான தாலிக்கயிற்றை திரும்பத் தருகிறாள். அப்போது உலகம் ஒன்றும் உறைந்து நின்றுவிட வில்லை. அது இதன் இயல்பில் இயங்கவே செய்யும். அந்த நொடியில் இருவரும் இருவேறு திசைகளில் பயணிக்கிறார்கள். வாசகன்நினைத்துக் கொள்கிறான் ''வாழ்க்கையொன்றும் பெரும் சிக்கலானதில்லை. மாறாக இயல்பாக்கிக் கொண்டால் இயல்பிலும் இயல்பானது என.

மனிதன் இயல்பில் மகத்தானவன். தெரிந்தே குற்றமிழைப்ப தில்லையவன். தவறிச் செய்த பிழைகளுக்காக வருந்தி கண்ணீர் உதிர்க்கும் மனிதர்களுக்காக வல்லிக்கண்ணன் வருத்தப்படுகிறார். அவருடைய காயங்களுக்கு தன்னுடைய சொற்களால் மருந்திடுகிறார். வாழ்நாள் எல்லாம் ''தங்கம்'' என்கிற மஞ்சள் பிசாசிற்காக கொலை பாதகச்செயலைச் செய்த மனிதனைதங்கச்சுரங்கத்தில் தொழிலாளியாக்கினால் என்னவாகும்? என யோசிக்கிற ஆற்றல் கொண்டவர் வல்லிக்கண்ணன். சொல்லில் தெளிவு, வாக்கினிலே நேர்மை. யாருக்காக எழுதுகிறோம் என்பதில் இருக்கும் உறுதி இவை யாவும் ஒரு எழுத்தாளனுக்கு அவசியத்திலும் அவசியம் என்பதை உணர்த்துகின்றன வல்லிக்கண்ணனின் கதைகள்.

முற்போக்கு மனதைக் கதைகளாக்கிய
''வல்லிக்கண்ணன்''

வலியில் துயருற்ற சொற்கள்

கரிசலினை வடிவமைத்திட்ட எளிய மக்களின் வாழ்க்கையை அந்நிலத்தின் வெம்மையான காற்றில் படரவிடுகிறார் பூமணி. தன்னுடைய கதைகளில் வெறும் ஜடப்பொருள்களாக அல்ல கதைகளுக்குள் வெளிப்படுகிற கல்லும், மண்ணும். உழுபடைக் கருவிகளும். கரிசலின் பூச்சிகளும், தாவரங்களும், இவரின் கதை களெங்கும் ஊடாடித் திரிகின்றன. இவையே பூமணியின் கதைகளுக்கு தனித்த நிறத்தையும் புதிய அர்த்தத்தையும் தருகின்றன. மனிதர்களுக்குச் சமமாக கதைகளுக்குள் உலவிடும் தாவரங்களும், விலங்குகளும், பூச்சிகளும் வேறு எங்கும் நாம் கண்டிருக்கச் சாத்தியமற்றவை. கதைகள் எங்கிலும் நுரைத்துப் பொங்கும் துயரத்தையும், வலிமையையும் ஐம்பது வருடங்கள் கடந்த பிறகும் கூட வாசகனால் வாசித்துக் கடக்க முடியவில்லை. கதைகள் எங்கும் மரணம் ஒரு வெள்ளை வெயிலைப் போல ஊர்ந்து கொண்டேயிருக்கிறது.

அறிவிற்கும், தர்க்கத்திற்கும் அப்பாற்பட்ட யதார்த்தமாக மரணம் தன்னை விதவிதமாக வெளிப்படுத்திக் கொண்டேயிருக்கிறது. யாவர் வாழ்வினிலும் தவிர்க்கவே இயலாதது. தத்துவ உலகினை அதிர்ச்சிக்குள்ளாக்கிட நீட்சே கடவுள் இறந்து விட்டான் என்று பிரகடனப்படுத்தினான். பின் நவீனத்துவ எழுதுதல் முறை உலகெங்கும் விவாதிக்கப்பட்ட நாட்களில் ஆசிரியன் இறந்து விட்டான் இனி உயிருடன் இருப்பது பிரதி மட்டுமே என்று எடுத்துரைத்தார்கள். எவ்வுலகிலும் மரணம் பேரதிர்ச்சியுடன் தான் எதிர்கொள்ளப் படுகிறது. பூமணியின்

''அறுப்பு'' கதையினுள் தன்னுடைய மரண நாளினை சுவாரஸ்யமாக எதிர்கொள்கிற விவசாயியின் மனநிலை உலக இலக்கியங்கள் இதுவரை கண்டிராதது. அறுப்பு முடிந்து மூளியாகிக் கிடக்கும் விவசாய நிலத்தினை தன்னுடைய மரண நாளோடு இணைத்துப் பார்த்து விதவிதமான பெரும்பகடியாக வெளிப்படுத்துகிற எழுதுதல் முறையிது.

மனிதர்கள் துயரத்தின் பொழுதுகளிலோ அல்லது மகிழ்வுறுகிற போதோ தன்னுடைய இணையை நினைத்துக் கொள்கிறார்கள். இதற்கு வர்க்க பேதமோ, வர்ண பேதமோ இல்லை. ஏன், நில பேதம் கூட இல்லை. உயிராய் நேசித்த விளைநிலத்தில் பணிகளின் கவன மின்மையால் எத்தனை உயிர்கள் தொலைந்திருக்கிறது. ஆனாலும் கூட மரணத்தால் மனித வாழ்வை ஒரு போதும் நிலைகுலையச் செய்திட முடியாது. அதனால் பொங்கல் அன்று தன்னுடைய புருஷனையும், அவர்கள்வாழ்ந்த வாழ்க்கையையும் நினைத்து உருகுகிற காளியம்மாள் தன்னுடைய மகன் ஆட்டுகிற ஆட்டுரலுக்குள் பருத்தி விதையை கவனமாக ஒதுக்கி விடுகிறாள். வாழ்வதைத் தவிர வேறுவழியில்லை என்றான பிறகு மரணம் கொண்டு வந்து சேர்த்த இருட்டை கிழித்து வெளிச்சம் தேடி புறப்படுகிறார்கள் தாயும் மகனும்.

தன்னுடய பெரும் சொத்தான விவசாய நிலத்தை படிப்படியாக இழந்திட துணிகிறார்கள். கரிசல்காட்டின் மானாவாரி மனிதர்கள். கரிசல் காடெங்கும் வெள்ளைப் பிளாட்கற்கள் முளைக்கத் துவங்கி யிருப்பது அழிவின் குறியீடு தான். உற்பத்தியிலிருந்து வெளியேறி நகரத்தில் குடியேறிப்போன கரிசலின் விவசாயக் குடும்பத்து இரண்டாம் தலைமுறைக்கு நிலம் என்பது வெறும் சொத்து மட்டும் தான், ஆனால் எழுபதுகளுக்கு முந்தைய மனுஷிக்கு நிலம் என்பது வெறும் மண் அல்ல என்பதையே நொறுங்கல் துவங்கி பல கதைகளில் காண முடிகிறது. கூட்டு உழைப்பினால் தரிசைச் சீர்படுத்தி நேராக்கிய பிறகு பொண்ணம்மாவிற்கு நிலம் அவளுடைய வாழ்வின் பகுதியாகிடத்தான் செய்யும். உயிராய் நேசித்து உழைத்து உரமேற்றிய நிலத்தை கூறு போடவோ, விற்று வேறு ஒன்றாக்கிடவோ மனம் ஒயவில்லை அவளுக்கு, கரிசல் நிலங்களையொட்டி உருவாகி வளர்ந்த குறுநகரத்தின் புதிய நெடியில் தன்னையிழக்கத் துவங்கிய கிராமத்து சம்சாரிகளின் பிள்ளைகள் நிலத்தில் மல்லுக்கட்ட நினைப்பதில்லை. எல்லாவற்றையும் விற்றுத் தேற்றி வளர்த்த நிலத்தில் உச்சிவெயிலில் விழுந்து உயிர்விடுகிற பொண்ணம்மா எதன் குறியீடு, உயிராய் நேசித்திருந்த நிலத்தில் பூச்சி மருந்து குடித்து செத்து விடுகிற விவசாயியின் மனநிலையை எவரால்

எழுதிக் கடக்க முடியும். பொண்ணம்மாவின் மரணத்திற்குப் பிறகு வெள்ளையும், சொள்ளையுமாக வருகிற அவளின் பிள்ளைகளே இன்றைக்கும் மஞ்சள் பைக்குள் பத்திர ஜெராக்ஸ்களை வைத்துக் கொண்டு விவசாய நிலத்தை நொறுக்கித் தள்ளுகிறார்கள்.

பசியெனும் மாயம் கரிசல்நிலமெங்கும் நிறைந்திருப்பதை பூமணி கதைவெளியெங்கும் உணரத் தலைப்படுகிறோம். அதிலும் பசித்துக் கிடக்கும் மனிதர்களுக்கு நல்ல நாள், பெரிய நாள் எல்லாம் நாக்குருசியை சரிசெய்திட மட்டுமே வருகிறது. நல்ல நாளினை கரிசல் மனிதர்கள் நகர்த்தி நடத்துகிற விதமும், அதன் பாதரவும் இந்த நிலத்திற்கு மட்டுமேயான தனித்தது. அரிசிச் சோறும், பருப்பு ஆணமும் தான் பொங்கல் பலகாரம் என்பதை ஏற்றுக் கொள்ள நம்முடைய மனம் மறுக்கிறது. ஆனால் அதுதான் இந்த நிலத்தின் நிஜம். பூமணியின் கதைகள் தோறும் வெளிப்படும் பெண்கள் தனித்தவர்கள். பசித்துக் கிடக்கும் உயிர்களைப் பசியாற்றியே பழக்கப்பட்டவர்கள் அவர்கள். பிள்ளைகளும், புருஷனும்பசியாறிட சோறிடுகிறவள், அடுப்பாங்கரையில் புகையை சுவாசித்து அதிர்ச்சியுடன் பசித்தலையும் பூனையின் பசியாற்றிட சட்டியை சுரண்டுகிறவள் தான் சாப்பிடவில்லை என்பதை அறியாதவள் அல்ல. அன்பிற்கும், உயிர்களின் மீது கொள்ளும் பிரியத்திற்கும் தன் பசியைத் தொலைத்துக்கட்டும் தன்மை இருக்கத்தான் செய்கிறது.

ஒரு தேர்ந்த படைப்பாளியின் வலிமையை வாசகன் உணர்ந்திட போதுமானதாக இருக்கிறார்கள் பூமணியின் கதைகளெங்கும் விளையாடித் திரியும் கிராமத்துக் குழந்தைகள். எத்தனை பெரிய விளையாட்டிடம் காடு என்பதை அவர்கள் மட்டுமே அறிவார்கள். இன்றைக்கு கிராமத்துக் கண்மாய்க் கரைகளில் விளையாடிட குழந்தை களின்றி தானாக காற்றில் ஆடிடும் ஆலமரத்து விழுதுகளை பார்த்திட சகிக்கவில்லை மனதிற்கு. பச்சைக் குதிரையும், ஊஞ்சலாட்டும் போட்டுத் திரிந்த குழந்தைகளும் வெளியேறிப் போன பிறகான கரிசலின் நிறம் இருண்டு கிடப்பதை தன்னுடைய பல்வேறு கதைகளில் எழுதிச் செல்கிறார் பூமணி. அதிலும் பூமணி எழுதிய "கோலி" மிக முக்கியமான தமிழ்ச் சிறுகதை. புலம் பெயர்தலின்துயரங்கள் தூரங்களோடு மட்டும் தொடர்புடையவை அல்ல. வாழ்க்கை நெட்டித் தள்ளுகிற போது தன்னுடைய வாழ்நிலத்தை விட்டு வெளியேறுகிற விவசாயக்குடிகள் வயிற்றைக் கழுவிட எடுக்கிற எத்தனங்கள் வலி நிறைந்தவை தான்.

நடப்பது என்னவென்று அறியாது தாயின் சேலைத் தலைப்பை பிடித்தபடி தன்னூர் விட்டு வெளியேறிப் போன குழந்தைகளுக்கு ஊரின் வாசமும், ஏக்கமும் தென்படாமலா போகும். புதிதாக வந்திட்ட போது பழகியது போலான ஒற்றைத்தடம் கூட தென்படவில்லை. பிறகு பள்ளிக்கூடம் மட்டும் எப்படி பழகியதைப் போலவா இருந்து விடப் போகிறது. ''நெருக்கும் போது ஒண்ணுக்கடிக்கணும், தவிக்கும் போது தண்ணீர் குடிக்கணும், தோணும் போது விளையாடணும்'' இன்ன விளையாட்டு என்றில்லாமல் இஷ்டத்துக்கு விளையாடணும், செதுக்கு முத்து விளையாட்டு, கோலிக்குண்டு அடிக்கிறது, நொண்டி, ஓடிப்பிடிக்கிறது என விதவிதமாய் விளையாடணும் என நினைக்கிற கிராமத்துச் சிறுவனுக்கு பள்ளிக் கூடங்களில் தெரிகிற அதீத ஒழுங்கின் எரிச்சல். யாவரும் கவனித்திருக்க வேண்டிய மிக முக்கியமான கதைக் களமாகும். புறாக்கூடு மாதிரியான வீடுகளில் அடைந்து கிடக்கிற நகரத்து வாழ்க்கையில் எரிச்சலுறுகிற சிறுவனுக்கு ரோடு கூட விளையாட்டிடம் தான். ரோட்டோரத்து இட்லிக்கடையினில் இட்லி சாம்பார் பரிமாறுவதையே விளையாட்டைப் போல செய்கிறான். போக்குவரத்து நெரிசல் குறைந்த ரோட்டில் சிதறிக்கிடக்கும் வெளிச்சத்தில் கோலிக்குண்டு விளையாட்டை ஒருவனே பல சிறுவனாகி விளையாடுகிறான். எதிர்பாராத நொடியில் கோலிக்குண்டைத் தேடிய அவனுடைய தலையே உடலில் இருந்து கரும்புகை வீசி வந்த பஸ்ஸினால் பாய்ந்தெறியப்பட்டு பெரிய கோலிக்குண்டாக உருள்கிறது. தார்ச்சாலையில் காற்றாகிப் போன கு.அழகிரிசாமியின் குழந்தையும், கோலிக்குண்டான பூமணியின் சிறுவனும் வேறு வேறல்ல. படைப்பாளிகளின் குழந்தைகளின் மீதான கரிசனமும், அன்பும் பெருகி வரும் தொடர்ச்சி தான்.

கரிசலில் இருந்து வேலைநிமித்தமாக புலம் பெயர்ந்து நகரம் சென்றபிறகான பூமணியின் கதைகளும் கூட மிக முக்கியமானவை. அங்கேயும் கூட தன்னூரைத் தேடுகிற மனதுடனே பயணிக்கிறது பூமணியின் கதைகள். பிராயத்திலிருந்து ஓடித்திரிந்த நிலத்தின் விதவிதமான பூச்சிகளும், பறவைகளும், செடி கொடிகளும் பழங்களும் கூட இவரின் நெஞ்சை விட்டு அகலவேயில்லை. எனவே வறண்ட நகரத்தின் தார்ச்சாலைகளில் தென்படுகிற காக்கைக் கூட்டத்திற்குள்ளும், கொசுக்கள் மொய்க்கும் குளத்திலும், குட்டைகளிலும் மிதந்தலையும் எருமைகூட்டங்களின் மீதும் வசீகரம் ஏற்படுகிறது. அலங்காரமற்ற எளிய வலிமிகு வாழ்க்கையைச் சொல்வதற்கு வார்த்தைகளை தேட

வேண்டியதில்லை, இயல்பான உணர்ச்சியுடன் சொல்லிச் சொல்வதே சிறந்தது என்பதில் உறுதியானவர் பூமணி என்பதை அவரின் கதைகள் நமக்கு உணர்த்துகின்றன. கதைக்கான மொழியையும், சித்தரிப்பையும் கதைகளின் தன்மையே படைப்பாளிகளிடம் கோருகின்றன. அதனால் தான் நகரவாழ்வின் துயரத்தை எழுதிட அவருக்கு அவருடைய வழக்கமான கதைகூறு முறை உதவவில்லை என்பதை அவருடைய ''வெளியே'' கதை நமக்கு உணர்த்துகிறது. சகமனிதர்களை சந்தேகத்துடனும் அச்சத்துடனும் அணுகி, அணுகி எல்லாவற்றையும் தொலைத்து விடுகிற நகர வாழ்க்கையின் கசப்பை அவருடைய வழக்கத்திற்கு மாறாக மாய யதார்த்த வெளிப்பாட்டு முறையில் எழுதிச் செல்கிறார். நகரத்தில் ஒதுங்கியிருக்கும் காலனிவீடுகளில் திடீரென முளைத்திருக்கும் ஆயுதங்களின் நெடியிலும், வாடையிலும் எரிச்சலுற்ற அணில் ஒன்று நொங்குக் குலையென்று நினைத்து இவரின் மூக்கினுள் நுழைந்து விடுகிறது. மூக்கினில் நுழைந்திட்ட அணில் ஒரு விதத்தில் வழிதவறிச் சேர்ந்திட்டவர்களின் குறியீடு தான். நகர வாழ்க்கையின் சிக்கல்களை தெக்கத்தி படைப்பாளிகள் எதிர்கொள்ளும் வகை நூதனமானது. ஆனாலும் கூட அவர்களுக்கு இந்த நிலத்தில் தன் நிலத்தைத் தேடுகிற மனமே பொங்குகிறது. அங்கும் கூட பூமணிக்கு மரண வீடுகளின் தனித்துவமும், துயரமும் எழுதப்பட வேண்டியது என்பதால் தான் ''பொண்ணரிசி'' கதைக்குள் அவசரம் பிடுங்கித் தின்கிற மனிதர்களின் சுடுகாட்டு நாளை எதிர்பார்த்திருக்கிறார். ஒருவிதத்தில் பூமணியின் கதைகளுக்குள் மரணம் ஒரு வஸ்துவைப் போல ஊடாடித் திரிவதை அறிய முடிகிறது. எழுத எழுத தீராத விசித்திரவஸ்து மரணம் என்பதால் தான் யாவரும் அதனை விதவிதமாக எழுதித் தொடர்கிறார்கள்.

தன்னுடைய எழுத்துக்களின் வழியே எவரின் பக்கம் நிற்க வேண்டும் என்பதை திட்டமிட்டு வலியுறுத்திச் சொல்பவரில்லை பூமணி. பிரச்சார நெடியற்ற கலைத்தன்மை இவரின் கதைகளுக்கு இயல்பாக வந்து சேர்கிறது. இதற்கு இவரின் ''வாடை'' சிறுகதை மிகச்சிறந்த உதாரணம். ஆதிக்கமனதிற்கு சக்கிலியர்கள் புலங்குகிற காற்றில் கூட வீச்சம் பரவியிருக்கிறது என்கிற நினைப்புண்டு, அவர்களை புறந்தள்ளுவதற்காக கிணற்றுநீரில் கைவைத்தால் கூட ஒரே வசவுதான். அப்படியானவன் பணப்பயிருக்கு பூச்சி உரம் வைக்கச் சென்ற நாளில் நிலத்திலேயே இறந்து விடுகிறான். பூமணி இந்தக்கதையை ஒதுக்கப்பட்டுக் கிடப்பவர்களின் பார்வையில் தான் எழுதுகிறார். இப்போது அந்தக் கதையை எழுதியிருந்தால் கதைக்குள் வருகிற பிணாங்குக்காரி இப்படித் தான் பேசியிருப்பாள். ''நாம குளிச்ச

ம. மணிமாறன் | 107

தண்ணியோட வாடை கூட ஆகாதுன்ன மனுஷனடோ பிணத்த நம்மள தூக்கச் சொல்றானுகளே பயலடோ வாடை தாங்கல பேசாம கீழே போட்டுட்டு வாங்கப்பா'' என்றே கூறியிருப்பாள்.

கரிசல் நிலத்தின் கதை சொல்லியான பூமணி அவருடைய ''அம்பாரத்தில்'' அள்ளிக் கொண்டு வந்திருக்கும் கதைகள் யாவும் எளிய விவசாயிகளின் ஆசைகள், துயரங்கள், கொண்டாட்டங்கள் அன்றி வேறு எதுவுமில்லை. இலக்கியத்திற்கு சாதி, மதம், குலம் என்று எதுவுமில்லையென்று எவரும் கூறிட முடியாது. சமகாலத்தில் அரசியலும், சமூகமும் ஊடாடிக் கிடக்கும் பெருங்களமே பூமணியின் கதைகள்.

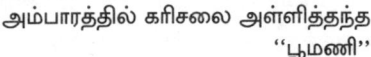

அம்பாரத்தில் கரிசலை அள்ளித்தந்த
''பூமணி''

தர்க்கங்களும் உரையாடல்களும்

பரந்து கிடக்கும் இப்பிரபஞ்சத்தில் புறக்கண்களுக்குப் புலனாகிடச் சாத்தியமற்ற நுண்ணியதிலும் நுண்ணியவன் மனிதன் என்பதை ஏற்றுக் கொள்ள நம்மில் பலருடைய மனம் மறுக்கிறது. நிஜத்தில் வேதாந்தியும், சித்தாந்தியும் வாழ்ந்திடவே விரும்புகிறார்கள். அவர்களுடைய கைகளுக்குள் சிக்காமல் நழுவிச்செல்லும் வாழ்க்கையைத் தான் சித்தாந்தமாகவும், வேதாந்தமாகவும் புரிந்து கொள்கிறார்கள். நம்முன் நகரும் வாழ்வின் பொழுதுகளை ஏற்றுக் கொண்டோ மறுதலித்தோ வாழ்கிறோம். இங்கு வாழ்தலே பிரதானம். ஒவ்வொரு மணித்துளியையும் பணவேட்டைக்கான கணங்களாக கட்டமைத்துக் கொண்டு மனிதக்கூட்டம் துள்ளித்திரியும் இதே நிலத்தில் தான் கையகலநிலம் கூட அற்ற பெரும் மனிதத்திரளும் வாழ்க்கையை எதிர்கொள்கிறது. பணமும், அதிகாரமும் சமரசம் செய்து கொள்கின்றன. ஆனாலும் கூட பணத்தை துட்சமென மதிப்பவர்கள் அதிகாரத்தை கைக்கொள்ள துடித்தலைகின்றனர். குடும்பம் கூட நிறுவனமயமாகிக் கொண்டிருக்கும் சமகாலத்தைய சூழலில் அதிகாரத்தின் மாயநிழல் கண்களுக்குத் தெரியாத வகையில் எங்கும் படிந்திருக்கிறது. அது அன்பெனும் மைதடவிய கத்தியை இச்சமூகத்தின் இதயத்தில் பாய்ச்சிடுமோ என்கிற அச்சம் சூழ்ந்திருக்கிறது. அதிகாரத்தின் குரூரமுகத்தை பிரித்தறிந்திட முடியாத கண்களில் தான் ஜெயகாந்தன் மாதிரியான மகா எழுத்துக்கலைஞர்களுக்கான தேவையும், அவசியமும் முன் எப்போதும் இல்லாத வகையில் கூடுதலாக தேவைப்

படுகிறது. அன்பையும், அதிகாரத்தின் சூட்சுமத்தையும் அன்னப்பறவையைப் போல அறிந்திடும் ஆற்றலை வாசகனுக்குள் பெரும் பாய்ச்சலாக கடத்துகிறது ஜெ.கேவின் கதைகளுக்குள் அவர் நிகழ்த்திடும் தர்க்கங்களும், கேள்விகளும்.

ஐம்பதுகளில் தமிழ் மொழியில் உரைநடை எழுத வந்த ஜெ.கே.விற்கு முன் பெரும்பாய்ச்சல் இங்கே நிகழ்ந்திருக்கிறது. எப்படி கதையை வடிவமைப்பது, கதைகளின் கருதுகோள் எதுவென்பதிலும் கூட எவருக்கும் சிக்கலில்லை. எல்லோரும் மனிதர்களின் மனதிற்குள் சூழ்கொண்டிருக்கும் விதவிதமான உளச்சிக்கல்களையும், மனமேன்மை களையும் தான் எழுதிக் கொண்டிருந்தனர். எல்லோரையும் போலவே ஜெயகாந்தனுக்கும் கூட எழுதுவதற்கான கச்சாப் பொருள் இதுதான். ஆனால் ஜெ.கே எல்லோரையும் போல எழுதவில்லை. ஐரோப்பிய கல்விப்புலமும் ஆங்கில அறிவும் மிதந்திருந்தவர்களால் தமிழில் எழுதப்பட்ட கதைகளுக்கும், இளம்வயதில் கம்யூனிஸ்ட் கட்சி அலுவலக ஊழியராகவும் துவங்கி தம்முன் நிகழும் சகல மனிதர்களின் செயல்பாடுகளையும் உற்றுநோக்கிப் படைப்பாக்குபவரின் மொழியும் எப்படி ஒன்றாயிருக்க முடியும். தமிழ்மொழியில் தனித்து வெளிப்பட்டது ஜெயகாந்தனின் எழுதுதல் முறை. இருநூறுக்கும் அதிகமான சிறுகதைகளும், பத்திற்கும் மேலான நாவல்களும் நடந்து கொண்டிருந்த நிகழ்வுகளின் மீதான அவருடைய அபிப்ராயமும் என விரிந்து படர்ந்த அவரின் எழுத்துலகம் பிரம்மாண்டமானது மட்டுமல்ல மிகவும் காத்திரமானது. தமிழில் சிற்றிதழ் சார் படைப்பாளி, வெகுஜன இதழ்களில் எழுதுகிறவர் என்கிற மாயக் கோட்டை முதன் முதலில் அழித்தவர் ஜெ.கே. அவருடைய ஆகச்சிறந்த கதைகள் எல்லாம் கூட வெகுஜன இதழ்களில் தான் வெளிவந்திருக்கின்றன.

தமிழில் பலரும் தொடத் தயங்கிய மூடுண்ட பகுதிகளை உற்று நோக்கியவர் ஜெ.கே. இன்றைக்கு முகிழ்த்திருக்கிற உடல் அரசியலின் சிக்கலான பகுதிகளை எல்லாம் துணிந்து கதையாக்கிப் பார்த்திருக்கிறார். ''அந்தரங்கம் புனிதமானது'' என கதைத் தலைப்பிடுவதற்கான துணிச்சல் அப்போது ஜெ.கே.விற்கு மட்டுமே இருந்தது. கட்டுப் பொட்டியாக யாவற்றையும் எதிர்கொள்ளும் வாழ்க்கைச்சூழல் மிகு குக்கிராமத்திலிருந்து வெளியேறி நகரத்திற்குள் குடும்பம் நடத்திடும் போதான உளச்சிக்கல் களையும், உடல் அரசியலையும் பல கதைகளில் ஜெ.கே. எழுதுகிறார். ஒரு விதத்தில் இவருடைய எழுத்தை தனித்துக் காட்டிய் பகுதியும் கூட இதுதான். குடும்ப வாழ்க்கை இப்படித்தான் இருக்க வேண்டும் என்கிற எழுதப்படாத சட்டமே அதனை இயக்குகிறது. பெண் எவ்வித

வியாக்கியானமோ, விவாதமோ செய்திட இங்கே அனுமதி மறுக்கப் படுகிறது. அவள் நீரோடையில் மிதந்தலையும், தக்கையைப் போல அதன் ஓட்டத்தில் நகர்ந்திட மட்டுமே விதிக்கப்பட்டவள். எழுதப் பட்ட இதிகாசங்களும், புராணங்களும் சொல்லப்பட்டுக் கொண்டிருந்த கதைகளும் வாழ்க்கைக் குறிப்புகளும் ஒரு விதத்தில் பெண்களையும், அவர்களின் நடவடிக்கைகளையும் நடைமுறைப்படுத்திடும் கருவிகளாயிருந்தன. எப்போதும் கலைஞன் ஆற்றின் சுழற்சியில் சிக்கி வெளியேறுபவன் அல்ல. விலகி நின்று யாவற்றையும் உற்று நோக்குபவன். எழுதப்பட்டு இறுகியிருக்கும் சகல அதிகார மையங்களையும் கேள்விக்கு உட்படுத்துபவன். அதனால் தான் அவனால் காலத்தோடு பொருந்திப் போதல் எப்போதும் சாத்தியமாவதில்லை. மாறாக காலத்தின் முகத்தில் புதிய புதிய வண்ணக் கோடுகளை தன் சகல ஆளுமை கொண்டு வரைகிறான்.

மனித வாழ்க்கையின் பொழுதுகளையும், தன் முன் விரிந்து படர்ந்திருக்கும் மணித்துளிகளையும் வாழ்ந்து பார்க்க வேண்டுமே தவிர கடந்து போகக் கூடாது. வாழ்வென்பது ஒரு கலை. கலையின் மேன்மையும் நுட்பமும் கைகூடிடும் தன்மையிலான வாழ்வினை வெகுசிலரே வாழ்கின்றனர். நிஜத்தில் அந்தரங்கம் புனிதமானது தான். பரஸ்பரம் புரிந்து கொள்வதிலும் உறவினை மேம்படுத்துவதிலும் மனதின் ஈகோ எவரையும் தடுமாறிடச் செய்கிறது. காதல், காமம் குறித்த விவாதத்தை நடத்திட ஜெயகாந்தன் உரையாடிடத் தேர்வு செய்வது மகனையும், தாயையும், மனிதர்கள் ஒவ்வொருவரும் தனியர்கள், அப்பாவானாலும், மகனானாலும், தாயென்றாலும், மகன் என்றாலும் ஒவ்வொருவரும் தனித்த உயிரிகள். ஒவ்வொருவருக்குமான தனித்த பகுதிகள் எல்லோருக்கும் இருந்திடவே செய்யும். குடும்பம் ஏற்படுத்தி தந்திருக்கும் அதீத உரிமையில் எல்லை தாண்டி தலையிடுகிற போது நிகழ்கிற குழப்பம் யாவருடைய மன அமைதியையும் கலைத்திடவே செய்கிறது. அதனால் சொந்த மகனாகவே இருந்திட்டாலும் நீ எப்படி என்னுடைய கணவரின் அந்தரங்கத்தில் தலையிட முடியும் என மகனைப் பார்த்து தாயால் கேட்க வைத்திட முடிகிற துணிச்சல் ஜெ.கே.விற்கு மட்டுமே சாத்தியமாகியிருந்தது.

ஜெயகாந்தனின் கதைகள் எங்கிலும் தர்க்கங்களும், விவாதங்களும் நீடித்திருக்கும் உரையாடல்களும் நிகழ்ந்து கொண்டேயிருக்கிறது. அவருடைய கதா மாந்தர்கள் உரையாடிக் கொண்டேயிருக்கிறார்கள். அவர்களுக்கு ஓய்வு தேவைப்படும் பொழுதினில் தாமதிக்காமல் ஜெயகாந்தன் கதைக்குள் நுழைந்து பேசத் துவங்குகிறார். பேச்சு, பேச்சு

தீராத பேச்சு இதுவே ஜெயகாந்தனின் கதைமொழியின் அஸ்திவாரம். ஆனாலும் கூட பேசுவதற்காக அவர் தேர்வு செய்திடும் மனிதர்கள் மிகவும் வித்தியாசமானவர்கள். சந்தித்துக் கொள்கிற எல்லா மனிதர்களும் பேசுவதற்கும் விவாதிப்பதற்குமான மனநிலைகளோடு இருப்பதில்லை. அவர்களுக்குள் உறைந்து, இறுகிப் போயிருக்கும் சொற்களை கண்டறிந்து அதனை இளக்கி லகுவாக்கிடும் வித்தை கற்ற கலைஞனே அவர்களுக் கிடையில் உரையாடலை சாத்தியமாக்குகிறான். இருளைத் தேடிச் சென்று தன்னுடைய உடலை பதுக்கிக் கொள்கிற பெண்ணையும், அதீத வெளிச்சத்தில் கலையின் மேன்மையில் லயித்து விரித்து திறந்திட தன்னுடலை அனுமதித்திட்ட பெண்ணையும் உரையாடிட அழைத்து வருகிறார் ஜே.கே. தன்னுடைய ''இருளைத் தேடி'' எனும் கதையில், இரு வேறு விதமான உலகம்தான். இரண்டிற்கும் பொதுவாயிருப்பது பெண் உடலும், பசியும். பசியெடுத்தால் தவித்துப் போகிற மனிதர்கள் அதை ஆற்றிடவே பெரும் முயற்சி செய்கிறார்கள். பசியெனும் மாயப்பிசாசே நம் யாவரையும் இயக்குகிறது. பசியாறிய பிறகு நிதானமாகிவிடும் மனது அதன் பிறகு தன்முன் விரிகிற சிக்கல்களை பகுப்பாய்வு செய்கிறது. பசித்திருக்கும் பொழுதினில் உணவைத் தேடி எதனையும் கைக்கொள்ளும் மிருகத்தின் குணம் யாவருக்குள்ளும் படிந்திருப்பதையே ''இருளைத்தேடி''க்குள் எழுதுகிறார்.

எப்போதும் ஜெயகாந்தனுக்குள் தனித்த இருவேறு கதை உலகங்கள் இயங்கிக் கொண்டேயிருக்கின்றன. பெண்கள் சந்தித்த போது தர்க்கமும், விவாதமுமாக தொடரும் அவருடைய கதை மொழி ஆண்கள் சந்திக்கிற போது அப்படி தொடர்வதில்லை. வாழ்வது குறித்த அச்சம்மிக்கவர்களாகவே எப்போதும் ஜெ.கே.வின் ஆண்கள் இருக்கிறார்கள். அதிலும் மரணத்தை எதிர்கொண்டு வரவேற்பவனும், வாழ்தல் சாத்தியமில்லை எனும் சூழலில் கூட எப்படியாவது இந்த உயிரைப்பிடித்து வைத்திருக்க வேண்டும், பிச்சையெடுத்தாலும் பரவாயில்லை என எண்ணுபவனும் சந்தித்துக் கொள்ளும் ''நான் இருக்கிறேன்'' எனும் கதை ஜெயகாந்தனின் ஆகச்சிறந்த கதை மட்டுமல்ல, தமிழ்ச் சிறுகதைகளில் மிகச்சிறந்த கதையும் கூட. ஒருவன் தற்கொலைக்கு முயற்சிப்பவன், மற்றொருவன் பெரும் வியாதியிருப்பினும் வாழ்ந்தே தீர்வது என்பதில் உறுதியிலும் உறுதியாகி இருப்பவன். வாழத் துடிப்பவன் தற்கொலைக்கு முயற்சிப்பவனிடம் வாழ்தல் முக்கியம். இத்தனை வலிகளோடும், காயங்களோடும் நானே வாழத் துடிக்கிறேன் வாழ்ந்து கொண்டிருக்கிறேன். எதுவுமற்ற என்னால் இங்கு வாழ்தல் சாத்தியம் என்றால் நீ ஏன் வாழக்கூடாது என்கிற தர்க்கத்தை

முன்வைக்கிறான். உடலின் உறுப்புக்களை ஒவ்வொன்றாக இழந்து கொண்டிருக்கும் குரூபி அவன். தாயிருந்தும், குடும்பமிருந்தும் காலில்லாத என்னை பெற்றவளே ''பாவம் நொண்டி சார் அவன்'' என பயணம் ஒன்றில் கூறுகிறாள். கருணை கோரி முன் வைக்கப்பட்ட சொல் என்றாலும் எல்லாமுமாக இருந்த தாயே சொல்லிய பிறகு நான் ஏன் உயிர் வாழ வேண்டும் என்கிறான் மற்றவன். எல்லாக் கதைகளையும் போலவே நேர் எதிர்நிலை கொண்டவர்களின் தர்க்கமும், விவாதங்களும் நிற்கவே நிற்காமல் தொடர்கிறது.

கொடும்பகலைப் போனதில்லை குளிர் இரவு. இரவினில் மனம் நிதானிக்கிறது. எது சரி, எது தவறு என தத்தளித்து முடிவேற்கிறது. மரணத்திடத் துணிந்தவன் இரவினில் உயிர்வாழ்வது என்கிற நிலைக்குள் பயணிக்கிறான். கடைசி வரை மூச்சைப் பிடித்து வைத்துக் கொண்டு வாழ்ந்தே தீர்வது என்று இருந்தவன் தற்கொலை செய்கிறான். அவரவர்நியாயங்களைஇருவரும்வலிமையாய் முன்வைத்திருக்கிறார்கள். அதனால் இவன் மரணத்தைத் தழுவிய போது அவன் உயிரைப் பிடித்துக் கொண்டு மரண சுழற்சியிலிருந்து வெளியேறுகிறான். எதுவும் நடந்திடச் சாத்தியமான வாழ்க்கையிது. மரணம் விலகி நின்று நிகழ்கிற போது தடுமாறிடாத மனம், அதுவே தன் காலருகே நிகழ்கிற போது அச்சம் கொண்டு பேதலித்துப் போகிறது. ஊருக்கே குழிவெட்டிக் கொண்டிருந்த மயானக் காவலாளியான வெட்டியான் வீட்டில் பிணம் விழுந்த போது அவன் பித்தனாகிப் போவதைக் காட்சிப்படுத்திய விதத்தில் ''நந்தவனத்தில் ஒரு ஆண்டி''யும் மிக முக்கியமான கதை தான். தன் நெஞ்சருகே நிகழ்கிற போது மட்டுமே மனிதர்கள் அன்பையோ, துயரத்தையோ ஏற்கின்றனர். பார்வையாளன் வியாக்கியானம் செய்பவனாகவும், பங்கேற்பாளன் எதனையும் உள்வாங்கி மாற்றங்களை நிகழ்த்துபவர்களாகவும் இருக்கிறார்கள்.

தமிழ்ச்சிறுகதைப் போக்கில் ஒற்றைக் கதையை விமர்சித்து கட்டுரைகள் எழுதிக் குவிக்கப்பட்டது ஜெயகாந்தனுக்கு மட்டுமே நிகழ்ந்துள்ளது. அக்கினிப் பிரவேசம் கதை எழுதப்பட்ட நாட்களில் அந்தக் கதையைக் குறித்தும் அதற்குள் இயங்கும் சமரசங்கள் குறித்தும் மிகத் தீவிரமான விவாதங்கள் நடந்தன. இன்றைக்கும் கூட அந்தக் கதையினை விவாதிக்கவும், தர்க்கம் செய்வதற்குமான சாத்தியங்கள் மிகுந்திருக்கிறது. ஒரு படைப்பாளி கனகச்சிதமாக கதைகளை எழுதுகிற போது அந்தக் கதையின் மீது ''நல்லாயிருக்கு'' ''பரவாயில்லை'' ''சுமார்'' என்கிற ஒற்றை வார்த்தைகளை முன் வைத்து விட்டு வாசகன் கடந்து போய் விடுகிறான். அது வாசகனை

ரசிக மனநிலையில் மட்டுமே வைத்திருக்க உதவுகிறது. மாறாக வாசகனுக்கான திறப்புகளையும், விவாத சாத்தியங்களையும் கொண்ட படைப்புகள் காலம் கடந்தும் நிற்கின்றன. பெயரிடப்படாத ''அக்கினிபிரவேசத்தின் கல்லூரிப் பெண் தான் பிறகான நாட்களில் ஜெயகாந்தனின் மாஸ்டர் பீஸ் என விமர்சகர்களால் கொண்டாடப்படுகிற சில நேரங்களில் சில மனிதர்களின் கங்காவாக மாறினாள்.'' உடல், அரசியல் நவீன பிராமணியம் குறித்த விவாதங்களும் முன்னுக்கு வந்திருக்கிற சமகாலத்தைய சூழலில் கூட ''அக்னிப்பிரவேசத்தை'' விவாதத்திற்கு எடுத்துக் கொள்ள முடிகிறது.

உடல் ஒரு பயாலஜிக்கல் பார்ட் என்கிற புரிதல் வந்த பிறகு தான் திருநங்கைகளையும், திருநம்பிகளையும் சமூகம் மெதுவாக புரியத் துவங்கியிருக்கிறது. உடல் விசித்திரமான முடிச்சும், மர்மங்களும் மிக்கது. அதனை அறிவதிலும், அதன் அரசியலை எழுதிச் செல்வதிலும் தான் சமகாலப் படைப்பாளிகளுக்கான சவால் காத்திருக்கிறது. இதனை தன்னுடைய ''அக்கினிப் பிரவேசத்தில்'' மிக நுட்பமாக கையாண்டிருப்பார் ஜெ.கே. அதுவரை அறிந்திடச் சாத்தியமற்ற பகுதிக்குள் நுழைகிற போது மனம் உடலை வசப்படுத்திடவே செய்யும். எல்லாம் வசீகரமானதாகவே தோன்றுகிறது அவளுக்கு. பிளசர் கார் என பெயரிடப்பட்டிருந்த அந்நாளைய வாகனத்திற்குள் நுழைந்த பிறகு எல்லாம் அவளை வதைக்கிறது. காருக்குள் பொங்குகிற டிரெம்ப்பட் இசை அவளை வசப்படுத்துகிறது.

சுவிங்கமும், சாக்லெட்டுகளும் மூடுண்டு கிடந்த அவளுடைய உடலினைத் திறந்திடப் போதுமானதாக இருக்கிறது. மாயம் நிகழ்வது சில நொடிகளில் தான் எல்லாம் கரைந்த பிறகு மனிதர்கள் யதார்த்தத்திற்குள் வந்து சேர்வதும் கூட தவிர்க்கவே முடியாதது தான். வாழ்க்கை கொண்டாடித் தீர்க்க வேண்டிய வண்ணமயமானது என்கிற சமூக நினைப்பிற்கு ஜெ.கே. கருமை எனும் வண்ணத்தை சாத்தியமான இடங்களில் எல்லாம் திறந்து காட்டுகிறார். மனிதர்கள் மட்டுமல்ல, மனிதன் கட்டமைத்து வைத்திருக்கிற தெய்வங்களும் கூட இந்த உலகில் வாழ்ந்திடவே விரும்புகிறார்கள். உணர்ச்சியின் அடிமைகளாக எவர் இருப்பினும் பிசகிடவே செய்கிறார்கள். ஆனாலும் யாவற்றையும் அழித்து எழுதிட முடியுமா? சீதையை கற்புள்ளவளாக்கிட அக்கினிப் பிரவேசம் செய்திட நிர்பந்தித்தவன் ராமன். இதிகாஸ புருஷனாக இருந்திட்ட போதும், அவன் அப்படித்தான் செய்வான் அவன் ஆண் - இங்கே

தன்னுடைய மகளின் மீது நெருப்புக்கு நேர் எதிரான நீரை ஊற்றி சுத்தம் ஆகி விட்டாய் நீ என்கிறாள் பெண். கடவுள்களுக்கு தினசரிகளைக் கடக்க வேண்டிய நிர்பந்தமில்லை. மனுஷிகளுக்கு அப்படியில்லை யாவற்றையும் கடந்து வாழ வேண்டியிருக்கிறது இங்கு வாழ்தலே பிரதானம்.

காலம் தேங்கி யாருக்காகவும் நின்று விடுவதில்லை. அதன் மாற்றத்தை கவனிப்பவர்களால் மட்டுமே மீறிச் செல்ல முடிகிறது. அப்படியானவர்களே மாற்றங்களை உருவாக்குகிறார்கள். காலம் தோறும் மாறிக் கொண்டேயிருக்கும் மனிதக் கூட்டத்தின் கதை தான் ஜெயகாந்தனின் ''யுக சந்தியாக''வும் ''நான் என்ன செய்யட்டும் சொல்லுங்கோ'' எனும் சிறுகதைகள். இன்றைக்கு விதவைத் திருமணம் குறித்த புரிதல்கள் கூடியிருக்கிறது. ஐம்பதுகளில் அதுவும் பெண் உடலின் மீதான வன்முறைக்கு புராண, இதிகாச பின்னணியில் நியாயம் கற்பித்துக் கொண்டிருந்த பிராமணிய சமூகத்தில் இன்றைக்கும் கூட மாற்றத்தை மறுக்கிற உரையாடல்கள் நிகழவே செய்கிறது. இதனையே ஜெ.கே. தன்னுடைய கதைகளாக்கியிருக்கிறார். ஒரு கதையை இப்படித்தான் வாசிக்க வேண்டும் என்கிற அதிகாரக் கருவிகளும் உருவாகவில்லை. வாசகன் எப்போதும் இலக்கிய சட்டாம் பிள்ளைகளைப் புறந்தள்ளி விடுகிற வல்லமை மிக்கவன். நேரடியான வாசிப்பில் வெறும் லாட்டரி சீட்டுக் கதையாக வெளிப்படும் ''நான் என்ன செய்யட்டும் சொல்லுங்கோ?'' எனும் கதையை முதலாளித்துவ சமூகத்தின் வருகையாகவும், அதனை எதிர்கொள்ளத் தடுமாறுகிற மனிதக்கூட்டத்தின் மனநிலையாகவும் கூட வாசிக்க முடிகிறது. இப்படித்தான் வாசகனால் எழுத்தாளனே யோசித்திராத சகல பகுதிகளுக்கும் நுழைந்து திரும்ப முடிகிறது.

பெண்களும், குழந்தைகளும் தான் ஜெயகாந்தனின் மையங்கள். அவர்களில் இருந்தே தன்னுடைய கருத்துகளுக்கான தரவுகளைப் பெற்றுக் கொள்கிறார் ஜெயகாந்தன். ''ஒரு வீடு பூட்டிக்கிடக்கிறது'' எனும் கதையினில் வரும் குழந்தை அந்த தெருவின் பெரியவர்களைப் போலில்லை. தன்னுடைய இயல்பினை குழந்தைகள் எப்போதும் இழப்பதில்லை. அந்த தெருவில் திருட்டுக் குற்றத்திற்காக மாட்டி செமத்தியாக அடிவாங்கியவனே அதே தெருவிற்கு குடியிருக்க வருகிறான். அவனுடைய வருகையை பெரியவர்கள் எதிர் கொள்வதைப் போலல்ல சிறு குழந்தை பார்ப்பது. அதற்கு அந்த திருடனும் கூட ஒரு மாமா தான். அதிலும் சூழலின் கொடூரத்தில் ஒத்துப் போக முடியாது வெளியேறிப் போகிற போதும் கூட தன்னுடைய பிரியத்திற்குரிய சொல்லினால் மாமா என்றழைத்த குழந்தையின் முகம் பார்த்திடத்

துடிக்கிறது. பூட்டிக் கிடக்கிற வீட்டைப் பார்த்து பெரியவர்கள் நிம்மதி பெருமூச்சு விடுகிறார்கள். குழந்தையோ மிட்டாய் மாமா வரமாட்டாரா என்று ஏக்கம் கொள்கிறது. சந்தித்த நாளில் திருட்டு மாமாவாக இருந்தவரை மிட்டாய் மாமாவாக்கிட குழந்தைகளால் மட்டுமே முடிகிறது. எதார்த்தத்தை எதிர் கொள்ளும் துணிச்சலற்றவர்களாக பெரியவர்கள் இருக்கிற போது குழந்தைகள் அதனை லாவகமாக கையாள்கிறார்கள்.

ஜெயகாந்தனின் துவக்ககால கதைகளில் சரிபாதிக்கும் மேலான கதைகள் பிராமணத் தெருக்களையே சுற்றி வந்தன. இது ஜெயகாந்தனின் பிரச்சினை மட்டுமல்ல. தமிழில் கதை எழுத நினைக்கிற யாவருடைய சிக்கலும் தான். ஜெயகாந்தன் தன்னுடைய ''அக்ரஹாரத்துப் பூனை'' கதையில் யாவருக்குமாக இப்படிப் பேசுகிறார். நான் என்ன பார்க்கிறேனோ, எப்படி வாழ்கிறேனோ அதைத் தானே எழுத முடியும் என்கிறார். நிஜம் தான் வாழ்க்கையைத் தான் எழுத வேண்டும், யூகங்கள் கதைகளாகும், ஆனால் அவை கலையாகாது என்பதை புரிந்து கொண்டவர் ஜெயகாந்தன். அக்ரஹாரத்திற்குள் நிறைந்திருந்த அவருடைய பால்யத்தின் ஞாபகங்கள் அவருடைய துவக்ககால கதைகளானதைப் போல, பிறகான கதைகளுக்குள் கிறிஸ்துவத்தின் இறுகிய தன்மை, சாதிய அரசியலின் சூழ்விதைகளை கண்டறிய முயற்சித்தலாக அவருடைய கதைமொழி உருமாற்றம் பெற்றது. எந்தக் கதைக்களனை எடுத்துக் கொண்டாலும் மிகக் கூர்மையான விமர்சனத்தை வைப்பதில் இருந்து ஜெ.கே. எப்போதும் பின்வாங்கியதில்லை. வாழ்வின் கடைசிப் பகுதிகளில் சறுக்கல்களும், தத்துவக் குழப்பங்களுக்கு ஆட்பட்டமையாலும் தான் அவர் ஹர ஹர சங்கரா, சிவ சிவ சங்கராவையெல்லாம் எழுதினார். ஒரு படைப்பாளியின் சறுக்கல்களைப் பேசுகிற போதே மறக்காமல் அவருடைய சாதனைகளையும் தான் பேசவேண்டும். தமிழ் உரைநடையை முன் நகர்த்திய மகத்தான எழுத்துக் கலைஞன் ஜெயகாந்தன் என்பது மட்டும் சத்தியமான நிஜம்.

புதிய கோடுகளை தமிழ்ப்புலத்தில்
வரைந்திட்ட எழுத்துக்கலைஞன் -
ஜெயகாந்தன்

உருகி ஓடும் சொற்கள்

தமிழ்ப் புனைவுப் பரப்பு ஒற்றைத் தன்மையானதாக ஒருபோதும் இருந்ததில்லை. அதிலும் தமிழ்ச் சிறுகதையெனும் வகைமைக்குள் விதவிதமாக மாஸ்டர்கள் இன்றுவரையிலும் உருவாகிக் கொண்டுதான் இருக்கிறார்கள். தமிழ்ச் சிறுகதைகள் நீர்த்துப் போய்விட்டதான பிரஸ்தாபத்தின் சுதி குறையத் துவங்கி யிருப்பதிலிருந்தே இதனை நாம் உணரமுடியும். புதுமைப்பித்தன், மௌனி, கு.ப.ரா. என சிற்றிதழ்காரர்கள் சிறுகதையின் மொழியை உருவாக்கி வடிவமைத்தார்கள் என்பது மிகவும் முக்கியமானது தான். அதைப் போலத்தான் கல்கியும் தனக்கான வாசகர் வட்டத்தை அவருடைய கதைகள் வழியாக உருவாக்கி நிலைப்படுத்தியிருக்கிறார். நுன்வாசகர்கள், வெகுஜன ரசனை மிகு வாசகர்கள் என வாசகனைத் தரம்பிரித்திடுவது அவ்வளவு ஒன்றும் எளிதில்லை.''பொன்னியின் செல்வன்'' இப்போதும் கூட பலருக்கும் ஈர்ப்புடைய புத்தகமாகவே நீடித்திருப்பதை சமீபத்திய புத்தகக் காட்சிகளின் ஸ்டால்கள் உணர்த்து கின்றன. நீண்ட பலகாலமாக சரித்திரச் சம்பவங்களை புனைவாக்கியதின் காரணமாக கல்கியின் மீது படிந்திருக்கிற சரித்திரக்கதை சொல்லி என்கிற லேயரைத் தவிர்க்க முடியாது தான். ஆனாலும் அவருடைய வரலாற்று மிகுபுனைவு நாவல்களுக்கும் சற்றும் குறையாத தன்மையுடன் அவருடைய சிறுகதைகளும் இருக்கின்றன.

காலத்தின் முகதரிசனமாகவே தன்னுடைய கதைகளை வடிவமைத்திருக்கிறார் கல்கி. அவருடைய கதைகளின் பாத்திரங்கள் நாற்பதுகளில் ஏதாவது செய்து வாழ்ந்தே தீர்வது என்றிருந்த மனிதர்கள்

தான். லட்சியமா! வாழ்க்கையா என்கிற குழப்பத்திற்கு நடுவே தத்தளிக்கும் மனிதர்களே கல்கியின் கதாமாந்தர்கள். ஒருவிதத்தில் கல்கியின் மனநிலையும் கூட அதுவாக இருந்திருக்க வாய்ப்பிருக்கவே செய்திருக்கும். வாழ்வின் லட்சியங்களை, தரிசனங்களை மனிதமனம் தனக்குள் உருவாக்கிக் கொள்வதற்கு சூழலே பெரும் காரணங்களாக இருந்திருக்கின்றன. காந்திய லட்சியம் கவ்விப்பிடித்திருந்த நாற்பதுகளின் இளைஞர்கள் குடும்பத்திற்குள் பொருந்திப் போக முடியாது தவிப்பதும், என்ன செய்வது எப்படியாவது வாழ்ந்து விடுவதே சரி என்று தான் எல்லோரும் நினைத்து குடும்பத்திற்குள் வாழ்ந்து கொண்டே தன்னுடைய லட்சியம் பொருளற்று எதிர்திசையில் ஊசலாடுகிறதே என தடுமாறியிருக்கின்றனர். அப்படியான ஒரு நூறு மனிதர்கள் கல்கியின் கதைகள் எங்கும் வந்து போகிறார்கள். அந்நாளைய இளைஞனின் மனமெங்கும் நிறைகிற காந்தியம் அவனை தேசசேவை ஆற்றுவதைத் தவிர வேறு எந்த மார்க்கமுமில்லை என்றே உரைக்கிறது. அவனும் தேசசேவைக்காக கல்வியை, வேலையை, அதிகார போதையை துறந்திடவே துடிக்கிறான். இன்றைக்கும் இருப்பதைப்போலவே லட்சியத்தை ஏந்தித்துடித்தெழும் இளைஞர்களை நல்வழிப்படுத்திட அதாவது அவர்களை இயல்பான சம்சார வாழ்க்கைக்குள் பொருத்திட யாராவது வந்து விடுகிறார்கள். இந்த இந்தியத் தன்மைக்கு ஒரு நூறு வயதிருக்கும் என்றே தோன்றுகிறது.

கல்கியின் ''புதுஓவர்சியர்'' எனும் கதை சுதந்திர வேட்கை கொண்ட இளைஞனை வசப்படுத்திடும் மனிதனின் கதை தான். கலாசாலையை விட்டு வெளியேறி வெள்ளையர்களுக்கு எதிரான சுதந்திரப் போராட்டங்களில் ஈடுபடத் துடிக்கும் மனிதனிடம் இப்படிச் சொல்லத்துவங்குகிறார். ''முதலில் குடும்பத்தகவனி, அப்புறம் நாட்டைப் பார்த்துக்கலாம்.'' இந்த குரலின் நீட்சி தமிழ்ச் சமூகத்தைப் போல சமூகச் சொரணையற்ற மனிதக் கூட்டத்தின் குரல் தான். முதலில் பிழைக்கத் தெரியாத பிள்ளையா இருக்கியப்பா என்பார்கள். அதற்கும் அந்த இளைஞன் முறுக்கித் திமிறினால் அடுத்த ஆயுதத்தை எடுத்து வீசுவார்கள். எல்லாத்தையும் நீ ஒருத்தனே சரி செய்ய முடியுமா? ஊரே பிழைப்பைத் தேடி ஓடும்போது நாம மட்டும் இப்படி இருந்தா எப்படி? முதலில் வேலையைத் தேடு. பிறகு தேசசேவையாற்றலாம் எனும் தந்திரத்திற்கு பலியான இளைஞர்களின் மன அவஸ்தையை கதையாக உருமாற்றுகிறார் கல்கி, ஆச்சிரியப்படத்தக்க வகையில் முழுக்க தன் கதைகளெங்கும் ஆண்களின் மன உலகிற்குள் மட்டுமே பயணிக்கிறார்.

கல்கியின் மிக முக்கியமான கதையென ''கேதாரியின் தாயார்'' கதையைத் தான் சொல்ல வேண்டும். கேதாரி எனும் பிராமண இளைஞன் அந்நாளைய வைதீகச் சிக்கலைத் தகர்க்க நினைக்கிறார். அப்படி அவன் நினைப்பதற்குக் காரணம் சடங்குகளின் மீதான மறுப்பில்லை. தாயின் மீதான அன்புதான் காரணம் என்கிறார் கல்கி. அந்நாட்களில் பிராமண சமூகத்தின் விதவைக் கோலம் சகிக்க முடியாத பெருந்துயராக பெண்களின் மீது படிந்திருப்பதையும், அதையும் கூட ஆண்கள் நிர்பந்திக்கா விட்டாலும் கூட பெண்களே விரும்பி தலையை மழித்து வெள்ளைப் புடவை உடுத்தியிருக்கிறார்கள். இந்த விரும்பி ஏற்றுக் கொள்கிற மனோபாவத்தை வைதீகச் சடங்குகளின் பேரால் நிர்பந்தித்துக் கொண்டேயிருக்கிற சமூகத்தின் ஆணவத்தை எப்படிப் படைப்பாளிகளால் கேள்விக்கு உட்படுத்திடாமல் இருக்க முடியும். தன் தாயின் விதவைக் கோலத்தை காணச் சகிக்காது மரணப்படுக்கையில் விழுந்துவிடுகிற கேதாரி அறியமாட்டான் தன்னுடைய மரணத்திற்குப் பிறகு தன்னுடைய மனைவிக்கும் கூட இந்த மொட்டைப் பாப்பாத்தி கோலம் நிர்பந்திக்கப் படும் என்பதை. கல்கியும் கூட அப்படித்தான் எழுதுகிறார். மீறல்களை நிகழ்த்திட எப்போதும் துணியாதவர்கள் கல்கியின் கதைமாந்தர்கள். இந்த கதையை கல்கிக்குப் பிறகு எழுதவந்தவர்கள், கேதாரி தன்னுடைய மனைவியிடம் என்னுடைய மரணத்திற்குப் பிறகு நீ கட்டாயம் மறுமணம் செய்ய வேண்டும் என சத்தியம் பெற்று விட்டு இறந்து போகிறார்கள் என்று தான் எழுதினார்கள். எழுதுவார்கள். கல்கி மரபின் எல்லைகளைக் குறித்த வியாக்கியானங்களை நடத்திட துணியாதவர் என்பதும் நிஜம் தான்.

எழுத்தாளர்கள் ஏதாவது ஒரு சந்தர்ப்பத்தில் எழுதுதல் முறை குறித்து தீவிரமாக விவாதித்து இருக்கிறார்கள். கல்கியும் கூட தன்னுடைய எழுதுதல் முறை குறித்து பேசமுற்படும் போது தனக்கு முன்பாக எழுத்து இலக்கியம் என்பவற்றைப் பற்றிய புரிதல் எப்படி இருக்கிறது என்பதையும் கூட எழுதியிருக்கிறார் பல கதைகளிலும். அதிலும் தன்னுடைய ''அருணாசலத்தின் அலுவல்'' கதைக்குள் மிக விரிவாகவே எழுதியிருக்கிறார். ''பெரும் புகழ் அடைய முயற்சிப்பவர்கள் முயற்சிக்கும் ஒரே வழி கதை எழுதுவது தான். ஒரு கதை எழுதி விட்டால்போதும்.அதன்பிறகுதங்களுக்குள்தன்னைப்பெர்னாட்ஷாவையும், செஸ்டர்ட்டனையும் போல நினைத்துக் கொள்வார்கள். என்ன எழுதுவது! என்பது அவர்கள் மனதில் தோன்றும் அடுத்த கேள்வி. என்ன எழுதுவது என்பதையே தலைப்பாகப் போட்டுக் கொண்டு ஒரு புத்தகமே எழுதுபவர்களும் உண்டு...'' ஆனால் கதை வேறு ஒரு புள்ளியில் தீவிரமடைகிறது. எழுதியெல்லாம் பிழைக்க முடியாது

என்கிற இடத்திற்கு எல்லோரும் ஏதாவது ஒரு சந்தர்ப்பத்தில் வந்தே தீர்கிறார்கள். பிறகு அவரவர் வழிகளில் பயணிக்கிறார்கள். இங்கும் கூட வேலைதேடி அலைந்து களைத்த இளைஞன் நச்சுப்புடுங்கும் வீட்டு வேலைகளை தானே செய்வதென முடிவெடுக்கிறான்.

எழுதப்பட்ட கதைகளை எழுதப்பட்ட தன்மையில் மட்டும் வாசகன் புரிந்து கொள்வதில்லை. வாசக மனதினில் கதை வேறொரு தன்மையில் திறந்து கொள்வதும் கூட நடக்கவே செய்கிறது. சில சமயங்களில் எழுத்தாளனின் கதையை தலைகீழாக்கி விடுகிறான் வாசகன். வாசகப் பயன்பாட்டிற்கான சாத்தியம் கொண்ட பல கதைகளை கல்கி தமிழ்வாசகனுக்கு வழங்கியிருக்கிறார். பெண்களுடைய வேலையிது, அதனை நான் செய்திருக்கிறேன் எனக்குச் சம்பளம் வேண்டும் என்கிறான் இளைஞன். கல்கி அவனை அடுத்த கட்டத்திற்கு நகர்த்துகிறார். அடேய் தம்பி நீ எவ்வளவு வேலை செய்கிறாய்? உன்னுடைய வேலைக்கு சம்பளம் பத்தாதே. மாலையில் உன் பொண்டாட்டி அலுவலக வேலை முடித்து வீட்டுக்கு வந்ததும் நீ கேள் அடுத்த மாதத்திலிருந்து எனக்கு சம்பளம் பத்தவில்லை, அதிகமாக வேண்டும் என்கிறான். அவனும் கூட தயாராகி விடுகிறான் கதைக்குள். நமக்கோ காலம் வேறு சில கேள்விகளை முன்வை என்கிறது. ஒற்றை ஆண் உருவாக்கிய கோரிக்கையை, உலகெங்கும் இருக்கும் பெண்கள் எழுப்பக் கூடாதா? ஒவ்வொரு வேலையாக பட்டியலிட்டு பெண்கள் அவர்களுடைய உழைப்பிற்கான ஊதியத்தைக் கோருகிறார்கள்? அது எந்த, எந்த எல்லை வரை செல்லும் என்கிற கதையைக் கூட எழுத வாய்ப்பிருக்கிறது. கதையும், படைப்பாளியும் வாசகனும் இணைகிற முக்கூட்டில் பல தன்மைகளை அடைகின்றன கதைகள்.

சென்னை பெருநகரமாக தன்னை உருமாற்றிக் கொள்கிற போது நிகழ்ந்த விதவிதமான மாற்றங்களையும் கூட படைப்பாளி தன்னுடைய கதைகள் எங்கும் தன் எளிய சொற்களைக் கொண்டு தகவமைக்கிறார். நாற்பதுகளில் சென்னையின் அடையாளமாக இருந்தது, குதிரைப் பந்தய மைதானமும், அதைச் சுற்றி நிகழும் மனித மனங்களின் உளச்சிக்கல்களும் தான். புதிய நடுத்தர வர்க்கமாக உருமாறிக் கொண்டிருக்கும் நகரத்து மனிதர்கள் எப்படியாவது பணம் சேர்ப்பதையே பெரிதும் விரும்புகின்றனர். குதிரை ரேஸிற்குள் உழலும் சூது மனநிலைக்குள் ஒரு இந்தியமித் ஒளிந்திருப்பதை ருசிகரமாக தன்னுடைய கதையொன்றில் கொண்டு வந்து சேர்க்கிறார். சூது தவறு தான். ஆனாலும் அது மனித மனங்களை வசீகரிக்கும் ஆற்றல் மிக்கது, அதனால் தான் உலக இலக்கியங்களில் அதிர்ஷ்ட

லாட்டரிசீட்டுக் கதைகள், பகடையாட்டங்கள், சீட்டு விளையாட்டுகள் என விதவிதமான கதைகள் எழுதப்பட்டுக் கொண்டிருக்கின்றன. கதையின் இறுதிப்புள்ளி எதுவாக இருக்கிறது. கதையெனில் சுபமாக முடிப்பது எனும் மனநிலை பல எல்லைகளை உடைப்பதற்குப் பதிலாக, எல்லைகளை வடிவமைக்கிறது. அதனால்தான் தவறு என்று நினைப்பவற்றை யெல்லாம் கண்டித்து கருத்துப் பிரச்சாரம் நடத்திட நாடகம் போடுகிறார்கள். கதை எழுதுகிறார்கள், சினிமா எடுக்கிறார்கள். இந்த உலகினில் புத்தி சொல்ல துணிகிறவர்கள் யாவரும் ஒற்றைப் புள்ளியில் குவிந்து விடுகிறார்கள். வேறு ஒன்றும் இல்லையது. சூதாட்டம் தவறு என பிரச்சாரம் செய்பவன் ரகசியமாக இருட்டிற்குள் சீட்டாடச் செல்கிறான். குதிரை பந்தயம் குற்றம் என்பவர்கள் ஒருவர் அறியாது மற்றவர்கள் பந்தயத் திடலில் திரிகிறார்கள்.

எல்லோரும் இந்தப் பரந்த உலகினில் வாழ்ந்திட வே விரும்புகிறார்கள். வாழ்க்கை வாழ்வதற்காகத்தான். எனினும் ஊர் மெச்ச வாழ்தலே உசிதம் என்றே யாவரும் விரும்புகின்றனர். ஓ ஹென்றி தன்னுடைய கதைகள் யாவற்றையும் கூட இங்கிருந்தே துவக்கியிருப்பார். மனிதர்கள் பிறர் மெச்ச வாழ வேண்டும் என்பதற்காக எல்லை தாண்டுகிறார்கள், வரம்பு மீறுகிறார்கள், தவறிழைக்கிறார்கள் நியாயஸ்தர்கள் தவறிழைத்தமைக்காக வருந்துகிறார்கள். யாவரும் அறிந்திட தங்களுடைய குற்றத்திற்காக பாவ விமோசனம் பெறத் துடிக்கிறார்கள் என்பதற்காகவே எல்லாக் கதைகளையும் எழுதியிருப்பார். ஓ ஹென்றி பாணியிலான கதையமைப்பின் அச்சு அசலான வார்ப்புகளே கல்கியின் கதைகள். கல்கியின் கதை கூறுதல் முறை வாசகனிடம், இப்படி, இப்படி நடந்து இருக்கிறது. பார்த்துக் கொள் என்று சொல்வதோடு முடிந்து விடுகிறது. நடந்ததை அப்படி, அப்படியே எடுத்துச் சொல்வது என் வேலை என்கிற உறுதியில் கல்கி ஒருநாளும் பிசகியதேயில்லை.

வெகுஜன எழுத்தின் மாயமறிந்த
கல்கி

பற்றியெறியும் மனச்சுடர்

நிகழ்ந்தவற்றை அப்படியே ஏற்றுக் கொள்ள ஒருபோதும் மனிதர்கள் தயாராக இருப்பதில்லை. அதன் மீது தன் கருத்தை ஏற்றிடும் போது அவனுக்குள் புதிதாக வினையாற்றிய திருப்தி துளிர்விடத் துவங்குகிறது. அதன்பிறகு உருவாகிய சூழல் குறித்த தன் தர்க்கத்தை நியாயப்படுத்திட இன்னும் சிலரையும் கூட துணைக்கு அழைப்பதும் கூட தவிர்த்திட இயலாததாகி விடுகிறது. இப்படித்தான் யதார்த்தத்தில் நிகழ்ந்த மரணங்களின் மீது தமிழ்ப்புனைவுலகம் புதிய "மித்தை" உருவாக்கி வருகிறது. அது பாரதி, புதுமைப்பித்தன், பட்டுக்கோட்டை, சம்பத் என எழுத்தாளர்களையே சுற்றி வருகிறது. மேதைகள் இளம் வயதில் மரணித்துப் போகிறார்கள் எனும் அறிவிக்கப்படாத பிரகடனம் ஒன்று தமிழ்ப் புனைவுப் பரப்பினில் மெல்லிய புகையினைப் போல படர்ந்து கொண்டு தான் இருக்கிறது. அப்புகைப் பரப்பினில் யார் யாரோ இப்போது நினைத்துப் பார்க்கிற போது வந்து போகிறார்கள். நேற்று மரித்து போன சுகன், குவளைக் கண்ணன் துவங்கி அப்பாஸ் எனப் படர்கிற போது கண்கள் பணிக்கின்றன. கவிப்பித்தர்கள் குடித்த மதுக்கிண்ணங்களைப் போல வெறுமையாகி விடுகிறது மனம். அதன்பிறகு உருவாகிவிடுகிற துக்க அலைகளைத் தாங்கிட இயலாது தடுமாறுகிறது மனம். எவர் எவரோ வந்து போகும் மனத் திரையில் எழுத்தாளர் ஆதவனின் கண்ணாடி அணிந்த உருவமும் கடக்கிறது. தன்னுடைய டில்லி வாழ்க்கையையும், அதற்குள் பொருந்திப் போக முடியாது தடுமாறிடும் மனிதக் கூட்டத்தின் துயரத்தையும் கச்சாப்

பொருளாக்கி அவர் வடித்தெடுத்த ''காகித மலர்கள்'' ''என் பெயர் ராமஷேசன்'' என்கிற இரண்டு நாவல்களும் தமிழ் மொழியின் இலக்கிய சாதனைகளாக இன்றைக்கும் நீடித்திருப்பதற்கான சகல தகுதிகளும் பெற்றவை.

ஆதவனின்கதைகளும், அவருடையகளமும், மொழிப்பிரயோகமும் இப்போது படிக்கும் போதிலும் கூட மெருகு குலையாத புத்தம் புதிய கதைகளாகவே நீடித்திருக்கின்றன. ஆதவன் பெருநகரத்தின் மாற்றங்களில் பொருந்திப் போக முடியாது தடுமாறிடும் மனிதர்களின் மனங்களுக்குள் உறைந்திருக்கும் சொற்களைக் கண்டு வந்து சொல்கிறார். அவருடைய 5 சிறுகதைத் தொகுப்புகளையும் ஒரு சேர வாசிக்கிற போது மரணம் நிகழ்த்திய கொடூரத்தை எந்த வாசகனாலும் சகித்துக் கொள்ள முடியாதது தான். ஒரு எழுத்தாளன் தன்னுடைய தனித்த மொழியையும், கதை கூறும் முறையையும் அவனுடைய முதல் கதையிலேயே கண்டடைதல் சாத்தியமில்லை, மேதைகளுக்கு இது பொருந்தாது. அவர்கள் முதல் சொல்லையே வசீகரமாக்கித் தொடர்கின்றனர். ஆதவன் கதைகளின் ஆதாரசுருதியே தான் என்கிற தன்னிலையைக் குறித்த தர்க்கங்களும், வியாக்கியானங்களுமே. கைவிரல்கள் புரட்டிட கண்ரெப்பைகளுக்குள் சேகரமாகிடும் சொற்கள் உருவாக்கிடும் கதைகள் ஆதவனின் கதைகள் மட்டுமல்ல, ஒரு விதத்தில் நம் யாவருடைய கதைகளும் கூடத்தான். கதையெனும் ஆடிக்குள் உருளும் சொற்கள் தெறித்து விழுகிற போது வாசகன் தப்பிக்க முடியாமல் தடுமாறிப் போவான். அதற்குள் அவனுடைய கயமை, குரூரம், தப்பிதல்கள் என யாவும் வெளிப்படுகிறது. குரூரத்திற்கும் பவுத்திரத்திற்குமான கோடு மிகவும் மெல்லியது தான். அதே கதையாடிக்குள் தான் அன்பும், கனிவும், நேர்மையும் பொங்கிப் பெருகுகிற மனிதனும் தோன்றுகிறான். நம்மைப்பார்த்து நாமே பரவசப்படுதலும், குற்றவுணர்வுக்குள்ளாதலுமான இரட்டை மனநிலைகளை அடையச் செய்கின்றன ஆதவனின் கதைகள். வாசகர்கள் எல்லோருக்கும் நம்முடைய கதையை எழுதுகிற எழுத்தாளனோடு மனம் ஒன்றிப் போய் விடுகிறது.

ஆதவனுடைய கதைகளைக் குறித்து எல்லா எழுத்தாளர்களையும் போலவே அவரே புதிய, புதிய வியாக்கியானங்களைச் செய்து பார்க்கிறார். அவருடைய கதைத் தொகுப்புகளுக்கு அவர் எழுதிச் சேர்த்திடும் என்னுரைகள் கூட மிகுந்த வாசிப்புப் பரவசத்தை ஏற்படுத்துகின்றன. கதைகள் யாவும் நிகழ்ந்து கொண்டிருக்கும் ஒரு விளையாட்டு தான்.

சொற்களைக் கட்டி மேய்ப்பது எனக்குச் சின்ன வயதிலிருந்தே பிடித்தமான காரியம். அவற்றின் இனிய ஓசைகளும், நயமான வேறுபாடுகளும், அவற்றின் பரஸ்பர உறவுகளும் இந்த உறவுகளில் நீந்துகிற அர்த்தங்களும், எல்லாமே எனக்குப் பிடிக்கும். மனிதர்களையும் பிடிக்கும், மனிதர்களுடன் உறவு கொள்வதும் கூட எனக்கு மிகவும் பிடிக்கும். சொல் தனிமனிதன் சமூகத்தோடு உறவு கொள்வதை நிச்சயப் படுத்தும் ஒரு கருவி. எனவே கதையெனும் அலகிலா விளையாட்டினை சொல் கொண்டு நிகழ்த்திக் கொண்டேயிருந்திருக்கிறார். தன்னுடைய துர்மரண நாள் வரை. நீர்வீழ்ச்சியின் சுழற்சியில் பலியான ஆதவன் எழுதாமல் விட்டுப் போயிருக்கிற கதைகளைத் தான் பலரும் எழுதிக் கொண்டிருக்கிறார்கள்.

மனிதர்களில் எவரும் அவரவருடைய தனித்தன்மையை இழந்திட ஒருபோதும் துணிவதில்லை. ஒருவிதத்தில் வாழ்க்கையையே கூட தன்னைப் பற்றி அறிதலுக்காகத் தான் வாழ்கிறேன் எனப் பகிரங்கமாக சொல்பவனும் உண்டு. படைப்பாளி அடுத்த கட்டத்திற்கு நகர்கிறான் தன்னை இந்த சமூகத்தோடு பொருத்திப் பார்க்கிறான். அதனுடன் பொருந்திப் போக முடியாத போது எரிச்சல் அடைகிறான். தன்னுடைய எரிச்சலைக் கடத்திட அவன் தேர்ந்தெடுக்கும் எளிய சொல் விளையாட்டே கதையாகி விடுகிறது. ஆதவனின் அறுபது கதைகளும், நாவல்களும், நாடகப் பிரதிகளும் மனிதத் தன்மைகளைப் பற்றிய தர்க்கங்கள் தான். தான் என்கிற பிம்பத்தை ஒவ்வொருவரும் ரகஸியமாக தங்களுக்குள் உருவாக்குகிறார்கள். கட்டமைக்கிறார்கள். தங்களுக்குள்ளாகவே தானே உருவாக்கிய தன்னைப் பூஜிக்கிறார்கள். அது ஒரு அகந்தையாக வடிவம் பெற்று விடுகிறது. ஒரு சிறு மோதல் அவ்வகந்தையின் மீது நிகழ்ந்தால் கூட அவர்களால் தாங்க முடியவில்லை. அதன்பிறகு, அன்பிற்கும், வெறுப்பிற்கும் இடையே நூலிழை அளவு மட்டும் தான் இடைவெளி உள்ளது. ஒளிவருகிற போது கூடவே இருளும் படர்ந்து விடுகிறது. ஒளியின்றி நிழலில்லை. பார்ப்பதற்கும் கேட்பதற்கும் நேர் எதிராகத் தெரியும் எல்லா இருமைய எதிர்வுகளுக்கும் இடையிலாக இடைவெளி காற்புள்ளி அளவு தான். கண்களுக்குப் புலனாகிடாது தத்தளிக்கும் மெல்லிய நூலிழை அளவிலான இவ்விடைவெளிகளில் தான் அவருடைய கதைகள் படர்கின்றன. மனிதர்களின் பல சிக்கல்களுக்குக் காரணமாயிருக்கிற ஒற்றைச் சொற்களின் பட்டியல்களை ஆதவனின் கதைகள் பரப்புகின்றன.

வயது கூடுகிற போது எல்லோராலும் எதற்கும் வேண்டாம் என்று சொல்ல முடிகிறது. முதியவர்கள் ஆகிறார்கள் என்பதைக் குடும்பத்திற்குள் அவர்கள் உச்சரிக்கும் வேண்டாம் என்ற சொல்லே காட்டிக் கொடுத்து விடுகிறது. அவர்கள் நீ இதைச் செய்ய வேண்டாம், அவனை அங்கே போகச் சொல்ல வேண்டாம். இவளுக்கு இப்போது கல்யாணம் வேண்டாம், எனக்கு இன்றைக்கு சாப்பாடு வேண்டாம். "இந்த வேண்டாம், இந்த வீடுகளின் சுவர்களுக்கிடையில் இறுக்கத்தின் தாயாக, இன்பத்தின் எதிரியாக, என்றென்றும் உலவியவாறிருக்கிறது..''

வயது முதிர்ச்சியடைதல் நிகழ்கிற போது ஒரு ஆச்சர்யமான நிகழ்ச்சி நடப்பதாக கண்டு பிடிக்கிறார். காலம் மாறுகிறது. ஆனால் முதியவர்கள் தேங்கி நின்று விடுகிறார்கள். காலமாற்றத்தை ஏற்றிட மறுத்து அவர்களுடைய மனம் தடுமாறுகிறது. நித்தமும் பூஜை, வழிபாடு, ஆச்சார அனுஷ்டானம் என்று இருக்கிற பிராமணியக் குடும்பத்து அம்மாக்கள், அப்பாக்கள் அவர்களின் உலகையும், பிள்ளைகளையும் ஏன் இப்படி எதிர்கொள்கிறார்கள் என்கிற உளவியல் ரீதியான தர்க்கங்களையே அவருடைய கதைச் சொற்கள் நடத்துகின்றன. ''அவனுக்கு ஓடிச்சென்று அவள் மடியில் தலையைச் சாய்த்துக் கொள்ளலாம் போலிருந்தது. இப்படி செய்ய முடியாத தாபந்தான் அவ்வப்போது கோபமாக மாறியதோ...? கைகால்களில் கனக்கும் வருடங்கள்...'' கருப்பை என்பது சுமக்கும் எந்திரமல்ல. தன் கண் எதிரிலே தன்னுடைய குழந்தைக்கும் வயது கூடிக்கொண்டே வருவதைக் கண்டு பேதலிக்கும் தாய்களின் பாசமும், அன்பும் தனித்தது மட்டுமல்ல விசித்திரமானதும் கூட. அதற்கு பழசு, புதுசு, ஆச்சாரம், நவீனம் ஏன் பின்நவீனம் என்கிற எதுவும் கிடையாது. அன்பினாலும், கருணையாலும் கசிந்துருகிடுதல் தத்துவ தர்க்கங்களுக்கு அப்பாற்பட்டது தான் என்பதையும் கூட உணர முடியும். உறவுகளுக்கு இடையேயான நெருக்கத்தையும், விலகலையும் தீர்மானிக்கும் காரணியாக பணம் மட்டுமே இருக்கிற யதார்த்தத்தையும் கூட கேள்விக்குட்படுத்துகிறது தாயன்பு. எப்போதாவது தான் திருப்பித் தருகிறார்கள் மகனோ, மகளோ. அப்படியான அசலான சந்தர்ப்பங்களையும் கூட மகா கலைஞர்களால் தான் கண்டுணர முடியும். முதலிலே இரவு வரும் கதையின் சொற்கள் இப்படிப் பார்க்கின்றன. ''அவனுடைய அம்மா தாவணி அணிவதற்கு முன்பே தாலியில் சிறையான குழந்தை. அந்தக்குழந்தையை பெரியவளாக்கிட அப்பாவால் முடியவேயில்லை. இப்போது தாலி இல்லை. விடுதலை. கிழவியின் முகம். ஆனால்

மனத்தளவில் வெறும் குழந்தை. இப்படித்தான் படைப்பாளிகள் குழந்தைகள், பெண்கள், முதியவர்கள் என அன்பிற்கு ஏங்கித் தனித்திருக்கும் உயிர்களின் உள்ளங்களைக் கண்டுணர்ந்து சொல்கிறார்கள்.

இலக்கியம், எழுத்து, ரசனை, ஈடுபாடு என்பன யாவும் ஐம்பதுகளில் புதிதாக கற்கத் துவங்கியவர்களுக்கானது தான். புதிதாக கற்கத் துவங்கிய சமூகம் இலக்கியம், எழுத்து என வந்து சேர ஆண்டுகள் பலவாகத் தான் செய்தன. இந்தியா மாதிரியான மூன்றாம் உலக நாடுகளில் விடுதலையின் நாட்களிலும் அதற்குப் பிறகான துவக்க நாட்களிலும் உருவாகி துளிர்க்கத் துவங்கிய வர்க்கம் மத்தியதர வர்க்கம். ஒரு விதத்தில் தமிழ்மொழியில் ஐம்பதுகளில் அறுபதுகளில் எழுதப்பட்ட சிறுகதைகள் ஒன்றிரண்டைத் தவிர யாவும் மத்தியதர வர்க்கத்து மனிதர்களின் வாழ்வியில் கூறுகளையே தனக்கான கச்சாவாகக் கொண்டிருந்தன. புதிதாகக் கிடைத்த பற்றுக் கோலைக் கைக்கொண்டு குறுநகரங்களில் இருந்தும், குக்கிராமங்களில் இருந்தும் சொற்ப எண்ணிக்கையிலான ஆண்கள் மும்பைக்கும், சென்னைக்கும், டெல்லிக்கும் தங்களுடைய ஜாகையை மாற்றியிருந்தார்கள். எழுத்தாளர் ஆதவனும் கூட டெல்லியில் வாழ்ந்தவர் தான். வந்திறங்கிய துவக்க நாட்களின் விசித்திரங்கள் மெதுவாக அவர்களுடைய மனத்திரைகளில் இருந்து அகலத் துவங்கிய பிறகு அவர்கள் படும் அல்லல்களையே ஆதவன் சரிபாதி கதைகளுக்கும் மேல் பேசுகிறார். அவர்களுடைய சமூக ஒவ்வாமைகள், பாலியல் உளச்சிக்கல்கள், தடுமாற்றங்கள், தத்தளிப்புகள், போதாமைகளைக் குறித்த அறிதலின்மை ஆகியவற்றையே ஆதவனின் கதைகள் பேசுகின்றன.

சிறுகதைகளை கச்சிதமாக எழுதிடல் வேண்டும் என்கிற பிரக்ஞை கொண்டவரல்ல ஆதவன் என்பதனை அவருடைய பெருவாரிக் கதைகளின் தலைப்புகளே உணர்த்துகின்றன. ''ஞாயிற்றுக் கிழமைகளும், பெரிய நகரமும், அறையில் ஒரு இளைஞனும்'' ஒரு நீண்ட வரியாகக் காட்சிப்படும் தன்மையில் தான் கதைகளுக்கு தலைப்பிட்டிருக்கிறார். ''இந்த மரம் சாட்சியாக நானும் இவர்களும் சிவப்பாக, உயரமாக, மீசை வைச்சுக்காமல்'' இந்தத் தலைப்புகள் மட்டுமே கூட கச்சிதமான சிறுகதைகளைப் போலிருக்கின்றன. அவருடைய ஞாயிற்றுக்கிழமை... கதையும் ''இன்னொரு திங்கட்கிழமை...'' கதையும் வேறு வேறு கதைகளல்ல. வேறு வேறு சிறுகதைத் தொகுப்புகளுக்குள் தொகுக்கப் பட்டிருக்கும் போதும் கூட அவை ஒரே கதை தான். ஒரே மனிதனின்

இரண்டு நாட்களில் தான் இருவேறு சந்தர்ப்பங்களில் எழுதியிருக்கிறார். வாரத்தின் ஆறு நாட்களிலும் உயிரற்ற காகிதக் குப்பைகளை பைல்களாக உருமாற்றிடும் வேலைக்குச் செல்கிற எல்லோருக்கும் ஞாயிற்றுக் கிழமைகள் மிகவும் தேவையாக இருக்கிறது. ஒவ்வொருவருக்கும் ஒவ்வொரு விதமாக விடிகின்றன ஞாயிற்றுக்கிழமைகள். அதுவும் மற்றைய நாட்களைப் போலான பிறிதொரு நாளில்லை. அது தனித்தது என்றேயாவரும் புரிந்து வைத்திருக்கிறோம். அதைக் கொண்டாட்டமாகவோ அல்லது புதிய உற்சாகங்களோடு கழிக்கவோ விரும்புகிறோம். இதில் வயது வித்தியாசம் இல்லை, பால்பேதம் இல்லை, புவியியல் சூழல் வித்தியாசம் கூட இல்லை. ஆனால் நிச்சயமாக உறுதியாக வர்த்தக பேதம் உண்டு. ஞாயிற்றுக்கிழமைகள் நடுத்தரவர்க்கத்தினருக்கானது. உழைப்பாளிகளுக்கு அதுவும் மற்றொரு நாள் தான். எப்போதும் தன்னுடைய சொந்த வர்க்கத்தின் சேஷ்டைகளை உற்றுக் கவனித்துக் கதையாக்கிடும் ஆதவனுக்கு ஞாயிற்றுக்கிழமை மிக முக்கியமான நாள் தான். அதிலும் தனியறை இளைஞனின் ஞாயிற்றுக்கிழமை விசேஷமானது. அப்படியான இளைஞனை முன்னே ஓடவிட்டு அவன் போகும் திசையெங்கும் அவனைப் பின் தொடர்ந்து கதையாக்குவதில் ஒருருசிகரம் இருக்கவே செய்கிறது. ஞாயிற்றுக்கிமையை கொண்டாட்டமும் கழிப்புமாக நடத்திடும் தன்மையை அலாதியான மொழியில் கதையாக்குகிறார்.

எழுதப்பட்டு நம்முன் நகரும் கதை வித்விதமான யோசனைகளை எப்போதும் உருவாக்குகிறது. ஆதவன் எழுதிய ஞாயிற்றுக்கிழமை அறுபதுகளின் ஞாயிறு. அறுபதுகளில் டெல்லியிலும், சென்னையிலும் ரேஸ்கோர்ஸ் மைதானங்களில் சுழித்து ஓடிய குதிரைகளும், ஜாக்கிகளும் இன்றைக்கு இறந்த கால எச்சங்களாக வரலாற்றுக் குறிப்புகளில் தேங்கி விட்டன. ஞாயிற்றுக்கிழமைகளில் நிறைந்து கிடந்த சினிமாக் கொட்டகைகள் எண்பதுகளுக்குப் பிறகு வணிகவளாகங்களாகி வேறொரு வடிவம் எடுத்திருக்கின்றன. ஞாயிறுக்கும், திங்களுக்கும் பேதம் பிரித்தறிய முடியாத உளச்சிக்கலுக்குள் சமகாலத்தின் கணினி இளைஞர்கள் சிக்கிக் கொண்டு, யாருக்காகவோ இங்கிருந்தே பணி யாற்றுகின்றனர். ஹால் சென்டர்களில் அமெரிக்கர்களின் பகல்களுக்காக இரவின் குளிர்ச்சியில் உறைந்து கிடக்கின்றனர். ஆதவன் இருந்திருந்தால் அவருடைய சொந்த நடுத்தர வர்க்கத்தின் தவிப்பையும், துயரத்தையும் நிச்சயமாக கதையாக்கியிருப்பார்.

நடுத்தர வர்க்கத்தின் அடிப்படையான உளவியல் சிக்கல்களை எழுதுவதையே தன்னுடைய எழுத்துப் பாணியாக கைக்கொண்டிருந்தார் ஆதவன். அவருடைய இன்னொரு திங்கட்கிழமை கதையின் மையம் வாழ்நாள் முழுக்க எந்திரமாக்கிடும் சூழலை விரித்து வைத்துக் காத்திருக்கும் காலத்தின் பக்கங்களில் பொருந்திட மறுத்து விலகிச் செல்லும் மனிதர்களின் அந்நியமாதல் மனநிலையை அதிநுட்பமாக பதிவு செய்வது தான். அந்நியமாதல் என்பதனையும் கூட அன்றைக்கு முழுவதும் அறையினில் அடைந்து கிடக்கும் தன்மையில் பதிவு செய்யவில்லை. வழக்கம் போல அலுவலகம் செல்லக் கிளம்புகிறான். போகும் பாதையிலேயே பயணமும் நிகழ்கிறது. தான் எப்படியெல்லாம் இயந்திரமாகிக் கிடந்திருக்கிறோம் என்பதை ஒரு நாள் முழுக்க விலகி நின்று ஒவ்வொரு மனிதர்களாக உற்று நோக்குகிறான். எதற்கு இத்தனை அவசரம், ஏன் இந்த பதட்டம். எந்தக் கோட்டையைப் பிடிக்க இவர்கள் இப்படி தவியாய் தவித்தலைகிறார்கள். நானும் கூட இப்படித்தானே காலில் சக்கரம் கட்டிக் கொண்டு ஒரே பாதையில் சுழன்று திரிகிறேன் என காலை முதல் இரவு வரை திரிந்து ஞானம் பெற முயற்சிக்கிறான். வாழ்க்கை ஒரு நுட்பமான விளையாட்டு அது உங்களை உங்களுடைய விருப்பம் போல இயங்கிட அனுமதிக்காது. அதனால் தான் அவனுக்குள் அடடா இருட்டி விட்டது, விரைந்து அறைக்குச் சென்றால் தான் நாளைக்கு அலுவலகத்திற்கு போக முடியும் என்று நினைத்துக் கொள்கிறான். பிறகென்ன காலமெனும் பெரும் இயந்திரத்தின் ஸ்குருவாகிட தயாராகிவிடுவதைத் தவிர அவனுக்கு வேறு எந்த வழியும் இல்லை.

ஆதவனின் கதைகளை வாசிக்கிற வாசகன் தனக்குள் மனதின் நுட்பங்களை கண்டுணரும் கருவியொன்று கைவரப் பெற்றதை நிச்சயமாக உணருவான். அவருடைய கதை மொழியில் திளைத்து வரும் உரையாடல்கள் யாவும் மனதின் சொற்கள் தான். வாழ்க்கையை ஒரு மாபெரும் பந்தயமாக உருமாற்றிவிட்ட பிறகு எப்படியாவது வெற்றிபெற்றுவிட வேண்டும் என்பதில் குறியாகிவிடுகிற மனிதர்களையும், அவர்களுடைய மனம் புரியும் சமரசமற்ற சூழ்ச்சிகளையும் கண்டு சொல்கின்றன கதைகள். ஆண் என தன்னை எப்போதும் நினைத்து இறுகிக் கொண்டிருக்கும் மனிதர்களின் மனங்களுக்குள் அதிகார போதையும், காமப்பித்தும், சகமனிதரோடு எதையும் பகிர்ந்து கொள்ள மறுக்கிற வக்கிரமும் எப்படியெல்லாம் குடியேறி விடுகிறது என்பதை அவருடைய ''அப்பர்பெர்த்'', ''இரண்டு நாற்காலிகள்'' போன்ற கதைகளில் காண முடிகிறது.

இன்றைக்கு வரையிலும் பொருந்திப் போகிற மூன்று தளங்களுக்குள் ஆதவனின் ஒட்டுமொத்த கதைச் சொற்களும் சுடர்விட்டு எரிகின்றன. தனித்தன்மை பற்றிய தன்னுணர்வு கொண்ட மனிதக் கூட்டத்தின் கதையைத் தான் எழுதுகிறார். அரசு இயந்திரம் உருவாகிக் கொண்டிருந்த நாட்களில் உருவாகத் துவங்கிய ''மிடில்கிளாஸ்'' வர்க்கமே அவரின் கதையுலகம். உத்திகளிலோ, தனித்த பாணியிலோ அக்கறைப்படாத அவருடைய கதைமாந்தர்கள் பேசிக் கொண்டேயிருக்கிறார்கள். அவரவர்கள் அடுத்தவனின் மனதின் சொற்களை கண்டறிய முயற்சிக்கின்றனர். தான் வாழ்ந்த சமூகத்தின் மனதின் அடி ஆழம் வரை பயணிக்க எத்தனித்துக் கொண்டேயிருந்தவர் ஆதவன்.

நடுவில் நிற்கும் கதைக் கூட்டத்தின்
கதைப்பிரதிநிதி -
ஆதவன்

இது வேறு உலகம்

தன்க்கு முன் முள்பாதைகளும், இண்டஞ்செடிகளுமாக சூழ்ந்திருந்தால் நிஜத்தில் பாதைகளை வடிவமைப்பது எளிது தான். வேறெதுவும் செய்ய வேண்டியதில்லை. முட்களை அகற்றினால் போதும். தானாகவே பாதை புலப்பட்டு விடும். முட்களை அகற்றிடும் சூட்சுமம் அறிந்திருந்தால் பாதை உருவாகும் வல்லமையும் கூட வசமாகிவிடும். உருவாகி நிலைத்திருக்கும் பாதையில் எல்லோரும் போய்த் திரும்புகிற போது அதைக் கவனித்துக் கொண்டிருந்த மனிதனுக்கு ஏன் இவர்கள் இப்படி பாதையைத் தெளிவாக்கிய பிறகும் அதில் பயணிக்கவில்லை என்கிற கேள்வி எழுகிறது. பாதைக்கு அருகில் வந்து திகைத்து நின்று தடுமாறவில்லையவர்கள். அவர்களாகவே மீண்டும் அக்கரடுமுரடான பாதைகளுக்குள்ளாகவே பயணிக்கிறார்கள். பாதைகளில் நடந்து வர சபிக்கப்பட்டவர்களா இந்த மனிதர்கள் என்கிற கேள்வி எழுந்தவுடன் எது நிகழவேண்டுமோ அதனை நிகழ்த்திட வேண்டும் தானே? இப்படி அவர்களைக் கவனித்துக் கொண்டிருந்த கலைஞன்அவர்களறியாதுஅவர்களைப் பின்தொடர்கிறான்.அவர்களோடு அவர்களாகிறான். அவர்களையும், தன்னையும் பற்றிய யாவற்றையும் எழுதுகிறான். அதுவே அவனுடைய புனைவுலகமாக உருவாகி நிலைத்திருக்கிறது.

வடிவமைக்கப்பட்ட பாதைகளில் பயணித்திட தன் முன்னே சகலசாத்தியங்களும் திறந்திருந்த போதினிலும் காட்டுச் செடிகளுக் குள்ளும், சுழலும் நீர்வெளிக்குள்ளும் பயணித்திட்டவன்ஜி.நாகராஜன் என்னும் மகா எழுத்துக் கலைஞன். அதுவரையிலுமான தமிழ்ப்

புனைவுலகம் கண்டிராத மனிதர்களின் கதையை எழுதியதனால் தான் அவருக்கான தனித்த இடம் இன்றைக்கும் தமிழ்க் கதாமண்டலத்தில் நீடித்திருக்கிறது. அவருடைய கதைக்குள் வெளிப்படும் பெண்கள் ஆண்மமதையின் முகத்தில் காறி உமிழ்கிறார்கள். கை ரிக்ஷா இழுப்பவர்களும், குடித்துக் கிடக்கும் மனுஷிகளும், கொலை பாதகச் செயல்களைச் செய்து விட்டு தடுமாறும் மனிதர்களுமாக இருட்டு உலகின் துருவேறிய மனிதக் கூட்டத்தின் கதையை மட்டுமல்ல, அவ்வுலகின் அகவெளிக்குள் பயணித்து அதன் தர்க்க நியாயங்களையும் சொல்லிய கதை ஜி.நாகராஜனுடையது.

புதுமைப்பித்தனுடைய ''கவந்தனும், காமனும்'' கதையில் இருட்டு ரஸ்தாவில் தன்னுடைய கைகளில் வச்சுக்கோ என சில்லறையைத் திணித்த இளைஞன் முகத்தில் வீசியெறியப்பட்ட சில்லறைக் காசுகளின் ஒலியை நுட்பமாகக் கேட்டவர் ஜி.நாகராஜன். ஒரு விதத்தில் கவந்தனும் காமனுக்குள் காட்சிப்பட்ட மனுஷியைப் பின் தொடர்ந்து சென்றதால் தான் அவள் அவரை ''குறத்தி முடுக்குக்கு'' இட்டுச் சென்றாள். ''நாளை மற்றுமொருநாளே'' எனச் சொல்ல வேண்டிய நிர்பந்தத்தை அளித்து தமிழில் இன்று வரையிலும் எழுத்தாளர்கள் தாண்டிச் சென்றிட வேண்டிய எல்லைக் கற்களாக குறத்தி முடுக்கையும் ''நாளை மற்றுமொரு நாளே'' என்கிற இரண்டு நாவல்களையும நட்டு வைத்திருக்கிறார். காமத்தினை ரசம் சொட்ட எழுதிக்கொண்டு தன்னை ஜி.நாகராஜனின் தொடர்ச்சி என நிரூபித்திட பெரும் பிராயத்தனம் செய்து கொண்டிருக்கும் தமிழ்ச் சிறுகதை எழுத்தாளர்கள் அவசியம் அவருடைய கதைகளை முழுவதுமாக படிக்க வேண்டும். அவரே தன்னுடைய ''கிழவனின் வருகை'' கதையில் சொல்வதைப் போல அவருடைய கலையின் ஆகிருதி இந்த மையம் தான். ஃபிராய்டைத் தெரியாதாம். நீ என்ன இந்த நகர்ல நடமாடுற? ஆணும் பொண்ணும் என்னெல்லாம் செய்யறாங்க, என்னெல்லாம் நெனக்கிறாங்க. அத்தனைக்கும் ஃபிராய்டு வெளெக்கம் சொல்லி இருக்கான் தெரியுமா? அதெல்லாம் வச்சு நாங் கதே எழுதறேன். இலக்கியம் படைக்கிறேன்.

ஜி.நாகராஜன் ஒரு முதுகிழவனைப் போல தன்முன் விரிந்து கிடக்கும் சமூகத்திற்குள் உற்று நோக்குகிறான். அப்போது தான் அவனைப் போல வேறு சிலரும் இந்தச் சமூகத்தைக் கவனிப்பதைப் போல பாவ்லாகாட்டிக் கொண்டிருப்பதையும் கவனிக்கிறான். பாவ்லாக்களைத் தோலுரிக்கிறான். ஒரு வீட்டைக் கவனிக்கிற போது நீங்கள் எல்லாம் வாசலின் வழியாக வீட்டிற்குள் போகிறீர்கள். வாசல் மிக மிக அழகாகத்தான் இருக்கும். வேற்று மனிதர்கள் வரக்கூடும் என்பதால்

வாசல் தன்னை அலங்கரித்துக் கொள்ளத் தவறுவதில்லை. வீட்டின் உட்புறமும் கூட அப்படித்தான். நிஜத்தில் நான் வாசல் வழியாக நுழைந்து அவர்களின் வாடிக்கையை கவனிப்பவனல்ல. மாறாக பின்புறத்து வாசல் வழியாக நுழைபவன் அவர்கள் சரிசெய்ய மறுத்து அப்படி, அப்படியே விட்டிருக்கும் யாவும் என் கண்களில் படுகிறது. என்முன் விழுந்து கிடக்கும் பொருட்கள் ஒரு நூறு கதைகள் அவர்களைப் பற்றி சொல்லிக் கொண்டேயிருக்கிறது. அவற்றையே நான் கதை களாக்குகிறேன். என்னுடைய கதைகளுக்குள் வரும் வாழ்க்கையை வாசித்துணரும் வாசகன் இவ்வளவு அசிங்கமானதா வாழ்க்கை எனக் கண்களைமூட வேண்டாம். வேண்டுமானால் இப்படியானவாழ்க்கையை என்னுடைய கதாமாந்தர்களுக்கு சாபமென சபித்திட்ட இந்தச் சமூகத்தின் மீதும், அதன் நாசூக்கு மனிதர்களின் மீது காறி உமிழுங்கள். அதுவே எனக்குப் போதும் என்கிறார். ஒருவிதத்தில் தன்னுடைய கதைகள் என்ன மாதிரியான விளைவுகளை ஏற்படுத்திட வேண்டும் என்பதில் ஜி.நாகராஜனுக்கிருந்த தெளிவு என்று நாம் இதனைப் புரிந்து கொள்ளலாம்.

ஜி.நாகராஜனுடைய கதைகளில் வெளிப்படும் ஆண்கள் யாவரும் எவ்வளவு பெரிய ஞானிகளாயினும் வாழ்க்கையின் சதுரங்கப் போட்டியில் தோற்றுக் கொண்டேயிருக்கிறார்கள். அந்த வகையில் ஜி.நாகராஜனின் ''அணுயுகம்'' கதைக்குள் வருகிற டாக்டர் முக்கியமான பதிவு. தன்னுடைய கதையின் அத்தியாயத்தை பாரா, பாராவாக விரித்து, விரித்து யாவரும் எழுதிக் கொண்டிருந்த நாட்களில் ஒரு அத்தியாயத்தை ஒரே வரியில் எழுதிக் கடக்கிற துணிச்சல் இவருக்கு மட்டுமே உண்டு. ''டாக்டர் பியூஜிடா ஒரு சிந்தனையாளன்'' இது கதையின் ஒரு வரி அல்ல. ஒரு அத்தியாயம். இப்படித்தான் கதை கூறும் முறையில், வடிவமைப்பில், கதைக்களனை தேர்வு செய்வதில், கதையை நடத்திச் செல்வதில் அதுவரையிருந்த எல்லா வகைமை களையும் கடந்து சென்றவர் அவர். ஒரு விதத்தில் தமிழ்ச்சிறுகதையின் ஒரு முக்கிய மையம் புதுமைப்பித்தன் என்றால், ஜி.நாகராஜன் விளிம்புகளில் அலைந்து, அலைந்து அவை யாவற்றையும் மையங்களை நோக்கி நகர்ந்து கொண்டேயிருந்தார் என்றே சொல்ல வேண்டும்.

மேதமை என்பது துறைசார்ந்தது. அவர் உள மருத்துவராக இருக்கலாம், ஆசிரியராக இருக்கலாம். ஏன் எழுத்தாளனாகக்கூட இருக்கலாம். ஆயினும் அவனால் தன்னுடனே வாழ்கிற மனைவியின் மனதைப் படிக்க முடியாது என்பதனையே ஜி.நாகராஜன் தன்னுடைய பல கதைகளில் எழுதுகிறார். அணுயுகத்தின் சிதைந்திருக்கும் நிலத்தின் மனிதர்களின் மனநிலை என்னாகிவிடும் என்பதனையும்

கதையாக்குகிறார். நாகசாகியிலேயே விழுந்த குண்டு இன்னும் நம்மை விட்டபாடில்லை. நாம் கல்யாணம் செய்து கொண்டால் நமக்கு குழந்தையே பிறக்கக்கூடாது என்கிறார் டாக்டர். கருத்தடை மாத்திரைகள் மனதிற்குள் மூழ்கிடும் ஆசையை எப்படி தடை செய்ய முடியும். தன்னை விட்டு வெகுதூரம் விலகிச் சென்று கொண்டிருக்கும் பிரியத்திற்குரிய மனிதர்களையும், மனுஷிகளையும் கண்டுணர்ந்த பிறகுதான் நாம் புரிந்து கொள்கிறோம் இப்படி காலதாமதம் ஆகி விட்டதே என. அதிலும் டாக்டர், கல்லூரிப் பேராசிரியர் போன்றவர்கள் தவறிழைத்துக் கொண்டிருக்க, பிம்புகள், உடலை விற்றுப் பிழைக்க வேண்டிய நிர்பந்தத்திற்கு ஆளானவர்கள், உடல் உழைப்பாளிகள் என விளிம்பு நிலை மனிதர்கள் யாவரும் ஜி.நாகராஜனை அவரவர்களுடைய மேதமைகளால் கவர்ந்து செல்கிறார்கள்

மிகவும் தனிக்கதை சொல்லியாக ஜி.நாகராஜனை ஆக்கியது அவர் மட்டுமே கவனித்துப் படைப்பாக்கிய விளிம்பு நிலை மனிதர்கள் வாழ்பவனுபவந்தான். துக்கத்தை விசாரிக்கச் செல்கிற மனிதன், துக்கத்தை மட்டும் விசாரித்து திரும்பவில்லை. துக்கப்பட்டுக் கிடந்த அவளுடைய சகோதரியின் மனதை தேற்றிவிட்டு அவளின் துயர்துடைக்கத் தேவையான பணத்தை தந்து விட்டு வருகிறான். வெறுமனேபணத்தைப்பெற்றுக்கொள்பவள்அல்லஅவள்,அதனால்தான் அவள்சன்னல்களையும், கதவுகளையும் அடைக்கிறாள். யாசகம் பெற ஒருபோதும் சம்மதிப்பதில்லை அவர்கள் என்பதை நாம் இவருடைய சரிபாதிக்கும் மேலான கதைகளில் காண முடிகிறது.

ஜி.நாகராஜனுடைய மரணத்திற்குப் பிறகு வெளியான ஆண்மை கதையும் சேர்த்து மொத்தமாக முப்பத்தைந்து கதைகளையும், இரண்டு குறுநாவல்களையும் மட்டுமே எழுதியிருக்கிறார். அவருடைய எல்லாக் கதைகளையும் போலவே தான் ஆண்மை கதையும் கூட பெண்மையப் பார்வையிலிருந்து ஆண் அதிகார மனதைக் கலைத்துப் போடுகிறது. தன்னுடலையே பணயமாக வைத்திட வேண்டிய நிர்பந்தத்தை சுமந்து கொண்டிருக்கும் பெண்களையும், அவர்களுடைய மனம் அடையும் அவஸ்தையையும் சொல்லிக் கொண்டேயிருப்பேன். மூர்க்கர்கள் உள்நுழைந்து வேட்டையாடித் தீர்ப்பது அவளுடலை மட்டுமல்ல, அவளுடைய மனதையும்தான். தன்னுடைய அப்பாவும், குட்டித் தம்பியும் அவளை பஸ் ஏற்றி விடுகிறார்கள். நடப்பது யாவற்றையும் துளி, துளியாக கவனித்துக் கொண்டிருப்பவன் புரிந்து கொள்கிறான்எல்லாம்இந்த பாழாய்ப் போன வயிற்றைக் கழுவுவதற்காகத் தான். பின் தொடர்ந்து வந்த போதும் ஏதோ மருமகன் வீட்டிற்கு

அனுப்பிடும் தன்மையில் டாட்டா காட்டி நின்ற அவளுடைய தந்தையின் குரூரச்சித்திரம் அவனை இம்சித்துக் கொண்டேயிருக்கிறது. என்ன செய்ய முடியும் அவனால்? முப்பது ரூபாயை அவளிடம் தந்து விட்டு நீ வைத்துக் கொள். நான் ஆண்மையில்லாதவன் வேறு ஒன்றும் வேண்டியதில்லை என வெளியேறுகிறான். ஆண் என்கிற உன்மத்தம் கொழுப்பாக உடலில் படிந்திருந்தால் கிளம்பி எழுகிற ஆண்கள் கயமைகளால் விதி செய்யப்பட்ட பெண்களை பணத்தை மட்டுமே கொண்டு அணுகுகிற போது அவர்கள் ஆண்மையற்றுத்தான் போகிறார்கள் என தன்னுடைய கடைசிக்கதை வரை எழுதிக்கொண்டேயிருந்தவர் ஜி.நாகராஜன்.

விளிம்புநிலை மனிதர்களைப் பற்றி பேசுவது என்றால், அவர்களைப் பற்றி மட்டுமல்ல, வன்முறையையும், அதிகாரத்தையும் துஷ்பிரயோகித்து வன்மத்துடன் இயங்கும் விளிம்புக்கு நேர் எதிரான மையத்தைப் பற்றியும் தான் பேச வேண்டும். அப்படியானால் காவல்துறையின் சீழ்பிடித்த புண்களை எப்படி கதையாக்கிடாமல் இருக்க முடியும். அதையும் கதையாக்குகிறார் ஜி.நாகராஜன். ''ஓடிய கால்கள்'' எனும் அவருடைய கதைக்குள் லாக் அப் சித்ரவதைகளின் மீது போலீஸ்காரர்களுக்கு இருக்கும் தனித்த விருப்பத்தையும் சித்ரவதை செய்வதன் மூலம் தன்னுடைய மனம் கொள்ளும் பரவசத்தை இழக்க விரும்பாத காவல்துறையின் மனதினையும் கூட அதிநுட்பமாக பதிவு செய்திருக்கிறார். ''போலீஸ் உதவி'' எனும் கதையில் கூட அவனுடைய வயதான தகப்பனுக்கு கஞ்சியூற்ற துப்பில்லாத போலீஸ்காரன் திட்டமிட்டு அவரைபோலீஸில் சிக்கவைத்து ஜெயிலுக்குஅனுப்புகிறான். பசியாற்றிட போலீஸ் புத்தி தன் தகப்பனுக்கே ஜெயிலைத்தான் பரிந்துரைக்கும் ஏன் என்றால் அதிகாரம் தோலை மட்டுமல்ல மனதிற்குள்ளும் தடித்த தனித்தன்மையை கொண்டுவரவே செய்யும்.

அழகுப்பதுமையென பெண் உடலை எதிர்கொண்டு அலையும் ஆண் திமிரைத் தெறித்து நொறுக்கிப் போடும் பெண்கள் ஜி.என்னின் கதைகளெங்கும் வெளிப்பட்டுக் கொண்டேயிருக்கிறார்கள். தன் நிலையில் நின்று ஆண்களை மறு பரிசீலனைக்கு உள்ளாக்கிடக்கோரும் மனுஷிகளின் வருகையும் நிகழ்கிறது. பெண்களை வெற்று உடலாக மட்டுமே காணும் வேட்டைச் சமூக மனநிலையை இழக்க விரும்பாத மனிதனும், வேட்டைக்குச் சென்ற மூர்க்கனே தன்னை இழிந்த சாதி எனசொல்லிக் கொண்டலைய வைத்திடும் மனநிலையை ஜி.நாகராஜனால் தான் உருவாக்க முடியும். தன்னுடைய தினவு தீர்ப்பிற்கான பயணம் துவங்கிய நிமிடத்திலே அவனை பெரும் குற்ற உணர்ச்சிக்கு

உள்ளாக்கி விடுகிறார் எழுத்தாளர். அதுவரை அவன் அழகு, அழகு என பூரித்துக் கொண்டாடிய கண், காது, மூக்கு, வாய், அதரம் என்று இருக்கும் இடத்தில் எல்லாம் ஒரே ஒரு ஓட்டை மட்டுமே இருக்கிறது. அழகு, சௌந்தர்யம் என்கிற எல்லா புனிதங்களையும் ஒரே ஒரு ஓட்டை மட்டும் முகத்தில் கொண்ட பெண் ஒருத்தியைக் கொண்டு கலைத்திடும் பேராற்றல் மிக்க கலைஞன் ஜி.நாகராஜன். அதனால் தான் அவன் யாவற்றையும் திறந்து காத்திருக்கும் பெண்ணிடம் நான் ஒரு இளிந்த சாதிப்பயல் என சொல்லிக் கொண்டேயிருக்கிறான். இது இந்த நிமிடத்தில் நிற்கப் போவதில்லை. அவனுடைய வாழ்வுப் பகுதி யெங்கும் அலையாய் அடித்து அவனை நிர்மூலமாக்கவே செய்யும்.

எழுத்தும், வாழ்வும் வெவ்வேறானவையாகக் கொண்டு தன்னோடு பயணிக்கிற சகபடைப்பாளிகள் மீதான ஒவ்வாமை கடைசிவரை ஜி.என்னுக்கு இருக்கவே செய்தது. அதற்கான பல சாட்சிகளாகவும் பல கதைகளை எழுதியிருக்கிறார். ''நான் புரிந்த நற்செயல்கள்'' எனும் கதையில் அவர் இந்தச் சமூகத்து மனிதர்கள் உயிரைப் பிடித்து வைத்திட எடுக்கிற மிகவும் கீழான முயற்சிகள் குறித்து மிகுந்த வருத்தத்துடன் பதிவு செய்கிறார். பிழைத்துக் கொள்ளத்தான் வாழ்கிறோம். எல்லாவற்றையும் உதறித்தள்ளி பணத்தையும், அதிகாரத்தையும் மட்டுமே கைக்கொள்பவர்களை இந்த உலகம் புத்திசாலிகள் எனக் கொண்டாடுகிறது. கதைகள் யாவற்றையும் தன்னிலிருந்து எழுதிப் பார்ப்பது ஜி.என்.பாணி. தன்னுடைய குமாஸ்தாவாகிட English கற்றுக் கொள்ள வந்தவன், எல்லாவற்றையும் துறந்து கற்பு, காதல், ஒழுக்கம், கத்தரிக்காய் என உளறிக் கொண்டிருக்காமல் கடையொன்றிற்கு முதலாளியாகிறான். அரவிந்தர், விவேகானந்தர் என்று மூழ்கிக் கிடந்தவன் எம்.பி.ஆகி தொழில் முதலாளியாகிறான். தன்னைக் காதலிக்க முயற்சித்தவளை இவரே நல்வழிப்படுத்துகிறார். அவளோ மந்திரிக்கு இரண்டாம் மனைவியாகத் துணிகிறாள். ஜி.என்.தான் இவர்கள் யாவரையும் மடை மாற்றியவர். கடைசியில் அவரே சொல்வது போல் ''உலகத்தைக் குறை சொல்லாதீர்கள்! புத்திசாலிகள் பிழைத்துக் கொள்ளத் தான் செய்கிறார்கள்?'' இந்த சொற்றொடருக்குள் படிந்திருக்கும் வாழ்வின் மீதான கசப்பு தான் அவரை மதுரை டவுன்ஹால் ரோட்டு வாழ்க்கைக்கு தன்னையே ஒப்புக் கொடுக்கச் செய்திருக்கிறது.

வாழ்க்கை தற்செயலாக நடந்து கொண்டிருக்கும் நூதனம் என்கிற மனநிலைக்கு எல்லோரும் ஏதாவது ஒரு கணத்தினில் வந்து சேர்வது தவிர்க்க முடியாததாகி விடுகிறது. இந்த மனநிலைக்குள் மனிதன் ஆட்படுவதற்கு வர்ணபேதம் மட்டுமல்ல, வர்க்க பேதமும்

கூட இல்லை. நான் மட்டும் வாழ்க்கையில் இந்த மனிதனைச் சந்திக்காமல் போயிருந்தால் என் வாழ்க்கை எப்படி எப்படியோ ஆகியிருக்கும்? நான் இப்படி இற்று இழந்து போகக்கூடியவனா என எண்ணுகிற மனிதர்களின் அடிப்படைச் சிக்கல்களை தன்னுடைய பல கதைகளில் பேசுகிறார் ஜி.என். நடந்து கொண்டிருப்பதும், நிகழ்ந்து கொண்டிருப்பதும் தானா தன்னுடைய வாழ்வு, ஏன் அது ஒரு முட்டாள் சொன்ன கதையாக இருக்கக் கூடாது என நினைக்கிறார்கள் மனிதர்கள். ஏதாவது ஒரு நொடியில் இச்சிந்தனை துளிர்விடக் காரணம் போதாமை தான். தான் ரசித்துக் கொண்டிருந்த வாழ்க்கையின் மீது புயல்காற்று வீசி யாவற்றையும் கலைத்துப் போட்டுவிடுகிற போது தடுமாறிப் போகிற மனிதன் தன்மீது வஞ்சினம் கொண்டு கேடிழைத்த சூழலின் மீது காறி உமிழ்கிறான். அப்போது தான் அவனுக்கு நிகழ்பவற்றிற்கு தான் பொறுப்பாளியல்ல, வேறு எது எதுவோ என்கிற நினைப்பு துளிர்க்கிறது. அதுவே அவனை கடவுளிடமோ அல்லது வேறு சிந்தனைகளிடமோ கொண்டு சேர்க்கிறது. தற்செயலாக நிகழும் சம்பவங்களுக்குப் பின் இருக்கும் சூத்திரங்களையும் சபிக்கிற மனிதர்களால் தான் இந்த உலகத்தை உய்விக்க முடியும்.

அசாத்தியமான ஞானமும், ஆற்றலும் மிக்க கணிதப் பேராசிரியரா யிருக்க வேண்டிய ஜி.நாகராஜன் ரோட்டிலேயே அநாதையாக வீழ்ந்து போவோம் என்று நினைத்திருந்தாரோ என்னவோ? அது நிகழும் என்று முன் உணர்வு அவருக்கு இருக்கவே செய்தது என்பதனையே அவருடைய கதைகளை கற்கிற வாசகனால் உணர முடிகிறது.

வாழ்விற்கும் எழுத்திற்குமான கோட்டை
இல்லாமலாக்கிய எழுத்துக் கலைஞன்
ஜி.நாகராஜன்

உதிர்த்தெழும் மண்ணின் சொற்கள்

இயற்கையின் சவால்களையும், சாகஸங்களையும் எதிர்கொண்டு கட்டமைக்கப்பட்டதே மனிதவாழ்க்கை. இயற்கையோடு இயைந்து, இணைந்து வாழ்க்கைப்பாடுகளை அமைத்துக் கொண்டால் துயரில்லை, துக்கமில்லை. ஆசை வெட்கமறியாது என்பது சத்தியமான நிஜம் தான். நீரூற்றுகளோடு கலந்து மகிழ்வது இயல்பு, அதனை தன் வசதிக்காக வெட்டித் திரும்புகிற போது தான் சிக்கல்கள் பிறக்கின்றன. எத்தனை பூச்சிகள், எத்தனை விலங்குகள் நம்முடைய ஆசைக்குப் பலியாகி காணா உயிரிகளாக தொலைந்திருக்கின்றன. எல்லா நிலத்திற்கும் பொருந்திப் போகிற பெருந்துயராகக் காணப்படுவது ''அய்யோ எல்லாம் போச்சே'' என்கிற கூக்குரலோ அல்லது மாற்றத்தை எதிர்கொள்ளும் மனப்பக்குவமற்ற பழமைப்பிடிவாத மனநிலையோ அல்ல. மாறாக வாழ்வது குறித்த அச்சம் நம் நெஞ்சத்திற்கு அருகில் வந்த பிறகும் கூட இது எவருடைய உளச்சிக்கலோ, நம்முடையது அல்ல என விலகிச் செல்ல முடியாது.

தமிழின் எந்தக்கதைத் தொகுதிகளை வாசிக்கிற போதும் ஐம்பதுகளில் செழித்திருந்த பெருநிலத்தை பலியிட்டுக் கொண்டே வந்திருக்கிற மனிதகுலத்தின் அக்கறையின்மையை நிச்சயம் புரிந்து கொள்ள முடிகிறது. ஐவகை நிலங்களுக்குள்ளும் வணிகமும், அரசியலும் புகுந்து நிகழ்த்திக் கொண்டிருக்கிற குரூர விளையாட்டையும் புரிந்து கொள்ள முடிகிறது. எழுதப்பட்ட கதையென நம்முன் விரிகிற புத்தகம் நமக்கு வாழ்வின் எழுதப்படாத பகுதிகளையும் தான் மொழியால் கடத்துகிறது. தூர்ந்து போன கிணறுகள், இடிந்து கிடக்கும்

கட்டிடங்கள், தேசாந்திரிகள் தங்கிச் சென்று தகிப்பாறிடவென கட்டி வைக்கப்பட்டிருந்த சத்திரங்கள் என யாவும் நமக்குச் சொல்ல முயல்வது குரூரவணிக அரசியலையும் தான். பன்மைத்துவம் என்பது பண்பாட்டுச் சொல்லாக மட்டும் சுருக்கிப் பார்த்திடத் தகுந்ததல்ல. அந்த சொல்லின் ஆழமான அர்த்தத்தை பொருள் உற்பத்தி சார்ந்தும் புரிந்து கொள்ள வேண்டிய அவசியத்தை காலம் உணர்த்துகிறது. பசுமைப் புரட்சியெனும் அதீத மாற்றம் நிகழ்ந்திட்ட போது நம்முடைய தானிய தவசங்களை ஒற்றை நெல்லுக்குப் பலி தந்திருக்கும் வரலாற்றை உணர்த்துகிறது கி.ரா.வின் கதைகள். விரிந்த அரசியல் பின்பலத்தோடு கதைகளை அணுக வேண்டும்.

எங்கிருந்த மனிதக்கூட்டமிது. இதற்கு முன்பாக எங்கும் தட்டுப்படவில்லையே. நிலத்தோடு மல்லுக்கட்டி நிலத்திலேயே எழும் இம்மாயாவிகளின் கதையெதுவென ஏன் இவ்வுலகம் யோசித்திருக்கவில்லை. கதைகளுக்கு வெளியே நின்று கொண்டு வேடிக்கை பார்த்துக் கொண்டிருந்த கிராமத்து சம்சாரிகளின் கையை பாந்தமாக பிடித்திழுத்து கதை நிலத்தினிலும் அவர்களைப் படர விட வேண்டும் என்கிற உந்துதல் ஏன் இவருக்கு வந்தது. இவர்களிடம் சொல்வதற்கு என்னதான் இருக்கிறது. எளிய சொற்களில் மொழி அறியத் துவங்கிய நாட்களில் இருந்து கதைகளைத் தங்களுக்குள் சொல்லிக் கொண்டிருந்த கூட்டம் தான் இது. வேலைத்தளங்களில் விதவிதமாக கதையாடிக் கொண்டிருந்த மனிதர்களின் சொற்களுக்குள் உருண்டு திரள்கிற ஓராயிரம் கதைகளும் நிலத்தைப் பற்றியதாகவும், நீலநீட்சிகளில் திரியும் மனிதர்களைப் பற்றியதாகவுமே இருந்தது. இந்தக் கதைப் பெட்டகங்களில் சொல்லிக் கொண்டிருந்த கதைகளையே கி.ராஜநாராயணன் ருசிமிக்க சொற்களால் அடுக்கி நவீனகதைகளாக்கினார். ''தாத்தா சொன்ன கதை'' களில் துவங்கி விதவிதமான சொலவடைகள், ''வழக்காறுகள்'' என யாவற்றையும் தொகுத்து வெளியிட்ட போது அவை யாவற்றிலும் நிலத்தின் கருநிறம் படிந்திருப்பதை கண்ணுற்றார் கி.ரா.

நிலம் தான் யாவும். நிலத்தின் ஒவ்வொரு துளியோடும் கணப்பொழுது கூட விலகாமல் நின்று வாழ்க்கையை எதிர்கொண்ட மனிதர்களின் கதையை துடிக்கும் சொற்களால் எழுதிட கி.ரா.வால் மட்டும் தான் முடியும். அதுவரை மனோநிலைகளையே கதைகளாக்கி கொண்டிருக்கிறதே. எங்கஊர் சம்சாரியையே காணலையே என தடுமாறிய போதுதான் கி.ரா.விற்குள் கதையெனும் நீர்ஊற்றின் சாதனைகள் பிறக்கத்துவங்கின. அதுவரை எழுதப்பட்ட வடிவினில் இவர்களின் கதைகளை எழுதிட முடியுமா? கதையின் மொழியும்,

கட்டமைப்பும் காட்சிகளும் உருளத் துவங்கிய இவர்களின் வாழ்க்கையை இவர்களின் மொழியில் தான் சொல்ல வேண்டும் என்பதைக் கண்டறிந்தது தான் கி.ரா.வின் இலக்கியச் செயல்பாட்டில் மிகவும் முக்கியமானது. அதுவரை எழுதப்பட்டுக் கொண்டிருந்த கதைகளையெல்லாம் வசீகரமொழியில் சொல்லத் துவங்கினார். எழுத்தாளர் புழங்கிக் கொண்டிருந்த இலக்கியக் களத்தில் கதைசொல்லி யெனும்தனித்தமனிதர்கள்வெளிப்படத்துவங்கினர். மொழிக்கதைகளை, சொல் கதைகளாக்கிய தமிழ்மொழியின் ஆதிக்கதை சொல்லி கி.ராஜநாராயணன். கிராமத்து மடங்களில் படுத்துக்கொண்டு பட்ட கதையைச் சொல்லவா, உற்ற கதையைச் சொல்லவா என ஒவ்வொன்றாய் அடுக்கிக் கொண்டிருந்த வானம் பார்த்த பூமியின் வம்ச சரித்திரத்தையும் கூட வாசித்ததாகி விடுகிறது கி.ரா.வின் கதைகளை வாசித்திடும் போது.

கி.ரா.வின் கதைகள் யாவும் ஒரு புள்ளியில் தான் துவங்குகிறது. ஆனால் புள்ளியிலிருந்து கிளம்பி வரும் கோடுகள் நாலா திசைகளிலும் சீறிச் செல்கின்றன. அவை எப்போதும் நேர்கோடுகளாய் இருப்பதில்லை. மேடும், பள்ளமும் குண்டும் குழியுமான வாழ்வதனைச் சுமக்கிற மனிதர்களின் கதை இப்படித்தான் இருக்க முடியும். கதைகளை விலகி நின்று அதன் போக்கில் போக அனுமதித்திட மிகப் பெரிய பொறுமையும் கலைஞானமும் நிச்சயமாக வேண்டும். அதனதன் போக்கில் பயணிக்கும் கதைகளை வாகாகப் பின்தொடர்ந்து சென்று கதைகளை வளர்த்தெடுத்து இதுதானப்பா கதை, இப்படித்தானப்பா இருக்கிறது இவுங்களோட கதையென சொல்வது தான் கி.ரா.வின் எழுத்துவகையாக அமைந்திருக்கிறது.

தினமும் நம்முடைய காட்சி எல்லைக்குள் விதவிதமான ஜடப்பொருட்கள் தென்படவே செய்கின்றன. கல்லைக் கல்லாகவும், மரத்தை வெறும் ஜடமாகவும் பார்க்கிற மனிதர்களால் எப்படிக் கதை சொல்லிட முடியும். அவற்றிற்குள் உறைந்திருக்கும் கதைகளைக் கண்டடைந்தால் ஏற்படும் பரவசமே அலாதி தான். ஊருக்குள் ஒன்றே ஒன்றாக வலம் வருகிற நாற்காலியாக இருந்தாலும் சரி, எப்போதாவது அவர்களால் எடுத்துக் கட்டப்படுகிற வேட்டியாக இருந்தாலும் சரி, வீட்டுத் திண்ணையென்றாலும் கதவென்றாலும் அவையாவும் தேக்கி வைத்திருக்கின்றன கதைகளை கி.ரா.வின் அதியற்புத கதைகளை யெல்லாம் குழந்தைகளே நடத்திச் செல்கிறார்கள். காலம் புதிய, புதிய பொருட்களைக் கொண்டு வந்து சேர்க்கிறது. விவசாய இடுபொருட் களையும், வப்பு செப்புச் சாமான்களையும் அடைத்து வைத்திடும் வெறும் கூடுதான் வீடு என்கிற அறுபது எழுபது வரையிலான

சம்சாரிகளின் மனநிலை இப்போது கேட்பவர்களுக்கு ஆச்சர்யமாகத் தான் இருக்கும். ஆனாலும் அதுதான் நிஜம். ஆண்கள் எல்லாம் ஊர் மடத்தில் படுத்துக் கொண்டு விடிய விடிய வானம் பார்த்து ராமுச்சூடும் கதைபேசி பேசி அவர்களுக்கு அருகிலேயே படுத்துறங்கும் சொற்களோடு சொற்களாக உறங்கிப் போவார்கள். உயர்ந்து நிற்கும் ஒன்றிரண்டு வீடுகளுக்குள் நவீனம் எட்டிப்பார்க்க எத்தனித்த காலத்தின் கதைதான்கி.ரா.வின் "நாற்காலி" யெனும் உலகத்தரமான தமிழ்ச்சிறுகதை.

தன்தரையில் படுத்து உருண்ட விவசாயக்குடியொன்றின் வீட்டிற்கு நாற்காலிக்கு என்ன தேவை இருக்கிறது. விளைந்த பருத்தியையும், மிளகாயையும் காசாக்கிட அருகாமை குறுநகரம் சென்றபோது விவசாயியின் பார்வையில் படுகிற பொருள் எல்லாம் ஆச்சர்யமூட்டுகிறது. ''மனுஷப்பய குண்டி கீழே உட்காராதாக்கும், பாருலே கூத்த, ராசாக்கணக்கா உட்காருத நாக்காலி கேட்குது அவனுக்கு. துட்டு கையில கூட, கூட மண்டையில கொழுப்பு பிடிக்கத்தானே செய்யும்'' இருந்தாலும் காலம் அப்படியே உறைந்து நிற்பதில்லையே மாற்றங்களை பொருட்கள் தான் கொண்டு வந்து சேர்க்கின்றன. அது நுழைந்த கணப்பொழுது நிஜத்தில் வசீகரமானதுதான். வாங்கி வந்த நாற்காலி இவர்களின் வீட்டுப் பெருமையைச் சொல்லவில்லை. மாறாக வாங்கி வந்த நாற்காலி அதுவரை நீட்டி நெடுஞ்சாண்கிடையாக படுத்துக்கிடந்த பிணங்களை உட்கார வைத்து இறுதிச் சடங்கு செய்வதற்கு பயன்பட்டது. எல்லா வீடுகளுக்கும் நாற்காலிகள் வந்து சேர்ந்த பிறகும் கூட ஆதியில் வந்து சேர்ந்த நாற்காலி காலத்தின் குறியீடாக பெரும்சம்சாரியின் வீட்டு மூலையில் தூசிபடிந்து கிடக்கிறது. தூசியைத் தட்டி, தட்டி பறக்கும் நொடிகளில் நாம் உணரத் தலைப்படுவது ஊரின் வரலாற்றைத் தான். நாற்காலி மட்டுமல்ல, இவர்களுக்கு இடுப்பில் கட்டும் வேட்டியும் கூட ஆடம்பரப் பொருள்தான். அதிலும் இன்றைக்கு வெள்ளை வேட்டியின் பளீர்தன்மை கூட, கூட கிரிமினாலஜி கூடும் என்கிற சமகாலப் புரிதலையும் நாம் வேறு விதமாக புரிந்து கொள்ளும் தன்மையில் அமைந்துள்ளது கதை. கி.ரா.துவக்கி வைத்த மொழியை சுவாரஸ்யமாக பயன்படுத்திடும் திறன், இன்றைக்கு தமிழில் கதை எழுதுகிற பல எழுத்தாளர்களையும் தொற்றிக் கொண்டிருக்கிறது. மொழியைக் கைகளில் தவழ்ந்திடும் வசீகரக் குழந்தையாக்கிடும் ஆற்றல் மிக்கது கி.ரா.வின் எழுத்து. வேட்டி எனத் துவங்கி விட்டால் மல் அதிலும் குழாய் மல், துவை வேட்டியின் டெக்னிக்குகள் எனத் தொடரும் மொழி சமகால வாசகனையும் பரவசத்தில் ஆழ்த்திடும் தன்மையிலானவை.

மாறிக் கொண்டும், வேறொன்றாகியும் கொண்டிருக்கும் காலத்தின் மாற்றத்தை தன்னுடைய கதைகளில் நுட்பமாக பதிவாக்கியவர் கி.ரா. அது வேட்டி என்றாலும், கதவு என்றாலும், கனிவு என்றும், களவு ஆயினும் அதற்குள் காலத்தின் ரேகை படிந்திருப்பதை நம்மால் உணர முடிகிறது. காகிதப்பணம் புழக்கத்தில் இருந்திராத நாட்களில் வெள்ளி நாணயங்களைப் பயன்படுத்தியிருக்கிற தகவலை உறுதிப்படுத்திட அந்த வெள்ளி நாணயத்தை தரையில் சுண்டிவிட்டு அதன் தரத்தைச் சோதித்திடும் மனிதர்களைக் கொண்டு வந்து நிறுத்தி நிறுவுகிறார் கதைகளில். திலாக்கோல் தராசு இருந்த இடத்தில் இப்போது அது இல்லை, அப்படியென்றால் அந்த இடத்தில் வாகாக அமைந்திருப்பது படிக்கல் தராசு. இவ்விரு தராசுகளையும் இருமுனைகளில் நிறுத்திக் கொண்டு ஐம்பது வருட விவசாயக்குடியின் சகலமாற்றங்களையும் பேசிவிட முடிகிறது கி.ரா.வால். வாழ்க்கையை லயித்து வாழ்ந்து பெற்ற அனுபவம் அவருடைய கதைமொழியாகிக் கடக்கிறது வாசகர் மனதிற்குள்.

இந்த உலகில் மனிதகுலம் இயக்கம் பெற்றிருப்பது உற்பத்தி, மறுஉற்பத்தி எனும் இரட்டை மந்திரச்சொற்களில் தான். கி.ரா.வின் கதைகளின் ஆதாரமையங்களும் இவைதான். மனிதகுலம் உணவிற்காக தன் நிலத்தை சீர்செய்கிறது, பயிர்த்தொழில் செய்கிறது. மாபெரும் விவசாய உற்பத்தியை உருவாக்கிட திடந்தோள்களும், வீசுகிற கரங்களும் கொண்ட மனிதக்கூட்டங்கள் தேவைப்படுவதால் அவர்கள் மறு உற்பத்தியில் ஈடுபடுகிறார்கள். உற்பத்தியிலும், மறு உற்பத்தியிலும் ஈடுபடுகிற போது மனிதகுலம் எதிர்கொள்ளும் சவால்களையே இலக்கியக்காரன் கதையாக்குகிறான்.

கரிசல்காட்டு மானாவாரி மனிதர்களுக்கு தத்துவக் குழப்பமெல்லாம் எதுவுமில்லை. வாழ்ந்துபடுகிற அனுபவத்திலிருந்து அவர்கள் சமூகநடைமுறைகளை பழக்க வழக்கங்களை உருவாக்கிக் கொள்கிறார்கள். ஆண்-பெண் உறவு குறித்த பூச்சுக்களும், போலிகளுமற்ற மனிதர்கள் அவர்கள் என்பதை அவருடைய ''கனிவு'' எனும் கதைக்குள் வருகிற விவசாயக்குடியின் இளங்குருத்துக்கள் வாசகனுக்கு உணர்த்துகின்றன. உறவு இயல்பாகத்தான் அமைய வேண்டும். காளை மாடுகளைத் தேடி பசுவைக் கூட்டிச் செல்வது போலெல்லாமா? உறவைத் திட்டமிட்டு நடத்த முடியும். அதிலும் முக்கியமாக அவ்விருவருக்கும் உடல் மட்டுமல்ல மனதும் கூட கனிய வேண்டும் என்பதில் ஆணை விட பெண் மிகவும் உறுதியாக இருக்கிறாள். திருமணம் என்கிற ஒன்றை முழுவாரத்திற்கும் கொண்டாட்டமும், களியுமாக நடத்திய சமூகம் விவசாயச் சமூகம். அவர்களே தான் அதனை ஒரு நாளிற்குள்

சுருக்கிக் கொள்கிறார்கள். உறவு கொள்ள திருமணம் ஒரு குறியீடு என்று பழக்கப்படுத்தப்பட்டிருக்கும் அதே நிலத்தில் தான் இருவரும் காத்திருக்கிறார்கள். அதிலும் பெண்கள் மிகுந்த உறுதியோடு இருந்திருக்கிறார்கள். அந்த ஆண் உண்மையிலேயே தனக்கானவன் என்கிற மனஉறுதி அவளுக்குள் ஏற்படுகிற வரை அவள் விலகியே செல்கிறாள். இங்கிதமும், மூடாக்குகளும் சூழ்ந்திருக்கும் வாழ்க்கைப் பகுதிக்குள் தான் முதல் இரவெல்லாம். இங்கு எப்போதும் முதல் பகல்தான். மனம் கனிய வேண்டும் என்பதைத் தவிர வேறு எந்த வைதீகச் சமாச்சாரங்களும் விவசாயக் குடிக்குத் தேவையேயில்லை.

விவசாயக் குடியைத் தன்தலைமேல் தாங்கிக் கொண்டு நடப்பவர்கள் அந்தக் குடும்பத்தில் பெண்கள் தான். அதிகாலையென்பது கூட தவறான சொற்பிரயோகம் தான். கருக்கிருட்டில் தலைக்கோழி கூப்பிடும் போது விழித்தெழும் பெண் அதன்பிறகு இடைவெளி விடாது இயங்கிக் கொண்டேயிருக்கிறாள். வீடு, காடு, மாட்டுக்காடி, அடுப்படி என அவள் அசந்து தூங்கும் வரை உழைக்கிறாள். தூக்கத்தையும் கூட உழைப்பினைப் போல இயல்பாக எடுத்துக் கொள்கிறாள். குளித்து, முடித்து அலுவலகம் போய் கருப்பு, ஊதாமைகளைக் கொண்டு காகிதத்தில் கிறுக்கித் தள்ளுகிறவர்கள் சோர்ந்து போகிறார்கள். வேறுவொன்றும் இல்லை. அவர்களுக்கு சாப்பிடுவது கூட வேலைதான். ஆனால் விவசாயப் பெண்ணிற்கு எல்லாமே இயல்பு தான். எல்லாம் அன்றாட வாழ்வின் ஒரு பகுதி தான். எல்லாவற்றையும் வேலையாக பார்த்திடும் உலகினில் எல்லா வேலையையும் வாழ்க்கையாகப் பார்த்து விட்டால் போதும் யாவும் எளிதாக்கும் எனும் சூட்சுமத்தை வாழ்க்கையிலிருந்து கற்றுக் கொண்டவர்கள் அவர்கள்.

இந்த மண்ணில் பிறந்த மனிதர்கள் இவர்கள். இந்த மண்ணையே நேசித்து வாழ்ந்து கொண்டிருப்பவர்கள். மண் மீது கொண்ட பிரியத்தினால் அவர்களின் உடலின் நிறமே கூட அதே மண் நிறம் தான். மண்நிறத்தில் கருத்துக் கிடக்கும் மனிதர்கள் கட்டித்தழுவி எட்டமுடியாத அளவில் தூர்பெருத்து விரிந்து விரிந்து அம்மனிதர்களின் குணத்தைப் போலவே எட்ட முடியாத உச்சியை நோக்கி உயர்ந்து வளர்கின்றன மரங்கள். உழைப்பும், உண்மையும், வாழ்வின் மீதான பிடிப்பும் தான் அழகு. ஊருக்கு பந்தப்பட்டு வாழ வந்த பெண்களும் கூட இப்படியான மனநிலையைத் தங்களுக்குள் தகவமைத்துக் கொள்கிறார்கள். தன்னுடைய குடும்பத்தின் தலைக்குழந்தை பெண்ணாகவே இருக்க வேண்டும் என்பதில் உறுதியாக இருக்கிறார்கள் எல்லாக் கதைகளிலும். கருவுற்ற நாட்களில் வாய்ப்புளித்துப் போகிற

போது பெண்கள் விரும்பும் பண்டத்தை எங்கிருந்தாவது கொண்டு வந்து சேர்த்து விட வேண்டும் என்பது எழுதப்படாத ஐதீகமாக இன்று வரையிலும் நீடித்திருக்கிறது. பலாச்சுளை வந்திறங்கினால் கூட பெண்களுக்கும் பிடித்த பண்டமாக கரிசல் மண்ணே நீடித்திருக்கிறது. பாட்டியள்ளித் தின்ற அதே கரிசல் மண்ணைத்தான் அன்னந்தண்ணி ஆகாரமற்றுக் கிடக்கும் தாயும் தின்றாள். நாளைக்கு இவளுடைய பேத்திக்கும் அள்ளியெடுத்து கரிசல்மண்ணைத்தான் தின்னப் போகிறார்கள். அது வெறும் மண் அல்ல. வாழ்க்கையோடு அவர்களைக் கட்டி வைத்திடும் சூட்சுமம்.

தென்கிழக்கு மானாவாரிக் காடுகளை தன்னுடைய அயராத உழைப்பினால் உருமாற்றிய விவசாயப் பெருங்குடியின் ஆதிக்கதைகளை கோபல்ல கிராமம், கோபல்ல கிராமத்து மக்கள் எனும் இருபெரும் நாவல்கள் ஆக்கினார் கி.ரா. கம்மாய்க் கரைகளில், களத்துக்காட்டில், ஊர் மடங்களில் வசீகரித்துக் கிடந்த கதைகளைக் கட்டியெடுத்து நாட்டுப்புறக் களஞ்சியமாக்கினார். விவசாய நிலத்து மனிதர்களின் கலாச்சாரக் கூறுகளை கட்டியெடுத்து நூற்றிற்கும் அதிகமான தமிழ்ச் சிறுகதைகளைதமிழுக்குகொடையெனதந்திருக்கிறார்கி.ராஜநாராயணன். கதைகளை நடத்திக் கொண்டிருக்கும் குழந்தைகள், பெண்கள், விவசாயிகள் என சமூகத்தின் தனித்தவர்கள் உற்றுப் பார்த்துக் கொண்டிருக்கிறார்கள். பெண் குழந்தைகளைப் பெறுவதற்காக தவம் கிடந்து கொண்டாடித் தீர்த்த குடிகளின் கதையிது. குழந்தைகளுக்கு தாயூட்டிய பிறகான பால் அமுதினைப் பீச்சி... பீச்சி தன்வீட்டுச் சுவர்களில் பெண்கள் சொரிந்தமையால் பால் மணம் கமழ்வது சுவர்களில் மட்டுமல்ல. அவருடைய எல்லாக் கதைகளிலும் தான்.

கதை சொல்லிகளின் கதை எழுதிய கரிசக்காட்டு
சம்சாரி
- கி.ராஜநாராயணன்

தன்னிலிருந்து உருவான தனிநிழல்கள்

பழகிய பாதையில் பயணிப்பது வசதியானது தான். சிரமமில்லை. காலார நடந்து போலாம், வாகனங்களில் பயணிக்கலாம், ஆனாலும் பயணம் செய்த பாதையென்பதாலேயே அதனை உருவாக்கியவர்கள் என சொந்தம் கொண்டாட முடியுமா? ஆதியில் பாதையைச் சமைக்க முயற்சித்தவனின் முகம் அறிந்திடாமல் கூட இன்றைக்கு பாதையின் சௌகரியத்தில் எல்லோரும் லயிக்கிறார்கள். போகும் பாதை ஒன்று தான் என்கிற போதிலும் பயணிக்கும் விதங்களில் அவரவர்கான பாதைகளில் பயணிப்பவர்கள் பாக்கியவான்கள் தான். ஆனால் விலகிச் சென்று வேறு புதியபாதை உருவாக்கினால் என்ன? என்று முயற்சிப்பது ஒன்றும் அவ்வளவு எளிதில்லை. ஒருவேளை உருவாக்கிய பாதை ஊர்போய்ச் சேராமல் போய்விடலாம் எவர் கண்டது. ஆனாலும் பழகிய பாதையின் மீது ஏற்பட்ட அலுப்பே புதிய பாதைக்கு வழிதேட நிர்பந்திக்கிறது. விலகிச்சென்றுபயணிப்பவர்கள்எப்போதாவதுதான்வெளிப்படுகிறார்கள். விலகி புதியன காண முயற்சித்த தேசாந்திரி "நகுலன்". நகுலனின் கதைகள் வாசித்திட எந்தவிதமான சிரமத்தையும் தரப்போவதில்லை. மாறாக வாசித்து முடித்த பிறகு என்ன நடக்கிறது கதைக்குள் என்றறிவதற்கு ஆழமான பயிற்சியும், அக்கறையும் நிச்சயம் தேவைப்படுகிறது.

நாவல்கள், குறுநாவல்கள், சிறுகதைகள், கதைகளுக்குள் கவிதைகள் என எல்லாவிதமான இலக்கிய பிரயத்தனங்களுக்குள்ளும் இயங்கிக் கடந்தவர் நகுலன். இருபத்தைந்து சிறுகதைகள் மட்டுமே எழுதிச் சென்றிருக்கிறார். ஒன்றைப் போல மற்றொன்றில்லாத தன்மையில் அவையாவும் தனித்தனி தன்மையில் வெளிப்படுகின்றன.

ஆனாலும் கூட யாவற்றிற்குள்ளும் ஒரு ஒருமையை உணரமுடிகிறது. அவருடைய எல்லாக் கதைகளும் அவரிலிருந்தே துவங்குகிறது. தமிழ்க்கதைக்காரர்கள் எப்போதும் வாசகனுக்கு தங்களுடைய கதைகளை விரிக்கின்றனர். வாசகன் கவனிக்கிறானா? அல்லது விலகிச் செல்கிறானா? என்கிற கவலையற்று கதைகள் சொல்லப்பட்டுக் கொண்டேயிருக்கின்றன. எழுத்தாளன் எழுதிச் செல்லும் கதைகள் வாசகனை விட்டு விலகி வெகு தூரம் சென்றபிறகும் கூட எழுத்தாளன் அவன் திசையில் கதைகளோடு போய்க் கொண்டேயிருக்கிறான். ஒருவித சேய்மைத்தன்மையில் கதைகள் சொல்லப்பட்டிருந்த நாட்களில் தான் எல்லாக் கதைகளையும் அண்மைத்தன்மையில் எழுதியவர் என நகுலனைத்தான் சொல்ல முடியும். எல்லாக் கதைகளுக்குள்ளும் அவர் தான். கதைகளுக்குள் பல சமயம் ''நவீனன்'' ''அவன்'' ''அவர்'' ''இவன்'' என வெளிப்படுவன யாவும் ''நகுலன்'' தான். தன்னிலிருந்து உருவாகிப் படரும் சம்பவங்களே அவருக்கு கதைகளாகின்றன.

கதைகளின் கச்சிதத்தன்மையின் மீது எப்போதும் அவருக்கு ஒரு ஒவ்வாமை இருந்து கொண்டேயிருந்தது. அதனால் தான் அவர் ''மூன்று நொடிக்கதைகள்'' என்கிற கதையையும் ''காக்கை குருவி எங்கள் ஜாதி'' - இது ஒரு காப்பியம் என்றும் எழுதி வைத்திருக்கிறார். வழக்கமாக தமிழ்ச் சிறுகதைகள் நன்றாக துவங்கி, கொஞ்சம் கொஞ்சமாக வளர்ந்து கதையின் முடிவில் அதிர்ச்சியோ, அல்லது ஆச்சர்யமோ மூட்டிட வேண்டும் என்கிற தன்மையில் இன்று வரையிலும் அமைந்திருக்கவே செய்கிறது. இவருடைய ஒரு நொடிக் கதையைப் பார்த்தாலே நமக்கு அவருடைய தத்துவப் பின்புலம் புரிந்து விடும். ''கடைத்தெரு, பகல் 12மணி, நல்ல வெயில் அவள் பார்க்க மிக அழகாக இருந்தாள். பிச்சை கேட்டுக்கொண்டிருந்தாள். ''ஐயா, யாருக்குமே என்மீது இரக்கமில்லையா? ஒருத்தராவது எனக்கு தாலிப்பிச்சை தரமாட்டீங்களா? கூட்டத்தில் ஒரு கூட்டச் சிரிப்பு. ''பைத்தியண்டா'' என்ற கூக்குரல். அப்பொழுது அவள் விழித்துக் கொண்டாள்...'' அவ்வளவு தான் மொத்தக் கதையும் நமக்குப் புரிகிறது. இந்தக் கதைக்குள் வாசகனுக்கு பெரும் சவால் ஒன்றை முன்வைக்கிறான். ஏன் அவள் தாலியைப் பிச்சையாகக் கேட்டாள்? பைத்தியம் என்று சொன்னவுடன் ஏன் விழித்துக் கொண்டாள்? இப்படித்தான் கதையின் ஒற்றை சொல் நம்மை நிலைகுலையச்செய்துவிடுகிறது. பிறகுயாவரும் அவரவர்மனங்களுக்குள் விதவிதமாக கதைகளைச் சொல்லிட நிர்பந்திக்கப்படுவோம். வாசகனுக்குள் தீவிரமான கலைமனத்தைக் கிளறச் செய்திடும் சொற்களை தூவியபடியே சென்று கொண்டிருக்கிறது நகுலனின் பேனா.

மனம் துடித்து விட்ட பிறகு குழந்தைகளோடு உரையாடுவதற்கான வார்த்தைகளற்றுப் போன வயது முதிர்ந்தவர்களைப் பார்த்து ஏளனம் செய்கிறது நகுலனின் சொற்கள் பல கதைகளில். குழந்தைகளிடம் கேள்வி கேட்க மட்டுமே பழகியிருக்கிறோம். என்ன படிக்கிறாய்? எந்த ஸ்கூல்? மேத்ஸ் நல்லா போடுவியா? நிலாவில முதல்ல கால் வைச்சது யாரு? English Rhymes சொல்லு பார்ப்போம்... இப்படி நீள்கிற எந்தக் கேள்விகளையும் குழந்தைகள் ரசிப்பதில்லை. தன்னுடைய அறிவைப் பரிசோதித்திடும் உரைகல் என நினைத்துக் கொண்டு பெற்றோரும், உற்றாரும் கேட்டுக் கொண்டேயிருக்கும் கேள்விகள் அவர்களை எரிச்சலூட்டுகின்றன. நகுலனைச் சந்திக்க வரும் குழந்தைகளிடம், கேள்விகள் கேட்பதில்லை அவர். மாறாக அவர்களைக் கேட்கச் சொல்கிறார். அவர்களுடைய கேள்விகளே விசித்திரமாக வெளிப்படுகின்றன. News எப்படி உருவாகிறது? குடையை யார் கண்டுபிடிச்சா? தீப்பெட்டியை யார் கண்டுபிடிச்சா? இப்படியான பதில் சொல்லிட முடியாத கேள்விகளால் திணற வைத்திடுவார்கள் குழந்தைகள். விடுகதைகளும், புதிர்களும் அவர்களை வசீகரிக்கின்றன என்பது எந்த பெற்றோருக்காவது தெரியுமா? எனும் கேள்வியையே அவருடைய பல கதைகளுக்குள் வருகிற குழந்தைகள் முன்வைக்கின்றனர்.

நகுலன் தன்னுடைய கல்லூரிப் பேராசிரியர் பணியின் போது எழுதிய கதைகளுக்கும், ஓய்வு பெற்ற பிறகு வீட்டு வாசலில் அமர்ந்து கொண்டு கதையைக் கொண்டு வரும் மனிதர்களுக்காக காத்திருந்து எழுதிய கதைகளுக்குள்ளும் நுட்பமான பிரிவினை இருக்கவே செய்கிறது. முன்னதிற்குள் வெளிவந்திருக்காத மரணம், பிரிவு போன்ற நிலைத்த சிக்கல்களை ஊடுருவிச் செல்லும் தன்மையை அவருடைய கடைசி காலக் கதைகளில் தொடர்ச்சியாக காண முடிகிறது. தனக்கு நெருக்கமானவர்கள், நெருக்கமான உயிரிகள் எல்லாம் இறந்து கொண்டேயிருக்கின்றனர். தன்னை நோக்கியும் கூட மரணம் வெயிலைப் போல ஊர்ந்து வந்து கொண்டே தான் இருக்கிறது. தாயின் மரணமும், தம்பியின் மரணமும் நிலைகுலையச் செய்த போது தடுமாறி போதைக்குள் வீழ்ந்து போவதும், வாழ்க்கையை வாழ்வதற்கான பிடிப்பற்ற மனம் அடையும் துயரத்தையும் அதிநுட்பமாக எழுதிச் செல்கிறது, நகுலனின் கை. சொல்லப்பட்ட கதையை சொல்லப்பட்ட தன்மையில் அன்றி வேறு விதமாக சொல்லிப்பார்த்த நகுலனின் கதை ''ஒரு நாள்''. அதன்பிறகு இப்படியான கனவுகளை அவர் எழுதிடவே யில்லை. ''கடைசிவரையில் வாழ்க்கையில் முற்றுப்புள்ளிகள் ஆட்சி

செலுத்துவதில்லை'' என்கிற தெளிவே அவருக்கு மரணம் குறித்த தத்துவப் புரிதலை ஏற்படுத்துகிறது. எதுவும் நடக்கலாம்? ஆனாலும் மனிதர்களும், வாழ்வும், இப்பேருலகமும் நீடித்திருக்கவே செய்திடும்.

நகுலன் கனவுகளைத் தேடி பயணிப்பவரில்லை, மாறாக பலரும் கதைகளை இவருடைய வீட்டு வாசலுக்கு கொண்டு வந்து சேர்க்கின்றனர். கதை கொண்டு வரும் அறிவாளிகளை விட இவருக்கு குழந்தைகளையும், நோக்கமற்று உரையாடும் காய்கறி விற்கும் பெண்களையும் தான் மிகவும் பிடித்திருக்கிறது. அவர்கள் தான் இவருடைய பேனாவைத் திறந்து கதைமையை நிறைத்து விட்டுப் போகிறார்கள். பிறகு இவர் எழுத, எழுத கதையென ஒன்று உருவாகி விடுகிறது. கூடைக்காரி சொல்கிறாள் ''மனுஷன் உத்திரத்தில் நாண்டுக்கிட்டு செத்துப் போனான். அவனோட காலுக்கு கீழே நசுக்கி எறியப்பட்ட ரெண்டு பீடித்துண்டு, உறிச்ச கடலைத் தொலிகளும் கிடந்திச்சு...'' என்று சொல்லி விட்டுப் போய் விடுகிறாள். மரணத்தின் கடைசி நொடியிலும் கூட மனிதர்கள் தன்னுடைய விருப்பங்களை நிறைவேற்றிடவே விரும்புகிறார்கள். உத்திரத்தில் தொங்கிச் செத்த மனிதன்உரித்துப்போட்டகடலைத்தொலியின்வாசத்தில்நிறைந்திருக்கும் அந்த அறையின் வாசத்தை வாசகனை உணரச் செய்துவிடுகிற அவருடைய எழுத்துச் சுவாசம் நம்மை ஆச்சர்யமூட்டுகிறது.

சொந்த சமூகத்தின் துர்க்குணங்களை வெளிப்படையாக விமர்சிப்பவர்களே கலைஞர்களாகிறார்கள். பிராமணிய சமூகத்தின் சித்தாந்தங்களின் மீது வலுவான தர்க்கத்தை நிகழ்த்தியவரல்ல நகுலன். ஆனாலும் அதனுடைய தூய்மையெனும் பிரம்மையின் மீது கல்லெறிந்தவர். மற்றவர்கள் மீது தூய்மையின் மையைப் போர்த்தி தங்களை மேன்மைப்படுத்திக் கொள்ளும் சூழ்ச்சிகளை கலைத்துப் போட்டிருக்கிறார். அதற்காகவே அவருடைய நாய்க்கு மாமிசம் வாங்கிப் போட்டிருக்கிறார். ஒருநாளும் பூணூல் அணிந்ததில்லை. பாரதியின் மீது மகா பிரேமை கொண்டு ''காக்கை குருவி எங்கள் ஜாதி'' என அவருடைய சொற்களையே தன்னுடைய கதையொன்றிற்கும் கூட தலைப்பாக்கியிருக்கிறார். மரணம் நிகழ்கிற போதெல்லாம் சடங்குகளை மறுத்து மின்சார சுடுகாட்டிற்கு இறந்தவர்களைக் கொண்டு சேர்த்திருக்கிறார். தன்னை ஒரு போதும் பிராமணனாக அவர் உணர்ந்ததில்லை என்பதை ஒட்டுமொத்தக் கதைகளையும் வாசிக்கிற எவராலும் உணர முடியும்.

சகமனிதர்களிடம் எப்போதும் தன்னை விட்டுத் தராத மனநிலை அவருக்கு எப்போதும் வாய்த்திருக்கிறது. இது மனிதருக்கு மட்டுமான குணமாக நகுலன் உணரவில்லை. தான் வளர்க்கும் நாய் கூட இப்படித்தான் இருந்திட வேண்டும் என்று விரும்பியிருக்கிறார். அவர் எழுதிய ''ஒரு ராத்தல் இறைச்சி'' தமிழ்மொழியின் ஆகச்சிறந்த கதைகளில் ஒன்று. அவருடைய மொத்தக் கதைகளையும் எளிய மொழியில் சொல்லிச் சென்ற கதையது. ''என் பெயர் நவீனன். சென்ற 25 வருடங்களாக கதை எழுதி வருகிறேன். நான் ஒரு பெண்ணைக் காதலித்தேன். அவள் பெயர் சுசீலா. அவளுக்கு கல்யாணம் நடந்தது...'' என எளிய நடையில் நகரும் கதைக்குள் அவருடைய வளர்ப்பு நாய் வந்த பிறகு வேறு ஒன்றாக மாறி விடுகிறது. இந்த உலகில் யாவரும் யாரையாவது அண்டித்தான் பிழைக்க வேண்டியிருக்கிறது. அதில் ஒன்றும் பெரிய தவறில்லை. ஆனாலும் கூட வாழ்வதற்காக யாவற்றையும் இழக்கத் துணிகிற மனிதர்களின் நடவடிக்கைகள் எரிச்சலூட்டவே செய்கிறது. அதிலும் தனக்கு கறிவாங்கிப் போடுகிறான் என்பதற்காக அவனுடைய காலை நக்குகிற நாயின் செயல் அவனுக்கு பிடிக்கவே யில்லை. ஆனாலும் கூட அந்த நாய் நிறுத்துவதேயில்லை. அதிலிருந்து தப்பித்துக் கொள்ள காலில் எப்போதும் சாக்ஸ் அணிந்து கொள்வது எதனைக் குறிக்கிறது என்பது அவரவர் வாசக அனுபவத்தைப் பொறுத்து நிச்சயமாக மாறவே செய்யும். கதையை இப்படி முடிக்கிறார் நகுலன் ''அது செய்தது அவ்வளவு பெரிய குற்றமாக எனக்குப்படவில்லை. அது கடித்ததை விட வாரந்தவறாமல் ஒரு ராத்தல் இறைச்சிக்காக என் காலை நக்கினது தான் எனக்குச் சகிக்க முடியவில்லை.'' இது ஒன்றும் நாயைப் பற்றியக் கதையல்ல என்கிற புரிதல் வந்து விட்டால் போதும் நகுலனின் கதைகளைக் கற்றுக் கொள்வதற்கான மனம் உருவாகி விடும். அவருடைய கத்திரி கதை தன்னுடைய சமூகத்தின் மீதான விமர்சனம் தான். ஸ்டெதஸ்கோப்பை கைக்கொண்டிருக்க வேண்டிய மருத்துவகுலச் சமூகத்தின் கைகளுக்குள் கத்தரியைக் கொடுத்து விட்டு ஸ்டெத்தாஸ்கோப்பை பிடுங்கிச் சென்றது பிராமணியம். நகுலன் தன்னுடைய ''கத்திரி'' கதையில் பிராமணன் கைக்குள் கத்திரியை தந்து முடிவெட்டப்பா நீ என்று சொல்லிவிட்டு விலகி நிற்கிறார். இப்படியான பல ஆச்சர்யங்களையும், அதிர்ச்சிகளையும் தனக்குள்ளே பொதிந்து வைத்திருக்கிறது நகுலனின் கதைகள்.

எழுத்து, இலக்கியம், புதியன காணுதல் என விடாது இயங்கிக் கொண்டேயிருந்தவர் நகுலன். அதனால் தான் அவருடைய கதைகளுக்குள் வள்ளுவனும், சித்தர்களும் வெளிப்படுகிறார்கள்.

தமிழில் திருக்குறளின் கோட்பாடுகளைக் கதைகளாக்கியவர்கள் நகுலனைத் தவிர வேறு எவருமில்லை. இவருடைய கதைகளுக்குள் வராத எழுத்தாளர்களே இல்லை. போஸ்மாஸ்டர் கதையை தாகூரிலிருந்தே துவங்குகிறார். கம்பன் வருகிற கதையிலேயே அவரால் போர்ஹேயையும் கொண்டு வந்து சேர்க்க முடிந்திருக்கிறது. "ஒற்றை பக்கம் மட்டுமே கொண்ட நாணயம்" இருக்க முடியாதா எனும் கேள்விகளுக்குள் அவருடைய பித்தநிலையை உணர முடிகிறது. இது பாரதி கேட்ட கேள்விதான். போர்ஹே கேட்ட கேள்வியும் கூட நகுலனுக்கும் கூட கேட்கிறார். இலக்கியம், எழுத்து என்பவையெல்லாம் கூட காலத்தின் தொடர்ச்சிதான் என்பதைத் தவிர நாம் வேறு என்ன சொல்ல.

தன்னையே தோலுரித்துக் காட்டிய தனியன்
- நகுலன்

தோட்டாவாகிப் பிறந்த சொல்...

கொதித்து ஓடிக் கொண்டிருக்கும் வெள்ளை வெயிலில் புரண்டு படுத்து உருள்கிற யாசித்துப் பிழைக்கும் பெண்களை எல்லோரும் பார்க்கிறார்கள். மனம் பிறழ்ந்த அந்த ரோட்டோரத்து சிறுமியின் உப்பிய வயிற்றைப் பார்த்தும், பார்க்காதது போல கடந்து போகிறார்களே இவர்கள் என எரிச்சல் அடைகிறான் கலைஞன். ஏன் இப்படி யாவற்றையும் சகித்துக் கொள்ளும் தடித்த மனம் இவர்களுக்கு உருவாகியிருக்கிறது. சாதி சொல்லி எரியூட்டப்படும் குடிசைகளின் மீது பெட்ரோல் குண்டு வீசுபவர்கள் தன் செயலுக்கு நியாயம் கற்பிக்கும் துணிச்சலை எங்கிருந்து பெறுகிறார்கள். சுற்றி நடக்கிற நிகழ்வுகளுக்கும், தங்களுக்கும் யாதொரு சம்பந்தமுமில்லையென விலகி நிற்பவர்களின் மீதான தீராத கோபமும், ஆத்திரமுமே வசைச் சொற்களாகி வெளியேறு கின்றன. வசைச் சொற்களை வாகாக உருட்டியெடுத்து ஜெயந்தன் ஆயத்தமாகிறார். இவரது கதைகள் நிராயுதபாணிகளின் ஆயுதங்கள். நிராயுதபாணிகளின் கைகளுக்குள் வந்து சேர்ந்த பிறகு ஜெயந்தனின் ஆயுதங்கள் விசை பெறுகின்றன. அவருடைய கதையுலகம் இந்தப் பரந்த உலகம் தான். பசித்துத் துடித்திடும் வயிற்றோடு வாழ்க்கையை எதிர்கொண்டு ஓடிக் கொண்டிருக்கும் மனிதர்களே இவருடைய கதை மாந்தர்கள். ஓடிக் கொண்டேயிருக்கிறார்கள். கொடூரமான வாழ்க்கையின் பாடுகளைச் சுமந்தபடியே ஓடுகிற அவர்களுடைய மனக்கூடைகளில் இருந்து சிந்திச் சிதறும் சொற்களைத் தேடியெடுத்து வரிசைப்படுத்தி அவர்களுக்குத் திரும்பத் தருகிறார். அவர்கள் யாவரும் இந்தக் கண்ணாடியில்

தெரிவது நான்தானா என்று ஆச்சர்யம் கொள்ளவில்லை. மேற்பூச்சு களற்ற கருப்பும், காத்திரமுமான அவர்களுடைய வாழ்க்கைதான் அது என்று தெரியும் அவர்களுக்கு. எளிய வாழ்க்கைப்பாடுகள், எளிய சொற்கள் காத்திரமான கதைகள் இதுதான் ஜெயந்தனின் கதையுலகம்.

கதையெனில் அதனில் இடம்பெறும் தகுதியற்றவர்களா? நாங்கள் எனக் கேள்வி கேட்க வேண்டாமா? எதற்காக இன்னும் இந்த ஊரின் முன் நெடுஞ்சாண் கிடையாக விழுந்து கிடக்க வேண்டும். ஆதியில் வேலியிட்டு விளைநிலத்தை அடைத்த போது மௌனித்து வெளியேறி தூரத்திற்கும் தூரமாக நின்று அந்த நிலங்களிலேயே உழைத்து வீழ்ந்திட்ட நமக்கு தனித்திடம் தந்ததை சேரியென்ற போது ஏன் மௌனம் காத்தீர்கள். துடித்தெழ வில்லையா மனமும், நாக்கும் என ஆக்ரோஷிக்கும் சொற்கள் துப்பாக்கியிலிருந்து வெளியேறிக் கொண்டேயிருக்கின்றன ஜெயந்தனின் கதைகளெங்கும். அவர் எழுதிச் சேர்த்திருக்கும் 52 கதைகளும் எளியவாழ்க்கைப் பாடுகளை வரைந்திட்ட கோட்டோவியங்கள்தான், அவரே நாடகக்காரர் என்பதால் ஒவ்வொரு கதையும் காட்சிகளாகவே நம்முன் விரிகின்றன. ''தீணடாமை 97'' என்றொரு கதைக்குத் தலைப்பு. கதையின் தலைப்பை ''தீண்டாமை 2015'' என்று மறந்து வாசிக்கிற போதும் பொருந்துகிறது. கதைகள் காலம் கடந்தும் நீடித்திருக்கும் சாகாவரம் பெற்றவை என்கிற பெருமிதம் வாசகனுக்கு வேறு எந்த நிலையிலும் வந்திருக்கும். ஆனால் நேர் எதிராக எரிச்சலும், குற்ற உணர்ச்சியும் மனப் பிறழ்வும் வந்துவிடுகிறது கதையை வாசித்துக் கடக்கும் போது, ஈய டம்ளர்கள், பேப்பர் குவளை களாயிருக்கின்றன. வெளிப்படைத் தன்மையிலான தன்மை மனதிற்குள் பதுங்கி விஷமாயிருக்கிறது என்பதையும் சேர்த்தே வாசித்தறிய வேண்டியிருக்கிறது.

நீங்கள் யார்? எனும் கேள்வியை எப்போதும் எதிர்கொண்டபடியே நடந்து கொண்டிருக்கிறான் மனிதன். தன்னை அறிந்து கொள்வது தான் வாழ்வின் மகத்துவம் என வேதாந்திகள் வியந்துரைக்கின்றார்கள். சித்தாந்திகள் இதனையே வேறு ஒன்றாகப் பார்க்கிறார்கள். மனதின் அகவெளிக்குள் பயணிக்க லாயக்கற்றவர்கள் என குத்தப்படும் அதீத குற்றச்சாட்டை லாவகமாக எதிர்கொண்டு கலைக்கிறது அவருடைய பல கதைகள். அதிலும் ''பச்சை'', ''மனச்சாய்வு'', ''வாழ்க்கை ஓடும்'' என்கிற கதைகளின் பயணப்பாதை அகஉலகு தான். அதிலும் அகஉலகின் பயணத்திற்குள்ளும் கூட புறஉலகின் யதார்த்தங்களில் படும் அவஸ்தைகளையே கதையாக்குகிறது ஜெயந்தனின் சொற்கள். பச்சையெனும் கதை தமிழ்ச் சமூகத்தின் குழுமனப்பான்மைக்குள்

உறைந்திருக்கும் மனநிலைகளின் மர்மங்களை விசாரணை செய்கிறது. விசாரணை நாலா திசைகளிலும் சுழன்றடிக்கிறது. தன்னை யறிந்திடாதவன் எப்போதும், எதனையும் கற்க லாயக்கற்றவனாகிறான். குழுவின் கடைசி ஆளாகி வெகுஜனத் திரளோடு கரைந்திடுவதற்கு பெரிதாக எதுவும் தேவையில்லை. எது தனது குருபீடம், எதைத் தன் தலைமையிடமாக்குவது என்பதில் தெளிவற்று கும்பலுக்குள் கரைகிற மனிதன் தன் கையில் யார் பெயரை பச்சை குத்தி கொள்வது எனத் தடுமாறுவதையே கதையாக வடித்திருக்கிறார் ஜெயந்தன். ஒவ்வொன்றாகச் சொல்லிப் பார்க்கிறான். எதுவும் கைகூடி வரவில்லை. அவனுக்கு கொள்கையில்லை, கோட்பாடில்லை, தத்துவமில்லை, தலைவனுமில்லை. பிறகென்ன தன் பெயரையே தன் கையில் பச்சையாகக் குத்திக் கொள்கிறான். ''மண்ணாங்கட்டி கருப்பசாமி'' எனும் பெயர் அவனையே பரவசத்தில் ஆழ்த்துகிறது. ஒரு கதை இரட்டை வாசிப்பைக் கோருகிற அபூர்வக் கதையிது. ஏன் தன்னுடைய பெயரையே பச்சையாகக் குத்திக் கொள்கிறான். அதிலும் தெருவுக்குத் தெரு திருஉருக்கள் நிறைந்திருக்கும் தமிழ்நிலத்து மனிதன் எனும் பாதையில் பயணித்திட இடம் தரும் இதே கதைதான் திருஉருக்களின் போலித்தன்மையையும் கலைத்துப் போடுகிறது.

கலைஞர்கள் மட்டும்தான் மனித மனங்களுக்குள் பொழுதுகள் உருவாக்கி விளைவிக்கும் செயல்பாடுகளை கண்டுணரும் ஆற்றல் மிக்கவர்கள். நீண்ட பகல்களை தனித்திருந்து அனுபவிக்கும் சம காலத்தைய மத்தியதர வர்க்கத்து மனுஷிகளின் கதையுலகம் இனிதான் தமிழில் எழுதப்பட வேண்டும். ஈயமென உருகிவழியும் வெயிலைக் குடித்திருக்கும் மனிதர்களின் மனச்சொற்களும், சுழலும் நாற்காலியில் அமர்ந்திருந்து மின்விசிறிகள் இறக்கிடும் பொய்க் குளிர்ச்சியில் சுழல்கிற மனிதன் சொற்களும் வேறு வேறானவை தான். முன்னது பூச்சற்றது, பின்னது உடைந்துதான் வெளிப்படும், நோக்கமற்ற சொற்களின் பாய்ச்சல் அற்று வெளிறித் தென்படுகின்றன நாற்காலிகளின் சொற்கள். ஜெயந்தனின் ''பகல்உறவுக்'' கதை இதனையும் விட மிக நுட்பமானது. அதே மனிதர்கள் தான் ஊரே தங்களைக் கண்ணுருகிறது என்கிற மிகுகவனத்தில் பகல்பொழுதினில் எப்படி அலைகிறார்கள். பொய்மை தான் எனும் போதும் கூட மிகுந்த பகட்டுடன் அதனை எப்படி வெளிப்படுத்துகிறார்கள். பிறகு பகலின் ஒளி ரேகைகள் பட்டுத் தன் வாழ்வின் காட்சிகள் தகதகத்துத் தென்படுகின்றன எனும் பெருமிதம் அவர்களுடைய முகமெங்கும் படர்ந்து விடுகிறது. ஊர்பார்த்திடும் நாளில் பகலில் ஜொலிக்கும் அந்த மனிதர்கள் நிஜமில்லையென்பதை

இரவு மட்டுமே அறியும். இரவின் கருநிழல் படிந்தபிறகு யாவற்றையும் களைந்தெறிந்து விட்டு ஆதிக் குரூரநிலைக்குள் ஐக்கியப்படுகிறார்கள். இது அலுவலகத்தில் பணி செய்யும் மனிதர்களுக்கு மட்டுமல்ல, கணவன் மனைவியாக இருப்பினும் கூட. பிறகு ஒருவர் அறியாது மற்றவரை வீழ்த்திட வேண்டும் என இருவரும் தனித்தனியே தந்திர வலைகளை உருவாக்குகிறார்கள். இதுயாவும் மத்தியதர வர்க்கத்து மனிதர்களின் மனநிலை தான். ஆனால் எளிய மனிதர்களுக்கு இவை தலைகீழாக நிகழ்கிறது. அவர்களுக்கு பகல்கள் மூடாக்கற்றதாகவே இருக்கிறது. யாருக்காகவும் வாழ்ந்து பழக்கப்பட்டிருக்காத எளியவர்கள் பூச்சற்றவர்கள். தாயும், மகனும் என்றாலும் சரி, மாமியார்க்காரி, மருமகளோடாயினும் சரி அவர்கள் மல்லுக்கட்டுகிறார்கள். பகலெல்லாம் திமிறித் திட்டித் தீர்த்த வசைச் சொற்கள் சூழ்ந்திருக்கும் நிலத்திலேயேதூங்கிப் போகிறார்கள். இரவு அவர்களுக்கு உறக்கத்தையும், நாளையை எப்படியாவது எதிர்கொள்ள வேண்டுமே என்கிற பதட்டத்தையுமே கொண்டு வந்து சேர்க்கிறது. வாழ்க்கையை அதன் போக்கிலேயே ஓடிப் பிடித்து விரட்டிக் கொண்டிருக்கும் எளியவர்களே நிஜத்தில் ஜெயந்தனின் மனிதர்கள். அவர்கள் மீதான ஒருவித மனச்சாய்வு அவருக்கு இருக்கவே செய்கிறது. இருக்கட்டும் அவர்களுடைய கதைக்காரன் தானே இவர்.

நிலங்களின் மீது வரலாறு வரைந்திருக்கிற சாபக்கேடுகளை கழுவித் துடைப்பதொன்றும் அவ்வளவு எளிதில்லை என்றே படுகிறது. ஆயிரமாண்டுகால துர்ரகசியங்களைக் குடித்தமையதால் ஊதிப்பெருத்து புரளாது படுத்துறங்கும் ராட்சஸசர்ப்பம் மதுரைநகர் எனும் சித்திரம் எனக்குள் தவிர்க்க முடியாமல் வந்து கொண்டே யிருக்கிறது. ஒற்றைச் சிலம்பிலிருந்து தெறித்து விழுந்த கோபத்தின் சொற்களின் பேரொலியை மதுரையை கடக்கிற போதெல்லாம் கேட்கவே முடிகிறது. இளங்கோ எனும், மாயச்சித்தன் பாஷான மை கொண்டு எழுதிய பிறகு சாபத்தில் இருந்து மீளாமல் தடுமாறிக் கொண்டிருக்கும் மதுரையை இப்படியாக எனக்குள் இறக்கியவர்கள் அவருக்கும் பிறகான நவீன கதை சொல்லிகள். அதிலும் ஜி.நாகராஜன் போன்ற மகாமேதைகளைகாவு வாங்கிய ஊரெனும் போதிலும், இதுவே அவருக்கான கதைநிலமாயிருந்தது. இங்கேதான் அவரின் கதைகள் திரிந்து மொய்த்துக் கொண்டிருந்தன. எலும்புகளல்ல கதைகள் என்பதை அறிந்து கொண்ட படைப்பாளிகள் மதுரையையும், ஜி.என்னின் மனுஷிகளையும் எழுதிக் கொண்டேயிருக்கிறார்கள். வைகை நதிக் கரையில் ஒதுங்கிய நரிமேட்டுக்கதைகளை வாரிச்சுருட்டி எடுத்து வந்து

தமிழ்க்கதை நிலத்தில் நடுகிறார்கள். நதிக்கரை நாகரீகம் எனும் மரபான சிந்தனையை விலக்கிப் புரிந்து கொள்கிற மனதிற்குத்தான் ஜெயந்தனின் ''சம்மதங்கள்'' என்கிற கதையையும் அதன் நுட்பத்தையும் அறிந்து கொள்ள முடியும்.

மதுரை நகரத்தின் குறியீடாக புராதனப் பெருமைகள் மட்டுமல்ல என்கிற முடிவிற்கு வரக் காரணமான தனித்த வாழ்க்கை முறை கொண்ட கதைக்களம் இன்றைக்கும் இருந்து கொண்டேயிருக்கிறது. இங்கிருந்து இடிபாடுகளின் துர்க்கணங்களிலிருந்து தப்பிப் பிழைத்தவர்கள் காத தூரம் ஓடிக்கொண்டேயிருக்கிறார்கள். இருளும், குரோதமும் சுமந்திட மறுத்து பெண் உடல்கள் வெளியேறுகின்றன. நிலைமையில் மாற்றங்கள் பெரிதாக நிகழ்ந்திடவில்லை. குடிசைகளின் இடத்தில் சின்னக் குடியிருப்புகள். பெண் உடல் திங்கும் வேட்டைநாய்க் கூடாரங்கள் எல்லா ஊர்களிலும் தனித்திருக்கின்றன. அழுக்குவேட்டி சொறி நாய்கள் வெள்ளை வேட்டியில் பதவிக்காகத் திரிகின்றன. அறைஇருட்டு மஞ்சள் ஒளியில் சிந்திய கண்ணீர் துளிகளின் கதறலைக் கூர்ந்து கேட்டிடும் காதுகளைக் கூர்தீட்டிக் காத்திருக்கிறார்கள் படைப்பாளிகள். மதுரை மாநகரின் அடையாளமல்ல இது. தமிழ்ப் பெருநிலமெங்கும் அதிகார வேட்டைக்குப் பயப்படுகிற பெண் மனதின் துயரங்கள் வடித்திட்ட கண்ணீரின் உப்புத்தன்மை ஏறி வீசுகிற காற்று உப்பங்காத்தாக உருமாறி நிலங்களில் படிந்திருக்கிறது.

ஜெயந்தன் கதைகளில் தனித்தன்மையில் அசேதனங்கள் உயிர்பெற்று உலவுகின்றன. பறவைகளும், விலங்குகளும் விடாமல் பேசிக்கொண்டேயிருக்கின்றன. அதிலும் மனிதப்பதர்கள் இப்படி பொறுப்பற்று அலைகின்றனவே எனப் பதட்டம் கொள்கின்றன. அசையாது உயர்ந்து நிற்கும் வீடுகள் யாவும் தங்களுக்குள் உறைந்திருக்கும் மனிதர்களைப் பற்றிப் பேசத் துவங்குகிறது. தனக்கு மட்டுமே தெரிந்த ரகசியம் இதுவென அவர்கள் இறுமாப்புடன் பதுங்கியிருக்கிறார்கள். சுற்றியலைந்து திரிபவர்கள் வந்திறங்கும் வீடு அவர்களுடைய சுக துக்கங்களைமட்டும்கண்டு கொண்டிருக்கவில்லை. மாறாக அவர்களுடைய கீழ்மைகளையும், சகமனிதனுக்கு நிகழ்த்திடும் துரோகங்களையும் கவனிக்கிறது. தன்னை மாற்றி மாற்றி தகவமைக்கிறவர்கள் எப்படி போலிப் பகட்டிற்காகவும், ஆடம்பர வாழ்விற்காகவும் மனச்சோரம் போகிறார்கள் என்பதனையும் கூட உற்று நோக்குகிறது. வீடு தன் கதையைச்சொல்லத் தேர்வு செய்த மனிதனுக்கு ஒட்டியிருக்க நிழலில்லை. வீடற்றவனிடம் இந்த வீடு தன் பெருமைகளை டாம்பீகமாகப் பேசுகிறது. நிஜந்தான் குணங்களை வடிவமைத்துத் தருவது சூழல்தான். அது

மனிதர்களுக்கு மட்டுமா? மனிதர்கள் குடியிருந்து, புழங்கி, மூச்சுவிட்டு பேசித் திரிந்த நிலத்திற்கும் அதே தன்மை வரத்தானே செய்யும். வீடுகள் மட்டுமல்ல இவனோடு உரையாடிடும், ''வால் நீண்ட கருங்குருவி'' யும் கூட கலைஞர்களோடு உரையாடி மகிழ்கிறது.

விலங்கின மொழி தெரிந்த கலைஞனால் வால்நீண்ட கருங் குருவியுடன் பேருந்தில் பயணம் செய்ய முடிகிறது. உலகை மனதால் வலம் வருபவன் எழுத்தாளன். உலகெனில் புறஉலகு எனும் புரிதல் இருந்தால் நாம் மாற்றிக் கொள்ள வேண்டும், அங்கிருப்பவர்களின் அகஉலகம் இவனுக்கு அத்துப்படி. மாயாவியாக மனம் குதித்து அவர்களின் காயங்களுக்கு மருந்திடுகிறான் தன்னுடைய கதைச் சொற்கள் கொண்டு. குழந்தைகள் பொய் சொல்வதில்லை தான். ஆனால் பெரியவர்களிடம் பாராட்டுக் கிடைக்கும் என்றால் குழந்தைகள் துணிந்து பொய் சொல்வார்கள் என்பதைக் கண்டு பிடித்துக் சொல்பவன் கலைஞன்.

தன்னை இந்த உலகுடன் பொருத்திட முடியாது தடுமாறுகிற மனிதர்கள் ஞானக்கிறுக்கன்களாகி விடுகிறார்கள். அப்படியானவர்களுக்கு வாழ்க்கை எப்போதும் தோல்வியையே பரிசளிக்கிறது. தோற்றுத் தடுமாறுகிற மனிதன் கலைமனத்தைக் கொள்ளுகிற போது எது வெற்றி? எது தோல்வி என்கிற சூட்சுமம் பிடிபட்டு விடுகிறது. அப்படியான எழுத்துக்கலைஞன் வெற்றியாளர்கள் என இந்த உலகம் கொண்டாடும் மனிதர்களை தன்னுடைய அறிவாயுதம் கொண்டு விசாரணை செய்கிறான். நிஜத்தில் அவர்கள் அடைந்த வெற்றிக்காக மகிழவில்லை, மாறாக துயருற்றுத் தான் இருக்கிறார்கள். இதுதானா என் வாழ்க்கை என்கிற எரிச்சல் மிகுந்த கேள்வியை சுமந்திட முடியாமல் தடுமாறித் தத்தளிக்கின்றனர். ''பூட்டோவைத் தூக்கில் போட்டது அரசியல் ராஜதந்திரமில்லையா? என ஜியாவுல்ஹக்கைப் பார்த்துக் கேட்கிறார் ஜெயந்தன் தன் கதையொன்றில். ''இதில் என்ன ராஜதந்திரம் இருக்கிறது? என்னால் முடிந்தது நான் போட்டேன். அவரால் முடிந்திருந்தால் அவர் என்னைத் தொங்க விட்டிருப்பார்'' இப்படித்தான் ஆளுமைகளின் நிஜமுகத்தைச் சுற்றிப் படர்ந்திருக்கும் பூச்சுக்களைத் தன் சொற் கொண்டு கலைத்து, கலைத்து அடுக்கிக் கொண்டேயிருக்கிறார் ஜெயந்தன். போலிகளால் சூழந்திருக்கும் உலகமிது என்பதே ஜெயந்தனின் கண்டுபிடிப்புகளில் முக்கியமானது. சாதியை மறுத்துப் பேசித் திரியும் மனிதர்கள் வீட்டிற்குள் அதை துளியும் மீறாமல் காப்பாற்றிக் கொள்கிறார்கள். தந்திரங்களால் செய்யப்பட்ட புதுவகை இயந்திரங்களாக மனிதர்கள் உருமாறிக் கொண்டிருக்கிறார்கள்.

ஜெயந்தன் எழுதிய கதைகளுக்குள் அவர்காலத்தின் குரூரங்கள் பதிவாகியுள்ளன. சமகாலத்தைய நிகழ்வுகளை கலைப்படைப்பாக்கிட முடியாது. கலையென்பது பதவிசானது, நுட்பமானது என்கிற கலை குறித்த அதீத பிரமையெல்லாம் எப்போதும் ஜெயந்தனுக்கு இருந்ததில்லை. அவருடைய குறுநாவல்களிலும், கதைகளிலும் சமகால அரசியல் நிகழ்வுகள் இடம்பெறுவதை தவிர்க்க முடியவில்லை அவரால். அவர் உயிரோடு இருந்திருந்தால் தேர் எரித்த வீணர்களின் வீதியில் ராஜத்தேரை ஓட்டிப் பார்த்திருப்பார் தன்னுடைய கதைகளின் வழியே. ஸ்டெயின்ஸ் பாதிரியை எரித்த தாராசிங்கையும், அவனுடைய கூட்டாளிகளை தீயிட்டு பொசுக்கிய பெண்களை கதைக்குள் கொண்டு வந்தவர். சிதம்பரம் பத்மினியின் ஆசையான ஒரே ஒரு அறையாவது அறைய வேண்டும் அந்த போலீஸ்காரனை என்பதனை நிறைவேற்றிட பெண்கள் கூட்டத்தை போலீஸ் ஸ்டேசனுக்குள் அனுப்பிவைத்தவர். இப்போது இருந்திருந்தால் நிச்சயம் ஊர்சுற்றிக் கொண்டிருக்கும் தலைமையமைச்சரின் போதாமைகளாய் பட்டியலிட ஊர்க்குருவியைக் கொண்டு வந்திருப்பார். மாற்றங்கள் வந்திறங்கிய போதும் தடித்து இறுகிப் போயிருக்கும் சாதிச்சுவர் மனதைத் தகர்த்திடும் கடப்பாரைச் சொற்களைக் கட்டாயம் கண்டுபிடித்திருப்பார். அவர் இல்லாவிட்டால் என்ன அவர் எழுதக் காத்திருக்கும் கதையின் சூட்சுமத்தைக் கண்டு எழுதிடத்தான் வேண்டும். தன்னை எழுதிடப் போகும் கலைஞனுக்காக காத்திருக்கின்றன கதைகள் தமிழ்நிலமெங்கும்.

பறவை விலங்குகளும் உலவிடும்
நிலத்தில் தான் மனிதர்களும்
உலவுகிறார்கள்
''ஜெயந்தன்''

சாலையோரத்துச் சித்திரங்கள்

கேலக்ஸியில் மிதந்தலையும் பூமிப்பந்து பரிபூர்ணமானதா? அது குறைபாடுடையது என்கிற தெளிவு வருகிற போதே அதனுள் சுற்றிச் சுழல்கிற மனிதகுலமும் கூட சகலவிதமான உளச்சிக்கல்களையும், போதாமைகளையும் கொண்டது தானே என்கிற நினைப்பும் கூடவே வருகிறது. அதிலும் மனிதர்கள் இந்த உலகின் சகலவற்றையும் உள்வாங்கி வளர்ந்து கொண்டேயிருப்பவர்கள். நல்லவர்களாக நீடிப்பது என்பது ஒவ்வொரு மனிதனுக்கும் ஒவ்வொரு விதமான சவாலாக வெளிப்படுகிறது. இந்த உலகம் மேன்மையென்றும், உன்னதமென்றும் கொண்டாடுகிற கல்யாணக் குணங்களோடு மட்டும் அவன் நீடித்திருப்பதில்லை. சின்ன தடுமாற்றம் போது சகலவற்றையும் குப்புறக் கவிழ்த்து விடுகிறான். பொருளாதார நெருக்கடியை எதிர் கொள்ள முடியாத இக்கட்டான நிலைகளிலும் கூட விடாப்பிடியாக அதுவரை பின்பற்றி வந்த மனிதநேய மாண்புகளை கைக்கொள்ள முடிகிறவர்கள்வெகுசிலரே. அவர்களின் புனிதத்தையும், பெருமையையும் புராணங்களும், இதிகாசங்களும் திகட்ட, திகட்ட தந்து கொண்டேயிருக்கின்றன. பெருமை பேசும் இலக்கியங்களுக்கு நடுவே எப்படியாவது உயிரைப் பிடித்து நிறுத்தி வைத்திட சகல கீழ்மைகளுக்கும் துணிகிற மனிதர்களைப் பற்றி எழுதத்தானே வேண்டும். புதுமைப்பித்தனும், ஜி.நாகராஜனும் துவக்கி வைத்த இந்த கோட்டைச்சுற்றி, சுழற்றி புதிய கோளங்களை வடிவமைத்தவர் ஆ.மாதவன். அதுவரையிலுள்ள தமிழ்ச்சிறுகதையுலகம் கண்டிராத புதிய களம், புத்தம் புதிய முகங்கள்

ஆனால் அவை யாவும் பரிசுத்தமானவைகள் அல்ல. குறைபாடுடைய, அழுக்குகளும், அகந்தையும் கொண்ட திமிர்த்தலையர்கள். வாழ்வதற்காக எதனையும் செய்யத் துணிகிறவர்கள். இவர்களின் கதையே ஆ.மாதவனின் கதையுலகமாக வடிவம் பெறுகிறது.

மலரினும் மெல்லியது காமம் என பரிசுத்தம் பேசவில்லை இவருடைய கதைகள். காமப்பித்தில் தவறிப் போகிற மனிதர்களின் மனங்களுக்குள் இறங்கி சொற்களைப் பிடித்து மேலேற்றுகிறது. மனம் பாம்புகள் உறைந்திருக்கும் பாற்கடல். விஷத்தை பதுக்கி வைத்திருக்கும் மனதிது என்பதனைக் கண்டுணர கலைஞர்களால் மட்டும் தான் முடியும். கோவில் பூசாரிகள் தீட்சை பெற்று வந்த பிறகும் கூட காமத்தின் வலைப்பின்னலில் இருந்து வெளியேறிட முடியாது தடுமாறுகிறார்கள். இறைவன் பள்ளியெழும் ஆலயவளாகம் தனக்கு மட்டுமேயானது. இங்கு புழங்கிடும் பெண்கள் வணங்கிடும் மகாவிஷ்ணு நானே என்னும் பெருமிதம் அவர்களை வந்தடைந்து விடுகிறது. பிறகு வெளிப்படும் பெண்களின் சௌந்தர்யலாகிரியில் சொக்கிடும் மனிதர்களாகி விடுவதையும், அதன்பிறகு பத்மநாபனைப் பூஜித்திடும் போதெல்லாம் அவர்களின் கண்கள் வசீகரமனுஷிகளைத் தேடியலைகிறது. காமத்தில் தடுமாறுகிறது. பக்தியின் சூட்சுமம் விலகி வெகுதூரம் செல்கிறது. பெண் மனம் காமத்தின் தந்திரத்தை எளிதில் அறிவது மட்டுமல்ல, அதன் சூழ்ச்சிவலையை அறுத்தெறியும் வல்லமையும் மிக்கது. அதனால் தான் பவித்திரமானதென உலகம் நம்பும் இந்தக் கோயிலின் வெளிகளில் காமப்பித்தேறித் தடுமாறும் பூசாரிகளை வெளியேற்றிட அவர்கள் உக்கிர மொழியில் சாமியாடுகிறார்கள். அப்படித்தான் செய்ய வேண்டும். நிலைதடுமாறுகிற மனிதர்களை துரத்தியடிக்கும் குரல்களை சாமிகளுக்குள் ஒளித்து வைத்து உக்கிரமாக வெளிப்படுத்துகிறார்கள் கோவில்கள் எங்கும். இது ஆ.மாதவன் எழுதிய திருவனந்தபுரத்துக் கோயில்களில் மட்டுமல்ல என்பதனையே இவரின்கதை வழியே வாசகன் உணர்கிறான். ''இந்த மிலேச்சனை, தெய்வத்துரோகியை - அம்பலவட்டத்திலிருந்து கரைக்கு வெளியே துரத்து... கார்த்தியானியின் மேல் படர்ந்த தெய்வ அருள் ஆக்ரோஷக் கட்டளையாக அலறுகிறது... உம்... துரத்துங்கள் அவனை...'' இந்தக் குரல்மொழியின் சூட்சுமத்தைக் கண்டுபிடித்தே கதைகளாக்கியாயிருக்கிறார் ஆ.மாதவன்.

தவறிழைத்திட சற்றும் வருத்தமில்லாத மனிதர்களால் நிறைந்திருக்கும் திருவனந்தபுரத்து சாலைக்கடை பஜாரில் தேங்காய்ப் பட்டணத்து தமிழில் வாகாக பேசிக் கொண்டலையும் மனிதர்களின்

சொற்களும், வாழ்வுமே கதைகளாகிறது. பட்டணத்துக் குறியீடுகளில் ஒன்று மேன்சன் அறைகளும், அதில் குடியிருக்கும் மாத வாடகைக் காரர்களும். இவருடைய கதைகளுக்குள் காட்சிப்படும் ''மீயன்னா லாட்ஜ்'' ஒரு தனித்த பகுதி தான். விதிகள் உருவாக்கப்படுவதும், ரகசியமாக விதிகளை மீறுவதும், ரகஸியங்களை கண்காணிக்கும் மனிதர்களின் கண்களைக் கடந்து வெளியேறுவதுமான மாயம் நிகழும் நிலமிது. தன்னைவஞ்சித்த மனிதனைபழிதீர்த்திட வெறிகொண்டலையும் மனிதர்கள் ஆயுதம் தரித்து அலைவதும் ரத்தச்சகதியில் எதிரியை வீழ்த்துவதும் நிகழவே செய்கிறது. சகமனிதனை இரக்கமின்றி வீழ்த்திடும் அரக்கக்குணம் மனதின் அடியாழத்தில் தேங்கிக் கிடக்கிறது. எப்போதும் வெளிப்படக் காத்திருக்கும் அந்த கொடூரத்தை தடுத்து நிறுத்துவது அது. நாம் கவனிக்கப்படுகிறோம். அப்படியெல்லாம் செய்துவிடக் கூடாது என்பது ஒருவித தன்கட்டு தான். ஆனால், இருட்டு யாவற்றையும் கலைத்து வெளியேற்றிடும் வல்லமை கொண்டதாகிறது. பிறர்முன் தன்னை அவமானப்படுத்திய மனிதனை வஞ்சித்திட சமயம் பார்த்துக் காத்துக்கிடக்கும் மனிதன் எந்த எல்லைக்கும் போவான் என்பதையே ''மீயன்னாலாட்ஜ்'' காட்சிகள்வாசகர்களுக்கு உணர்த்துகின்றன.

தன்னுடைய பாடுகளையும், நாட்களையும் கழித்திட எவரையும் ஏமாற்றலாம் தப்பில்லை. ஆனால் ஏமாற்றிய விஷயம் ஏமாற்றப் பட்டவன் அறிந்திடக்கூடாது. நுட்பமாகத் திட்டமிட வேண்டும். பொருளாதார நெருக்கடியினால் சிதையும் மனித மனதின் அகம் அதுவரையிலான உலக மதிப்பீடுகள் எதற்கும் செவிசாய்க்க மறுக்கிறது. அப்படியான மதிப்பீடுகளை அறிந்து கொள்ளக் கூட மறுத்திடும் மனிதர்களுக்குத் தான் ஆ.மாதவன் கதைப் பொம்மையை விளையாடத் தருகிறார். அவர்கள் ஆடுகிற ஆட்டம் ரஸமானதாக அல்ல, குரூரமானதாக வெளிப்படுகிறது. மற்ற எழுத்தாளர்கள் உள்ளடக்கமாக வைத்துப் பார்த்திடத் தயங்கும் பகுதிகளுக்குள் எந்த வித தயக்கமின்றி நுழைகிறார். மனித மனதின் கருநிழல் பகுதிகளில் படிந்திருக்கும் பலநாள்பட்ட நூலாம்படைகளையும் தன்னுடைய சொற்களால் தட்டுகிறார் ஆ.மாதவன். சிலந்தி வலையின் விலகலுக்குப் பிறகாக பளீரிடும் அந்த அகத்தின் காட்சிகளால் நிலைகுலைந்து போகிறோம் நாம். சொந்த மகனை விபத்தில் பலி தந்த தகப்பன் அதன் மூலம் கிடைத்த பணத்தைக் கொண்டு குடித்து வீழ்கிறான் என்பது யதார்த்த மற்றதாக தோன்றலாம். ஆனாலும் மனிதர்கள் இப்படித்தான் எதிலிருந்தோ தப்பித்து வெளியேறிட எங்கெங்கே அடைக்கலமாகி தலைகுப்புற கவிழ்ந்து வீழ்கிறார்கள். மனித குலத்தின் வீழ்ச்சியின் தருணங்கள்

குரூரமானவையாகவே வெளிப்படுகின்றன. ஆ.மாதவனின் கதைகளில் நடமாடுபவர்கள் நாசூக்கானவர்கள் அல்ல சாலையோரத்து மனிதர்கள். அன்றாடங் காய்ச்சிகள். இன்றையை எப்படியாவது கடத்தி விடத் துடிக்கும் விளிம்பு நிலையாளர்கள். அதனால் தான் அவர்களுக்கு நேற்றைப் பற்றி பெருமிதமோ, நாளைப் பற்றி கனவோ இல்லை. காலம் என்பது அவர்களுக்கு நிகழ்ந்து கொண்டிருப்பது மட்டும் தான். துடிப்புடன் அதனை எதிர்கொள்வதில் உருவாகும் சிக்கல்களே அவர்களை இயக்குகின்றன என்பதனையே எழுத்தாளன் அவர்களின் வாழ்வின் ஊடாக கவனித்துச் செல்கிறான். கேட்பதும், மறுப்பதும் வாசகன் பாடு எனத் தெளிவாக தன் கதைகளை விலகி நின்றே எழுதுகிறார் ஆ.மாதவன்.

சகமனிதனை வீழ்த்துவது என்கிற பிடிவாதம் மனதிற்குள் முட்செடியாக வளரத் துவங்கிய பிறகான நடவடிக்கை சிக்கலுக்குள்ளாகி விடுகிறது. அதன்பிறகு அவர்கள் எடுக்கும் முஸ்தீபுகளால் எந்த எல்லைக்கும் போகத் தயாராகிறார்கள். தன்னைப் பிறந்த மண்ணில் இருந்து வெளியேற்றியவர்களின் மீதான உக்கிரகோபம் ஒருபோதும் குறைவதில்லை. எப்படி சுதந்திரமான சொந்த காற்றை சுவாசிக்காமல் இருக்க முடியும். ஆனாலும் சூழல் வெட்டித் தள்ளுகிறது. அடுத்தவேளை வயிற்றுப்பாட்டிற்கு வக்கற்றவர்கள் திசா திசைகளில் தவறித் தெறித்துப் போகிறார்கள். தன்னைப் பரிகசித்து துப்பிய ஊரின் மீது இளம் வயதினில் ஏறிய வஞ்சம் விஷமரமாக வளர்ந்து கொண்டேயிருந்தது. பாலைவனத்தில் ஒதுங்கிய பிறகும் கூட அவர்களுக்குள் தீர்த்துக் கட்டிட வேண்டிய சமாச்சாரங்கள் முகிழ்த்துக் கொண்டே தான் இருக்கின்றன. எதையாவது செய்து இந்த ஊரில் தன்னை நிலை நிறுத்துகிறார்கள். தன்னை அங்கீகரிக்க நிர்பந்தம் செய்கிற இந்த போராட்டத்தின் விதவிதமான மனதின் தன்மைகளைத் தான் கதைகளாக்குகிறார். எப்போதோ வளர்த்த கிழவியின் பிணத்தின் மீது விலைமதிப்பற்ற சேலையைப் போர்த்தி சேர்த்து சிதைக்கு தீ மூட்டுங்கள் என ஊரை நிர்பந்தத்திற்குள் கொண்டு வர முடிகிற தெனாவெட்டு. ஊரின் வளமையையே மாற்றிக் காட்டியதான மிதப்பில் அவன் காறித்துப்பியது வெறும் தரையில் அல்ல. ஊரின் முகத்தில் தான். ஊர் மீதும் உலகம் மீதும் காறித்துப்புகிற மனிதனை வடிவமைத்தது இந்த ஊர்தான் என்பதை வாசகனால் புரிந்து கொள்ள முடிகிறது.

ரோட்டோரத்து வாழ்க்கையில் மிகவும் முக்கியமானவர்கள் விரிந்து கிடக்கும் சாலையில் தன்வாழ்வினை ஒப்புக் கொடுத்தவர்கள். உணவுப் புரோக்கர்கள், த ங்குமிடத்திற்கான ஏஜெண்ட்கள்,

சுடுசாராயத்தை வழிபாட்டிடமே ஆனாலும் ரகஸியமாக கொண்டு வந்து சேர்க்கும் விந்தை மனிதர்கள். ஆவிபறக்கும் சாயாக் கடைகளில் எவரோ வாங்கித் தருவார்கள் என விக்கித்து நிற்கும் யாசகர்கள் யாசகத்தையும் கூட காவிக்குள் பதுக்கி கையேந்திடும் விதவிதமான பிச்சைக்காரர்கள். எல்லாவற்றையும் இளக்காரமாக எதிர்கொள்ளும் கோவில் பூசாரிகள் என விதவிதமான மனிதர்கள், விதவிதமான வாழ்க்கை. இந்த வாழ்க்கையில் அமைதி, பூரணத்துவம், ஒழுங்கு என எதையாவது எதிர்பார்த்து நீங்கள் நூலைப் புரட்டினால் ஏமாந்து போவீர்கள். இரைச்சல்கள், தந்திரங்கள், பூச்சற்ற வாழ்க்கை. தனக்கானதை பெறுவதற்கு எந்த வழியையும் தேர்ந்திடும் துணிச்சல் இவை தான் ஆ.மாதவனின் கதையுலகம். இன்றைக்கு கதை எழுதுபவர்கள் கூட தயங்கி ஒதுக்கிடும் நிலக் காட்சிகளை துணிந்து காட்சிப்படுத்தியவர் ஆ.மாதவன். இதுவே இவரின் தனித்துவமும் கூட.

ஆ.மாதவன் மனிதர்களின் அகத்திற்குள் மட்டும் பயணித்தவர் அல்ல. அவர் விலங்கினங்கள், அசையாது கிடக்கும் நீர் நிறைந்த குளங்கள், அதன் கற்படிகள், கோவிலின் கூம்புகள் என சகலவற்றிற்குள்ளும் நுழைந்து திரும்புகிறவர். அதிலும் அவருடைய ''கோமதி'' ''மீசைப்பூனை'' என்கிற இரு கதைகளும் நிகழ்த்திக் காட்டுகிற உலகம் தனித்தது. எங்கிருந்து கிளம்பி வருகின்றன இவைகள் என எவராலும் அறிந்து கொள்ளல் சாத்தியமேயில்லை. தனக்கான வாழிடங்களை தகவமைக்கும் ஆற்றலை பெற்று விடுகின்றன. பிறகு எந்த அதிகார மையத்தாலும் அவைகளை சட்டை செய்ய முடியாது. எவராவது அவற்றைத் தொந்தரவு செய்கிற போது நடப்பதே வேறு. மனிதர்களோடு உறவாடி, பழகி அவர்களின் சாயல்களை ஏற்றவை அவை. ஊர்க்காலி மாடுகளுக்கு நண்பர்களாக வாய்ப்பவர்களின் தோற்றமும், நடவடிக்கையும் தனித்தன்மையிலானவை. விலங்குகள், இவர்களுடன் பந்தப்பட்டு திரிவதை எழுதிட தனியாற்றல் மிக்க மொழி தேவையாகிறது. அப்படியான மொழி எளிமையாக வசப்படுகிறது ஆ.மாதவனுக்கு. ''கோமதி'' என்கிற மாடு திருவனந்தபுரத்து சாலைக் கடை வீதியை தனதாக்கிக் கொள்கிறது. காவல்துறை, முனிசிபாலிட்டி என எந்த நிர்வாகத்திற்கும் கோமதி கட்டுப்படுவதில்லை. அதன் போக்கில் சுற்றித் திரியும் இயல்பை ஒருபோதும் விட்டுக் கொடுப்பதில்லை. மனுஷப்பயல்களின் மூச்சுக்காற்றை சுவாசித்தமையால் தந்திரமும் கூட கற்றுத் தேர்கிறது கோமதி. அதனை அகற்றி ஊரை விட்டு விரட்டிட எடுத்த சகல முயற்சிகளையும் தந்திரத்தால் வீழ்த்துகிறது. மட்டமல்லாக்க விழுந்து கிடக்கும் கோமதியை ஏற்றிட ட்ராக்டர் நெருங்கிய நேரத்தில் நுரை

தள்ளிக் கிடந்த கோமதி துள்ளித் தெறித்து ஓட்டம் பிடிக்கிறது. ஓட்டம் நின்றபாடில்லை. நிச்சயம் ஏதாவது ஒரு ஊரில் எங்காவது அடைத்துக் கொண்டு படுத்துக் கிடக்கும். இப்படித்தான் கதைகளை வாசித்த பிறகு ஆ.மாதவனின் கதைக்குள் கதையாக புதிய பகுதிகள் திறந்து கொள்கின்றன.

பூனைகளுக்கும், பெண்களுக்குமான அகநோய்கள் விசித்திரமானது. தமிழில் பலரும் எழுதிக்கொண்டிருக்கிற இப்பிரதேசத்துக் கதைகளை துவக்கி வைத்தவர் ஆ.மாதவன். வசீகரமிக்கதான அதனுடைய நடையும், கூர்பார்வையும் பலருக்கும் எரிச்சலூட்டுகிற போது இளம் பெண்கள் அதன் மீது ஒருவித லாகிரியிலான மயக்கம் கொள்கின்றனர். மீசைப்பூனையை ஜன்னல் வழியே உற்று நோக்குகிற இளம்பெண் கண்ணெதிரிலேயே அவளுக்குப் பிரியமான மீசைப்பூனை பலியிடப் படுகிறது. மீன்காரிகளின் சொற்களைப் பொறுக்கியபடி பின்வருகின்றன பூனைகள். அவர்கள் மீன்களை வாகான கறியாக்கித் தருகிற அழகே தனி தான். அவர்கள் உதிர்த்திடும் வார்த்தைகளும் சேர்ந்து தான்மீன் பண்டங்களுக்கு ருசியை ஏற்றுகிறது. ருசியேறிய மீன்கள் யாவும் அடுப்பங்கரைக்குச் சென்றிட நீலக்கண்கள் மின்னிட இரை தேடி யலைகின்றன பூனைகள். காமத்தின் தத்துவக் குறியீடுகள் பூனைகள் என்பதை இலக்கியக்காரன் மட்டும்தான் கண்டறிந்துள்ளான். தன்னுடைய காமத்தின் பின் விளைவான பிள்ளையாக பிறக்கப் போவது அடித்து வீழ்த்தப்பட்ட மீசைப்பூனையாகத்தான் இருக்கப் போகிறது என அவள் நினைக்கிறாள்.

தன்னுடைய கதைகளெங்கும் காட்சிப்படும் ரோட்டோரத்து மனுஷ, மனுஷிகளின் வாழ்க்கைக்குள் நுரைத்துப் பொங்குகிற கயமைகளையும், வக்கிரங்களையும், கண்டுணர்கிறார் ஆ.மாதவன். திசாதிசைகளில் இருந்து சீறிவரும் பஸ்ஸிற்குள் எப்போதும் பசித்தலையும் மனிதர்களே இருக்கிறார்கள் என்பதை அறிந்தவர்கள் உணவுக்கடை புரோக்கர்கள். ஓட்டல் முதலாளிகளுக்கும் இவர்களுக்கும் ஒரு எழுதப்படாத ஒப்பந்தம் இருக்கிறது. பஸ்ஸில் இருந்து வரும் மனிதர்களின் முகக்குறியிலிருந்தே தெரிந்து கொள்கிறார்கள், இவர்களுக்குத் தேவை இறைச்சி, சுடுசாராயம் அல்லது சபலத்தைச் சரிசெய்திடும் வஸ்து என. பின் இவர்கள் காட்டிடும் பாதையில் தான் பயணிக்க முடியும் இந்த யாத்திரைக் கூட்டம். அதிலும் மனிதர்கள் இறைச்சிக்காக மனம் பேதலித்துப் போவார்கள் என்பதை தமிழ்குலத்தின் பல ஞாயிற்றுக்கிழமைகள் நமக்கு உணர்த்துகின்றன. இப்படித்தான் ''இறைச்சி'' என்னும் கதையில் தன்னைப் பலரும் பார்த்திருக்க

திட்டித்தீர்த்த புரோக்கர் கூட்டி வந்த கூட்டத்திற்கு ''நாய்க்கறியை'' சமைத்து போட்டு வஞ்சம் தீர்க்கிறார் சரக்கு மாஸ்டர். எல்லோரும் ஏதேனும் ஒரு கட்டத்தில் வாழ்வதனில் வந்து சேரும் மிக முக்கியமான இடம் இது. தன்னை வஞ்சித்த மனிதனை தலைகுப்புற கவிழ்த்தி வீழ்த்திட தந்திர வலைகளை பின்னிக் காத்திருக்கிறது உலகம். சகமனிதனை வீழ்த்திடத் துடிக்கும் இந்த மனநிலையையே ஆ.மாதவன் எழுதுகிறார். இது எவரும் எழுதிடத் துணியாத மனநிலை என்பது மட்டுமே நிஜம்.

டூரிஸ்ட் கைடுகளாக தன்னை ஒப்புக் கொடுத்திடும் மனிதர்களை எல்லோரும் தான் சுற்றுலாத் தளங்களில் பார்க்கிறோம். அவர்கள் வேஷங்கட்டிய மனிதர்கள். எந்த நிமிடத்திலும் அதனைக் கலைத்து எறிந்திட எத்தனிக்கும் மனதுடனே இயங்குகிற மனிதர்கள் அவர்கள். தன்னை மறைத்துக் கொண்டு தடித்த தோல்களின் மீது மாயப் பூச்சுகளை பூசிக் கொள்ளும் மனிதர்கள் இவர்கள். சுமை தூக்கலாம், பாரவண்டி இழுக்கலாம். ஏன் நாலு பொம்மைகளை வாங்கி கடைத் தெருவில் பரத்திப் போட்டு விற்றுப் பிழைக்கலாம். ஆனால் இதில் எல்லாம் மனம் லயிப்பதில்லை. தன்னை குருவாகத் தரித்துக் கொள்ளும் மனநிலை யாவருக்குள்ளும் இருப்பதற்கான குறியீடு அவர்கள். ''வேஷம்'' கதைக்குள் வருகிற டூரிஸ்ட் கைடுதான் அவர். யாவற்றையும் வாசகனுக்கு விவரித்துக் கொண்டேயிருக்கிறார். அவருடைய கதை மொழியையும், கதைக்களனையும் உருவாக்கி ஸ்திரப்படுத்திக் கொள்வது தனித்த கதை கூறும் முறையினால் தான் சாத்தியமாகியுள்ளது. புதிய கதைமொழி, எவரும் தொடத் தயங்கிடும் மனிதப்பதட்டம், காமத்திற்கும் பித்தத்திற்குமான நுட்ப உறவைக் கண்டறிதல், மனிதர்களின் அகமனதிற்குள் ஒளிந்திருக்கும் கருநிழலின் மீது ஒளிபாய்ச்சி அதனைக் கதையாக்குதல் என தனித்த கதை சொல்லியாக தமிழ்நிலத்தில் தனித்திருக்கிறார் ஆ.மாதவன்.

ரோட்டோரத்து வாழ்வை
காட்சியாக்கிய கலைஞன்
ஆ.மாதவன்

வஞ்சிக்கப்பட்டவர்களின் சொற்கள்

எழுத்தின் திசைவழியை எழுத்தாளன் முடிவு செய்வதில்லை. அது தன்னை எழுதிக் கொள்வதற்கான மனிதனையோ, மனுஷியையோ தேடிக் கண்டடைகிறது. பிறகு அது தன்னையே தானாகவே எழுதிக் கொள்கிறது. எழுத்து ஒரு சாபம், நீ எழுதித் தீர்ப்பதைத் தவிர உனக்கு வேறு எந்த மார்க்கமும் இல்லை. சாபத்தில் இருந்து கடைத்தேறிட எழுதுவது ஒன்றே ஒற்றை வழியாக உன் முன் விரிந்திருக்கிறது. இப்படி பலவிதமாக எழுத்தைக் குறித்து பேசப்பட்ட நாட்களில் நிஜத்தில் எழுத்தைக் கைக் கொண்டவர் தஞ்சை ப்ரகாஷ். மிகுந்த திட்டமிடலோடு கதைகளை எழுதியவர் அவர். எழுத்து இழுத்துச் செல்லும் பாதையில் பயணித்திருந்தால் அவரால் ''மேபல்'' மாதிரியான மகா காவியத்தை யெல்லாம் படைத்திருக்க முடியாது. தனித்த சொற்களைக் கொண்டு அவர் உருவாக்கிய தஞ்சை சித்திரங்கள் அவருக்கு முன்பும் பின்பாகவும் கூட எவராலும் வரைந்திட முடியாதவை. "பற்றி எறிந்த தென்னை மரம்" என்கிற ப்ரகாஷின் கதையில் தன் புறத் தோற்றத்தில் படிந்திருக்கும் வெண்குஷ்டத்தை மறைத்திட விதவிதமாக படங்களை வரைந்திடும் மனுஷியைப் படைத்திருப்பார். ஒரு விதத்தில் ப்ரகாஷின் கதைகள் யாவுமே மனிதர்கள் தங்களுடைய குணக்கேடுகளையும், துயரங்களையும், ஆற்றாமைகளையும் மறைத்துக் கொள்ள வரைந்திட்ட கோடுகள் தான். வண்ணக்கலவையை அவர்களின் கைகளில் தந்து விட்டு அதைச் சீராக்குகிற சித்திரக்காரனாக தன்னை உருவகித்துக் கொள்கிறார் ப்ரகாஷ். "கள்ளம்" "கரமுண்டார் வீடு" என முன்மாதிரியில்லாத தனித்த நாவல்களை உருவாக்கிப் படைத்திட தஞ்சை ப்ரகாஷ் எழுதியிருக்கும் கதைகள் மிகவும் குறைவே. முப்பது கதைகள் கைக்குக் கிடைக்கின்றன.

இன்னும் அச்சில் வராத கதைகளோடு காலத்தின் மடியில் கரைந்து போய்விட்ட அந்த மகாகலைஞனின் கதைகள் ஒவ்வொன்றும் தனித்தவை. தனித்தவையாயினும் ஒரு குவிமையப் புள்ளியை நோக்கிப் பயணிப்பவை.

தஞ்சைப் பெருநிலத்தின் காட்சிகளில் கவனம் பெறத் தவறி விட்ட சுவடுகளை அடையாளப்படுத்தியவர் ப்ரகாஷ். அஞ்சுமாடியின் அதீத இருட்டு, வௌவால்கள் தலைகீழாகத் தொங்கிக் கிடக்கும் உடைந்த கட்டிடங்கள், தனக்குள் உறையச் செய்திருக்கும் மனிதர்கள், மனுஷிகளின் சகலபாவங்களையும் தொலைத்திடத் தத்தளித்தபடி மிதக்கும் மிஷன் தெரு மனுஷிகள். ஜம்பு காவிரியின் சுழலற்ற நீரோட்டம். காவிரியென்னும் பெருமிதத்தில் இருந்து விலகிப் பயணிக்கும் அதன் கரையில் அமர்ந்து கொண்டு தான் ப்ரகாஷ் விதிவிலக்குகளைக் குறித்த கதைகளை எழுதுகிறார். பொது நீரோட்டத்தில் இருந்து விலகி நின்று வாழ்க்கையைப் பார்த்த ப்ரகாஷிற்கு கதைகள் யாவும், பெண் களையும் அவர்களுக்கேயான தனித்துவத்தையும் கண்டறிய முயற்சிக்கிற ஆண் மனதின் தவிப்பு என்றே கனிக்க வேண்டியதிருக்கிறது. பெண்களைக் குரூர ஆண் வயதைக் கடந்தே காட்சிக்குள்ளாக்குகிறான். ''எட்டு வயதென்ன'' எண்பது என்றாலும், என்பதாயிரம் வயதாகினும், எண்பது கோடி வயதின் சூச்சுமத்தை தன்னுள் தேக்கி வைத்திருப்பவை அந்த வசீகரக்கண்கள்...'' என்று தடுமாறித் தத்தளிப்பது ப்ரகாஷ் மட்டுமல்ல, ஒரு நவீன கவிதை இப்படியாகத் துவங்கி இப்படி முடிந்திருக்கிறது என்று பட்டியலிடுபவர்களைப் பார்த்து எரிச்சல் அடைபவர் அவர். ஒரு கவிதையை மட்டுமல்ல, பெண் ஒருத்தியையும் கூட தான் புரிந்து கொண்டதாகச் சொல்வதைப் போல மகா அபத்தம் வேறு ஒன்றுமில்லை என்பதைத் தன்னுடைய கதைகளின் வழியே கண்டடைந்தவர் ப்ரகாஷ்.

இயற்கையின் ரகஸியங்கள் ரசனைக்குரியவை மட்டுமல்ல, மகாகுரூரத்தன்மையும் கொண்டவைதான். பிரம்மாண்டமாக உருவாகி நிலைத்திருக்கிற மனிதன் மகத்தானவன் தான். அந்த மனித உடலில் இருந்தே சிற்பிகள் கடவுளையும், சாத்தானையும் உருவாக்கி பிய்த்து எடுத்துக் கொண்டிருக்கிறார்கள். கலைஞனோ, எழுத்தாளனோ எந்தப் படைப்பாளியும் இயற்கையில் உறைந்திருக்கும் மகா உண்மையை உறிஞ்சி எடுத்து படைப்பாக்க முயற்சித்து தோற்று விழுந்து கொண்டேயிருக்கிறான். உண்மையை உறிஞ்சி எடுத்துவாகான படைப்பாக்குதல் என்றும் எளிதில்லை. சாத்தான்களை சுமந்திட தங்களுக்குள் இடம் அளித்த பிறகு கலைஞர்கள் தங்களுக்குள் அலைக்கழித்து கொண்டேயிருக்கிறார்கள். அதனால் தான் அவர்களால் எத்தனை பெரிய துயரக்குளங்களுக்குள் வீழ்கிற போதும் எழுத்தின் வலிமையிருந்தும் வலையில் இருந்து வெளியேற முடிவதில்லை.

பெண் உலகின் விசித்திரங்களையும், அவர்களுடைய மனம் நிகழ்த்துகிற தர்க்கங்களையும் புரிந்து கொள்ள அதீத ஆற்றல் கலைஞனுக்கு தேவையாக இருக்கிறது. எழுபதுகளில் ப்ரகாஷின் ''அங்கிள்'' சிறுகதைத் தொகுப்பின் கதைகள் யாவும் உணர்த்துவது இதைத்தான். தனித்திருக்கும் நடுவயது ஆணின் குரூரமனதின் சித்திரமாகத்தான் காட்சிப்படுகிறது கதை. தன்னுடைய தவறுகளுக்காக வருந்துகிறவர்கள், தாங்கள் இழைத்த பிழைகளுக்காக இறைஞ்சுபவர்கள் நிஜத்தில் முக்கியமானவர்கள் தான். இளம் பிராயத்தில் தறிகெட்டு அலைந்தவர் தான் இந்த மனிதர். மிஷன் தெருவில் அவர் ஆடாத ஆட்டமில்லை யென அவரே சொல்லிக் கொள்கிறார். எந்தப் புள்ளியில் அவர் மனம் இப்படியானது என்பதை கண்டறிந்திட வாசகனை உடன் அழைத்துச் செல்கிறார் தன் சொற்களைக் கொண்டு ப்ரகாஷ். தன்னை உருக்குலைக்கிற அடுத்த வேளைப் பசியைக் கடத்திட முடியாத தாய் தன் மகளை தெரிந்தே வயது முதிர்ந்தவர்களுக்கு கட்டித் தரச் சம்மதிக்கிறாள். தன்னால் செடிமறைவில் மற்றொரு பையனோடு தனித்திருந்தபோது அடித்து இழுத்து வரப்பட்டவளே இந்தச் சிறுமி. ஆனாலும் ஏற்றுக் கொள்கிறார் அவளை? எப்படி நிகழ்கிறது இந்த விசித்திரம். வாழ்நாள் முழுக்க பெண்களை உடலாக மட்டுமே பார்த்திருந்த ஆண் மனம் விழித்துக் கொண்ட புள்ளிகளைக் கண்டறிந்த கலைஞன் ப்ரகாஷ். அதனால் தான் அவருடைய ''அங்கிள்'' கதாபாத்திரமான சாளிப்பிள்ளை நான்கு மாத கர்ப்பிணியிவள் என்றறிந்த போதும் ஏற்றுக் கொள்கிறார்.

தஞ்சை ப்ரகாஷ் தன்னுடைய கதைகளின் உதிரிக் கதா மாந்தர்கள் தனித்து நிர்க்கதியாக நிற்கிற போது பெரும் மனஅவசத்திற்கு உள்ளாகிறார். அவர்களுக்காக பேசுகிறார். ''ஜானுப்பாட்டி அழுது கொண்டிருக்கிறாள்'' எனதனித்துக்கதை எழுதுகிறார். இவருடைய அச்சில் வராதகதையொன்றில் தன்னை விட மூத்தபெண் ஒருத்தியோடு குடும்பத்தை விட்டு விலகி வெகுதூரம் சென்று விட்ட தன் மகளைத் தேடிச் செல்லும் தகப்பனை நாம் சந்திக்க முடியும். பயணத்தின் வலி ஏற்படுத்திய துக்கம் கலைவதற்குள் தந்தையை செருப்பால் அடித்துத் துரத்திய மகனின் வக்கிரத்தையும் கூட ப்ரகாஷ் எழுதியிருக்கலாம். ஏன் என்றால் அவர் தன் கதை மாந்தர்களுக்காக வருந்துகிறவர். பத்து வருடங்களுக்கு முன்பு எழுதிய கதாபாத்திரம் இன்று வரையிலும் துயருற்று இருக்கிறதே எனக் கவலை கொண்டு அதற்காக தனித்துக் கதை எழுதியவர் அவர்.

எழுத்தாளனுக்கு சவால் விடுகிறவர்கள் வாசகர்கள் என்பது பகுதி நிஜம் தான். நிஜத்தில் எழுத்தாளர்களை இம்சித்து சித்திர வதைக்குள்ளாக்குபவர்கள் அவர்கள் படைத்தளித்திட்ட கதாபாத்திரங்களே.

தான் உருவாக்கிய சாளிப்பிள்ளை வக்கிரமானவனோ என்கிற கேள்வி அவரைத் தொந்தரவு செய்ததால் தான் ''என்னைச் சந்திக்க வந்த கதாபாத்திரம்'' என்றொரு கதையை பத்து வருடங்களுக்குப் பிறகு எழுதுகிறார். தன்னுடைய மகளின் வயதினை ஒட்டிய சிறுமியின் மீது வன்முறை நிகழ்த்திடும் குரூரமனம் எப்படி வந்து சேர்ந்தது அவருக்கு? என்கிற பதட்டம் வாசகனுக்கும் உருவாகியிருக்கத்தானே செய்யும். எப்படி இதிலிருந்து தானும், வாசகனும் வெளியேறுவது என்கிற சிந்தனையில் உருவான இந்தக் கதையில் ப்ரகாஷை சாளிப்பிள்ளை சந்திக்கிறார். ''நான் அப்படிப்பட்டவன் அல்ல. என்னால் சர்ச்சிற்கு போக முடியவில்லை, மிஷன் தெருவில் பெண்கள் ஒதுங்கி விலகி வெகுதூரம் சென்று விடுகின்றனர். தயவு செய்து மற்றொரு கதை எழுதி என்னைக் கடைத்தேற்றுங்கள்'' என்று இறைஞ்சுகிறார். அப்பொழுதும் ப்ரகாஷின் மனம் இப்படித்தான் இயங்குகிறது. ''எண்பத்து மூன்று வயதான இந்த உலகின் இந்த பாத்திரம் உண்மையா? என் கதையில் வருகிறாரே சாளிப்பிள்ளை அவர் உண்மையா? எது நிழல்! எது போலி! இந்த மனிதரும் பொய்! அந்த பாத்திரமும் பொய்! பொய் பொய்யைப் பற்றி பேச வந்திருக்கிறது இன்னொரு பொய்யிடம்!'' ப்ரகாஷிடம் கடைசிவரை நீடித்திருந்த தெளிவின் சொற்கள் இவை. அதனால் தான் அவரால் இப்படி எழுத முடிந்திருக்கிறது. மனிதர்கள் எவ்வளவு குரூரமனம் கொண்டவர்களாயினும் தன்னை அப்படி வெளிப்படுத்திட விரும்புவதில்லை. மாறாக தன்னை மகாபுனிதராகக் காட்டிக் கொள்ளவே ஆசைப்படுகிறார்கள். தன்னுடைய கயமைகளை, குரூரங்களை ரகஸியமாக்கி தங்களுக்குள் பதுக்கி விட்டோம். இனி எவரும் இதனை அறிந்திடல்சாத்தியமில்லையெனபெருமைகூட கொள்ளவாய்ப்பிருக்கிறது என்பதையே ப்ரகாஷ் கண்டறிந்து சொல்கிறார்.

தஞ்சைப் பெருநிலத்திற்குள் பொதிந்திருக்கிற விசித்திரங்களை தன்னுடைய ரசமான சொற்களைக் கொண்டு மேலேற்றுகிறார் ப்ரகாஷ். பால்யத்தில் தன்னோடு ஓடியாடித் திரிந்த பெண்களை காலம் எப்படி கழட்டி எடுத்துக் கொண்டு போய்விடுகிறது என எல்லோரும் தான் நினைத்துக் கொள்கிறோம். எல்லோரும் ஏதோ ஒரு கணத்தில் அந்த பால்ய நினைவுக்குளத்தின் மீது படர்ந்திருக்கும் பாசியை விலக்கிப் பார்க்கிறோம். அப்போது நம்முடைய கண்கள் பனித்துப் போகின்றன. கண்களில் இருந்து விழுந்திடும் துளிகள் அதீதமானவை. ஆணுக்கும், பெண்ணுக்கும் வயது சமமானதில்லை. பதினெட்டு வயதான பிறகும் கூட ஆணால் விளையாட்டுப் பிள்ளையாக ஓடியாடித் திரிய முடிகிறது. பெண்களின் அதே வயது அவர்களுடைய ஓடும்கால்களைகட்டிப் போடுகிறது. திருமணம் எனும் மாயச்சூழலுக்குள்

அவளுடைய கனிவு, கொண்டாட்டம், பெருமிதம் யாவற்றையும் சிக்க வைக்கிறது. தான் விரும்பியவாறு தன்னைச் சுற்றி வரைந்திருக்கும் கோடுகளை அழித்திட பெண் மனம் விரும்பிக் கொண்டேயிருக்கிறது. ஆனாலும் புருஷன் என்று கிடைத்திட்ட பெரும்பதவி கொண்டு ஆண் திமிர் தன்னுடைய வேலையைச் செய்து கொண்டேயிருக்கிறது. இவை யாவற்றையும் அதிநுட்பத்துடன் தன்னுடைய சரிபாதிக்கதைகளுக்கும் மேலான கதைகளுக்குள் கண்டடைந்திருக்கிறார் ப்ரகாஷ்.

பால்ய சிநேகிதிகளை இழந்தமையால் மனதடையும் பெருந் துயரினைக் குறித்து தமிழில் எழுதப்பட்டுள்ள கதைகள் மிக மிகக் குறைவு என்கிற போது, பால்ய சிநேகிதனை தவறவிட்ட குரூரமான கணங்களைக் கதைகளாக்குவது சாத்தியமா? என்ன? அப்படியான கதைகளை தமிழில் எழுதிய ஒற்றை எழுத்தாளன் தஞ்சை ப்ரகாஷ் மட்டுமே என உறுதியாகச் சொல்ல முடியும். பெண் முடிவு செய்கிறாள் எப்படி இந்த உடலால் மனம் அடைகிற துயரத்தில் இருந்து வெளியேறுவது என்பதை ''நாகம்'' கதையில் வருகிற நாகம் ஒரு குறியீடு. அவள் அப்படித்தான். குடும்பத்து வறுமையைக் கடந்திட தன்னைப் பலியிட்ட பெண்களின் படைவரிசை மிக நீளமானது தான். தன்னைவிட இரண்டு மடங்கு வயது மூத்தவரோடு பந்தப்பட்ட நாகலட்சுமி மகிழ்வாகத் தான் இருக்கிறாள். குடும்ப வறுமைக்குதன் உடலை மட்டுமே கிழவனிடம் ஒப்புக் கொடுக்க முடியும். மனது தவிக்கிறது. தன்னை வஞ்சித்த சமூகத்தின் மீது தீராத வசைகளை பொழிகிறது. தன்னால் பகிஷ்கரிக்கப்பட்ட மனிதனுக்கே தன் மனதைத் தருக்கிறாள் நாகம். கடைசி நொடியில் நுரைதள்ளி செத்துப் போனதெல்லாம் ப்ரகாஷ் பதட்டத்தில் செய்து கொண்ட சமரசம் தான். நிச்சயம் சாளிப்பிள்ளையைப் போலவே நாகமும் கூட ப்ரகாஷைச் சந்தித்திருப்பாள். நான் தான் சாகவில்லையே, பிறகு எதற்காக என்னைக் கொன்றீர்கள் எனக் கட்டாயம் கேட்கவும் செய்திருப்பாள். அவளுக்கு என்ன பதிலைச் சொன்னாரோ ப்ரகாஷ் தெரியவில்லை.

மாற்றங்களை எதிர்கொள்கிற மனம் ஒற்றைத்தன்மையானதில்லை. சொகுசுகார் பயணிகளுக்கு நான்கு வழிச்சாலைகள் அவசியமானவையாகக் கூட இருக்கலாம். அதற்காக பலியிடப்பட்ட பெருமரங்களும், சிறு தெய்வங்களும் வடித்திட்ட கண்ணீரை அவர்கள் ஒருபோதும் அறியப் போவதில்லை. ''சோடியம் விளக்குகளின் கீழ்'' எனும் கதையில் நகரும் தஞ்சை நகரத்து தெருக்களும், அதன் தனிமையும் மிக விசித்திரமாக ''மலையாளத்தா'' எனும் பெண்ணொருத்தியால் நமக்குள் காட்சிப் படும் போது நாமும் கூட அவளோடு சேர்ந்து சாலைக்கற்களை எடுத்து மஞ்சள் ஒளியைப் பரப்பி இருளை அகற்றிய இந்த புதிய அரக்கனை

உடைத்திடவே செய்வோம். அஞ்சுமாடியின் தாழ்வாரத்தில் ஒதுங்கியவள் அவள். சாலைகள் எங்கும் வெளிச்ச நிழல் படர்ந்த பிறகு இருளைத் தேடி ஓடிக்கொண்டிருக்கிறாள். தனக்கான இடமற்றுப் போன இந்த நகரத்தின் அதீத வெளிச்சத்தைக் கல் கொண்டு உடைத்தெறிகிறாள். அவளின் துயரம் அவள் மட்டுமே அறிந்தததாக தேங்கிடவில்லை. வாசக மனதிற்குள் படர்வதால் தான் நாம் அறியாது அவளுக்காக இரங்குகிறோம். தன்னைப் பெண்ணாக பார்க்க மறுக்கிற இந்த ஆண் மய்ய சமூகத்தினை காறித்துப்புகிற கதா மாந்தர்களால் நிறைந்திருக்கிறது தஞ்சைப்ரகாஷின் கதை உலகு. பள்ளத்தாக்கு கதையில் வருகிற வத்ஸலா, ''இராவணசீதை'' கதையில் வருகிற சீதை ''மேபல்'' கதையில் காட்சிப் படுகிற மேபல் இவர்கள் யாவரும் வேறு வேறு மனுஷிகள் அல்ல. ஆண் மய்ய சமூகத்தின் வக்கிரத்தினால் வஞ்சிக்கப்பட்ட பெண்கள். அவர்கள் துயருற்று வடித்த கண்ணீரும், அவர்களுடைய ஆற்றவே முடிந்திடாத கோபமும் தான் இங்கே கதைகளாக உருப்பெற்று வெளிப்படுகின்றன.

தஞ்சைப்ரகாஷின் ஒவ்வொரு கதையைப் பற்றியும் பலவிதமாத பேசிக் கொண்டேயிருக்க, எவராலும் முடியும். நீங்கள் என்னையும், இந்த கதா மாந்தர்களையும் பேசிப் பேசி மாய்ந்து போனாலும் கூட அவர்களுக்கு ஒழுக்கம், மேன்மை, புனிதம் என கட்டி வைத்துக் கொண்டு செய்திட்ட வன்முறைகளையும் அதனால் ஏற்பட்ட மனக் காயங்களையும் ஆற்றிட முடியாது நம்மால் என்பதால் தான். தஞ்சை ப்ரகாஷ் குறுகிய வாழ்நாளிலே மரணித்தாரோ என்னவோ?

தஞ்சை ப்ரகாஷ் வெறும் கதைக்காரர் மட்டுமல்ல. அவர் ஒரு இலக்கிய இயக்கம். தான் எழுதிய கதைகளை தானே வாசித்துக் காட்டிட வாசகனைத் தேடியலைந்து வாசித்துத் திரும்பியபின் கதையாக்கியவர். புதிய புதிய பரிசோதனைகளை புனைகதைகளுக்குள் நிகழ்த்திக் கொண்டேயிருந்தவர் அவர். தனக்குப் பிறகும் கூட இது தொடர வேண்டும் என்பதில் உறுதியாகவும் இருந்தவர்.

தஞ்சை நகரத்து வீதிகளைச் சமைத்திட்ட
கதைச்சித்தன்
தஞ்சை ப்ரகாஷ்

பாட்டை மறந்திடாத கருஞ்சிட்டுகள்

தனக்கான வாழிடத்தை தகவமைத்துக் கொள்கின்றன இப்பிரபஞ்சத்தில் உயிரிகள். இடப்பெயர்ச்சி நிகழ்ந்திட்ட போதும் உறைவிடங்களின் மீதான தேர்வும், பயன்பாட்டு உரிமையும் சம்பந்தப்பட்ட உயிரிகளுக்கு மட்டுமேயானது தான். மனிதர்களுக்கு என்கிற பதம் கூட இவ்விடத்தில் பொருத்தமாயிருக்காது. மனுஷிகளுக்கு என்பதே நிச்சயம் சரியாக இருக்கும். ஆனாலும் மனுஷிகளின் உறைவிடம் அவளின் விருப்பத்தின் பாற்பட்டதாக இரண்டாயிரம் ஆண்டுகால வாழ்க்கைப்பாடுகளுக்கு பிறகும் கூட அமைந்திடச் சாத்தியமற்று இருப்பது ஏன்? எப்போதும் ஆண்களைச் சர்ந்தே உணவு, உடை, ரசனையில் தேர்வுகளைச் செய்ய வேண்டியிருக்கிறதே எதனால்? விருப்பமில்லாவிட்டாலும் கூட போலியாகக் கட்டமைக்கப் பட்டிருக்கும் மதிப்பீடுகளையும், ஒழுக்க விழுமியங்களையும் நூற்றாண்டுகளாக சிலுவையாக சுமந்து கொண்டேயிருக்கிறோமே எதற்காக? இப்படியான எளிய நியாயங்களைக் கேள்விகளாக முன்வைப்பவர்களை சமகால தந்திர உலகம் பெண்ணியலாளர்கள் என முத்திரை குத்தி அந்த கேள்விகளுக்குப் பின் இருக்கும் நியாயங்களை எதிர்கொள்ள மறுக்கிறது. பெண் சமத்துவம் குறித்து எழுதிக் குவிக்கப் பட்டிருக்கும் தத்துவ, தர்க்க உரையாடல்கள் எட்டிட முடியாத செயல்களைத் தன் மொழியினால் கண்டடையத் துவங்கியவர் எழுத்தாளர் அம்பை. எழுபதுகளின் கடைசியில் அவர் எழுதிய ''வீட்டின் மூலையில் ஒரு சமையலறை'' அதுவரையிலும் பேசப்பட்டிராத பெண்களின் பாடுகளை நுட்பமொழியில் சொல்லத் துவங்கியது. ஒரு வகையில் பெண்ணெழுத்தின் நவீன வடிவத்தை உருவாக்கிய

ஆதிக்கதை சொல்லியாக அம்பையை உருவாக்கியதும் கூட அந்த தொகுப்பு தான். எழுபதுகளில் இருந்து இன்று வரையிலும் எழுதப் படுகிற அம்பையின் கதைகளின் ஆதாரசுருதி பெண்களின் வலிகளும், பாடுகளும் மட்டுமல்ல, அறிவார்ந்த பெண்களின் கொண்டாட்ட பொழுதுகளையும் அம்பை கதைகளாக்கியிருக்கிறார். கதைகளுக்குள் நமக்கு முன்பாக கடந்து போகும் கருப்பு வெள்ளைப் பக்கங்களுக்குள் முற்றிலுமாக உறைந்திருப்பது பெண் மன உணர்வுகளும், பெண் உலகும் தான்.

தாய்மை, அன்பு, கருணை பொங்கிடும் கடல், பொறுமையும், சகிப்புத் தன்மையும் மிக்கவனம் ''தாய்''. தாய் எனும் பிம்பத்தை தமிழ்நிலத்தின் பொதுப்புத்தி கட்டமைத்துக் கொண்டிருப்பதைப் போல அப்படியே ஏற்பதில்லை அம்பை. இவருடைய பலகதைகளில் அறிவார்ந்த ஆற்றல் மிக்க பெண்களாக அம்மாக்கள் வலம் வருகிறார்கள். பூஞ்சை அம்மாக்களின் மீதான வாஞ்சை கொண்ட மனிதமனம் குறித்த கதைகளை எழுதி எழுதி இன்னும் கூட சலித்திருக்கவில்லை ஆண் கதையுலகு. அம்பையின் அம்மாக்கள் முற்றிலும் மாறுபட்டவர்கள் ''பிரசுரிக்கப்படாத கைப்பிரதி'' ''பிளாஸ்டிக் டப்பாவில் பராசக்தியும் இன்னபிற கடவுள்களும்'' என்கிற இரண்டு கதைகளும்முதியபெண்உலகின்தனித்தபகுதிகளைக்காட்சிப்படுத்துகிறது. இவற்றில் ''பிரசுரிக்கப்படாத கைப்பிரதியின்'' அம்மா புதிய அலை வரிசை மனுஷி. கவிஞனை வாழ்க்கைத் துணையாக ஏற்கிற துணிச்சல் மிக்கவள். ''அவனுக்கு குடிப்பழக்கம் இருக்கும் போலேயம்மா! அப்பப்ப கஞ்சா குடிப்பானாம்ப்பா'' என அய்யா மறுத்த போது ''எப்பாவாவது குடிக்கிற பழக்கம் இருக்கத்தானே செய்யிது. அதிலயும் இவர் கவிஞர் பாரதி குடிக்காத கஞ்சாவா'' என தர்க்கித்து வாழ்வின் துணையென வரித்துக் கொண்ட தாயவள். ''கவிஞன் தான், உலகளந்த ஞானி தான், அவனுடைய கவிதை வரிகளே என்னை வசீகரித்தன.'' ஆனாலும் என்ன செய்ய, அவன் தன்னை எல்லா நொடியிலும் ஆண் என்றும், ஆணின் தனித்தன்மையென்றும் தத்துபித்துவென எதையாவது உளறிக்கொண்டிருப்பதையும் எப்படிச் சகிப்பது?

படைப்பாளிக்கு மனமே படைப்பின் மூலம். அதுவக்கிரம் அடைகிற போது சொற்கள் வர்ணம் கரைந்து போகின்றன. நவீன கவிஞனின் சொற்கள் ஆண் மையமாகி தட்டையாகித் தடுமாறுகிற போது இவள் அவனை வெளியேற்றுகிறாள். தன்னை உருவாக்கிய அய்யாவையும், அவளையும் குடித்தேறிய சிவப்பு விழிகளுடன் கெட்ட வார்த்தைகளால் அர்ச்சித்த போது பொறுக்கவில்லையவள்,

அவனை அப்படியே உயிர்த்தலத்தில் உதைத்து வெளியேற்றுகிறாள். இது மட்டுமல்ல கதை, தன்னுடைய மகள் தகப்பனின் எழுதிப் பிரசுரிக்கப்படாத கைப்பிரதிகளை தடவியபடியும், வார்த்தைகளை ஸ்பரிசித்துக் கொண்டிருப்பதையும் கண்ணுற்ற போது அவளுக்குள் உறங்கிக் கிடந்த மகள் விழித்துக் கொள்கிறாள். தன்னுடைய எல்லாக் கேள்விகளுக்கும் பதிலளித்து இயங்கிட இடமளித்த அவளுடைய அய்யாவை நினைத்துக் கொள்கிறாள். தன்னுடைய அய்யாவைப் போலத்தானே இவளுக்கு அவளுடைய தகப்பனும் என்கிற உணர்வினை அவள் அடையும் மகத்துவத்தை கதைமொழியினால் கண்டடைவது ஒன்றும் அவ்வளவு எளிதில்லை. அப்பாவிற்கும் மகளுக்குமான உறவின் புள்ளிகளை எட்டித் தொட்ட தமிழின் மிக முக்கியமான கதைகளில் ஒன்று இது. அதனால் தான் அதுவரையிலும் அந்த வீட்டிற்குள் அனுமதித்திராத அவளுடைய கணவனின் புகைப்படத்தை மகளுக்காக எடுத்து வைக்கிறாள். தன்னுடைய தகப்பனின் உருவப்படத்தை உற்று நோக்கியபடி தன்னுடைய தாயைப் பார்க்கிற போது அம்பை எழுதுகிறார். "ஒளிரும் மஞ்சள் இறகு மிதந்ததைப் போலத்தான் அவளின் தாய் அவளைக் கடந்த நொடியிலிருந்தாள்." மனதின் சூட்சுமங்களைக் கண்டறிந்துசொல்லிடும்ஆற்றல்மிகுபுனைவெழுத்துஅம்பையினுடையது.

அம்பையின் பெண்கள் விதவிதமான கேள்விகளை முன் வைக்கிறார்கள். மகாகவியென்பதனாலும், ஆண் என்பதனாலும் வீட்டினுள் பசித்துக் கிடக்கிற வயிறுகளை கணக்கில் எடுக்காமல் கடன் வாங்கி நெல்மணிகளை காக்கை, குருவிகளுக்கு வீசிஎறிந்ததைக் கண்டிக்காமல் பாராட்டிக் கொண்டிருக்கிறோம். மாற்றாக பாரதியின் இடத்தில் செல்லம்மாள் இருந்திருந்தால் கேலி பேசியிருப்போம், மூடப்பெண்அவள்என்றிருப்பார்கள்.மூன்றுநாட்கள்தொடர்ந்துஅழுதால் கடவுளைக் காணலாம் என்று ராமகிருஷ்ண பரமஹம்சர் சொல்லி யிருக்கிறார். அவருடைய கதைகள் பலவற்றில் தன்னுடைய துயரம் வெதும்பிக் கண்ணீராகப் பெருக்கெடுத்த போதும் கூட ஏன் வரவில்லை கடவுள் எனக் கேட்டுக் கொண்டேயிருக்கிறார்? "ஒரே ஒரு சின்ன அற்புதத்தைக் கூட பெண்களுக்காக செய்யத் துணியாதவரா பிட்டுக்கு மண் சுமந்து, நரியைப் பரியாக்கி, கீழே விடப்பட்ட குழந்தை பாலுக்கு அழுகிறது என ஞானப்பாலூட்டி, அந்தக் குழந்தையை அற்புதமான கவிதைகளையெல்லாம் எழுத வைத்தார் என்பதும் கூட நம்ப வேண்டியது தானா?" எனக் கேட்டுக் கொண்டேயிருக்கிறார்கள். "வாரணமாயிரம் சூழ வலம் வந்து..." பாடலைக்கேட்டிடும்போதெல்லாம்

அம்பைக்கு ஒருத்தி கடவுளையே மணம் புரிய நினைப்பது சுவாரசியமானதாகவே இருந்திருக்கிறது. எல்லா நிலங்களிலும் இருந்து தப்பித்திட்டவர்கள் இருக்கவே செய்திருக்கிறார்கள். இப்போதும் கூட பெண்களுக்கு கணக்கு சரியாக வராது என்கிற கருத்து மதவாதிகளால் சொல்லப்படுகிறது. அதற்கு விஞ்ஞான ரீதியான விளக்கத்தினைத்தருவதற்குக்கூட அவர்கள் முயற்சிப்பது தான் குரூரநிஜம். இதனைப் பல இடங்களில் தோலுரிக்கிறது அம்பையின் எழுத்து.

பெண்களின் புழங்குகிற வெளியினை எவர் தீர்மானிக்கின்றனர்? நினைத்த மாத்திரத்தில் தமிழகத்து ரோட்டோரத்து டீக்கடைகளில், அந்தி நேரத்து புரோட்டாக் கடைகளில் பெண் அமர்ந்து விட முடிகிறதா? என்ன சிக்கல் இதற்குள்? பெண்களின் இடம் மிக மிகத் தெளிவாக வரையறுக்கப்பட்டுள்ளது. அவற்றை வடிவமைப்பதில் தெய்வங்களுக்கும், தெய்வம் சார் கதைகளுக்கும் மிகப்பெரிய பங்கிருக்கிறது என்பதை மிக மிக தெளிவாக எடுத்துரைக்கின்றன வாய்ப்பு கிடைக்கும் போதெல்லாம் அம்பையின் கதைகள். கதைக்குள் கவிதை, கதைக்குள் கதையென புதிய முயற்சிகளையும் எடுத்துக் கொண்டேயிருப்பவர் அம்பை. அதனால்தான் ''திக்கு'' என்ற கதைக்குள் ''லட்சுமிக்கு ஒரு ஆதிசேஷன்'' என்கிற துணைக்கதையினை எழுத முடிகிறது அவரால்... ஆதிசேஷனுடன் பேசுவது லட்சுமியல்ல, சீதையெனும் மனுஷியாக நிலத்தில் வாழ்ந்த பெண். ''அரக்கனாம் யமுனை நதிக்கரையில் ஒரு கர்ப்பிணிப் பெண்ணைத் தனியாக நிறுத்திவிட்டார்கள். மனிதர்களா என்ன? கண்களில் நீர் பெருகியது. ''லஷ்மி'' ஆதிசேஷன் அதிரக் கூப்பிட்டது. நீ பேசுவது ஒரு பெண் தெய்வம் மாதிரி இல்லையே? இதற்கு சீதையான லஷ்மி உரைப்பது இப்படியிருப்பதை மதவாதிகள் மறுக்கலாம், ஆனாலும் கடவுள் நம்பிக்கையாளர்கள் மறுக்க மாட்டார்கள் என்றுதான் படுகிறது. ''பெண்ணாவது தெய்வமாவது ஆதி! என் எண்ணப்படி எது நடக்கிறது? பாத்திமாவுடன் பேசியபடி பாலைவனத்தைச் சுற்றிவர ஆசை. மேரி கையிலிருந்த குழந்தையை வாங்கி என் இடுப்பில் வைத்துக் கொண்டு பெத்லேகம் சுற்ற ஆசை. இப்படி இவன் காலடியில் உட்கார்ந்திருப்பதில் என்ன சுகம்? அக்கடா என்று படுக்க ஒரு பாம்பு படுக்கை உண்டா? எனக்கு என்கிறாள்... ஆதிசேஷன் லஷ்மிக்கென தனிப்பாம்பு படுக்கையை உருவாக்கித் தந்ததாக எழுதி மகிழ்கிறார் அம்பை. எத்தனை நாட்களுக்குத் தான் ஆண்களின் காட்சி எல்லைக்குள்ளேயே வாழ்நாளைக் கழிப்பது என்கிற துடியான சொல்லின் வரை ஓவியம் தான் இந்தக் காட்சிகளும் கதைகளும்.

அம்பையின் கதை நிலத்தின் சரிபாதிக்கும் மேலானவை மும்பையாக இருக்கிறது. பிற்காலக் கதைகளுக்குள் அவருடைய மொழியைக் கட்டமைப்பது அவருடைய சமகாலத்தைய அரசியல் சமூகப் பார்வையே. அதனால் தான் மதச்சார்பற்ற எளிய மனிதர்களின் நடவடிக்கையை வியந்தும், ராமனை அரசியல் குறியீடாக்கிடும் அடிப்படைவாதிகளை பகடித்தும் பல கதைகளை எழுதியுள்ளார். அதிலும் குறிப்பாக மும்பையின் கலாச்சார அடையாளமாக ஐம்பது ஆண்டுகளுக்குள் உருமாறியிருக்கிற விநாயகர் பூஜை குறித்தும் நுட்பமாக எழுதுகிறார் அம்பை. ''கடற்கரையில் ஒரு காவிப் பிள்ளையார்'' என்று தன்னுடைய கதை ஒன்றிற்கு தலைப்பிடுகிறார். கடற்கரையில் ஒரு பிள்ளையார் என்று மட்டும் பெயரிட்டு கதையை எழுதியிருக்க முடியும். காவி எனும் முன் ஒட்டை பிள்ளையாருக்கு முன் ஒட்டி வைத்ததன் மூலம் தன்னுடைய அரசியல் தெளிவினை வாசகனுக்குப் புரியத்தருகிறார். பிள்ளையாரைத் தண்ணியில் போடும் நாளான விஸர்ஜன் தினத்தில் தான் கதை நடக்கிறது. நடக்கிற நிகழ்வுகளை எல்லாமனமும் ஒரேதன்மையில் எதிர்கொள்ளப் போவதில்லை. நிலத்தில், செயலில், மொழியில், நடவடிக்கையில் பன்மைத்துவம் வெளிப்பட்டுக் கொண்டிருக்கவே செய்கிறது. இதனைக் காட்சிப்படுத்துவதன் மூலம் ஒற்றைக் கலாச்சாரத்தை கட்டமைக்க முயலும் கலாச்சார போலிகளை பகடிக்கவும், தனிமைப்படுத்துவதற்குமான சந்தர்ப்பங்களை படைப்பாளிகளினால் உருவாக்கிடவே முடியும். அடிப்படைவாதிகள் மாற்று சமயத்தவரை அச்சத்திற்குள்ளாக்கிடும் கருவியாகவே பிள்ளையார் சிலையை வடிவமைக்கிறார்கள். கடல் நீருக்குள் கரையும் பிள்ளையார் சமயத்தில் அலைகளால் அடித்து வரப்பட்டு கடற்கரை ஒதுங்கி விடுவதும் கூட நடக்கிறது. கரை ஒதுங்கிய பிள்ளையாரை நடுக்கடலுக்குள் கொண்டு போய்விட்டு வருகிறார்கள் பத்திரமாக, கிறிஸ்தவ மீனவர்களைப் பொறுத்தவரை ஏசுவும் கடவுள் தான். பிள்ளையாரும் கடவுள் தான். ஆனாலும் கூட கரை ஒதுங்கிய பிள்ளையாரை ஒரு கிறிஸ்தவன் கடலுக்குள் கொண்டு போய் இறக்கி விட்டதோடு கதையை முடிக்கவில்லை அம்பை. கூட்டத்தில் நின்ற சின்னக் குழந்தையைக் கொண்டு கதையை வேறு ஒரு தளத்திற்கு நகர்த்துகிறார். ''அந்த சாமிக்குள்ள இருக்கிற கம்பி இல்ல கம்பி, அது மீனோட வாயைக் கிழிச்சிடும். வாயெல்லாம் ரத்தமா வர மாதிரி மீனைக் கீறி விட்டுடும். அப்புறம்... அப்புறம்... அந்த பிளாஸ்டிக் பையைச் சாப்பிட்டா மீன் செத்துடும்... தண்ணில மிதக்கும்...''

பெண் அடையாளம் இதுவென்றும், விதவிதமாக எல்லைகளை வகுத்து இது தான் பெண், இப்படித்தான் இருந்தே தீரவேண்டும் பெண் என்று முடிவு செய்கிற ஆண் மையச்சிந்தனைச் சமூகம். அது உருவாக்கி நிலைப்படுத்தியிருக்கும் பொதுப்புத்தி காட்டித்தரும் வழியில் பயணிக்கவே பெரும்பாலான பெண்களையும் கூட பழக்கியிருக்கிறது. கிராம்ஸி குறிப்பிடுவதைப் போல தாங்கள் மீது திணிக்கப்படுகிற வன்முறையை, அதிகாரத்தை பெண்கள் விரும்பி ஏற்றுக் கொள்கிறார்கள். அப்படியான விருப்ப ஏற்பை அவர்களுக்கு நிர்பந்திக்கிறது கதைகளும், வரலாறுகளும். வீட்டின் மூலையில் கடைசியிலும், கடைசியாக சமையலறையை வடிவமைப்பது. ஹோவென ஹால்கள் விரிந்து கிடக்கசமையற்கட்டுகள்சுருங்கி ஒடுங்கிக்கிடப்பதற்குள்மறைந்திருக்கும் வாஸ்து சாஸ்திர சதியை எப்படியாவது கட்டுடைக்கத்தானே வேண்டும். சமையல் கூடங்களில் இருந்து துக்கித்து வெளியேறிடும் கரும்புகை கலந்து எடுத்துச் செல்வது விதிக்கப்பட்ட நச்சுப்பணியை சுமந்து துயரும் பெண்களின் பெருமூச்சையும் தான் என்பதையே இவருடைய கதைகளுக்குள் காட்சிப்படும் பெண்கள் உணர்த்திக் கொண்டே யிருக்கிறார்கள். பெண்களின் அதீதமானதும், உச்சமானதுமான இடம் திருமணமும், பிள்ளைப்பேறும் தான் என இறுகி உறுதிப்பட்டிருக்கும் இந்த மனநிலையை தன்னுடைய பலகதைகளின் மூலமாக கலைத்துப் போடுகிறார் அம்பை. அதிலும் அவருடைய ''காட்டில் ஒரு மான்'' எனும் கதை வேறு ஒரு கோணத்தில் இந்த சிக்கலை அணுகுகிறது. கதைக்குள் வருகிற பெண் உடல் கடைசி வரை திறந்து கொள்ளவில்லை. அதனால் என்ன? வாழ முடியாதா? எல்லோரையும் போலத்தான் அவளுக்குப் பசிக்கிறது. உடலும், உறுப்புகளும் வளரவே செய்கின்றன. பிள்ளைப் பெற முடியாது என்பது ஒரு குறையா? எனக் கேள்வி கேட்டவள் கூட்டத்திலிருந்து வெளியேறி தனக்கான வனத்தைக் கண்டடைந்து மானாகிப் போகிறாள். இவர்களின் காட்டைப் போல சிரமமானதில்லை. அவள் தனக்கென உருவாக்கிக் கொண்ட காடு என பெண் மனத்தைக் கண்டடைகிறார். எப்போதும் துயருற்றிருப்பவர்களின் மனசாட்சியாகத் தான் கலைஞர்களின் குரல் வெளிப்படும். அம்பையும் ஆண்களால் அல்லலுறும் பெண்ணின் குரலிலும் சக பெண்களால் பகிஷ்கரிக்கப்படும் பெண்களுக்காகவும் பேசிக் கொண்டேயிருக்கிறார்.

கலைஞர்கள் அலைச்சலின் ஊடாக தன்னுடைய கலை மனதினை திடப்படுத்திக் கொள்பவர்கள். பயணங்களே புதிய சிந்தனைக் கதவினை திறந்து வைக்கின்றன. அம்பை எழுதியிருக்கும்

நாற்பதிற்கும் மேற்பட்ட கதைகளுக்குள் பயணம்1, பயணம்2 என்று தலைப்பிட்டு பயணம்10 வரையிலான பத்துக் கதைகளை எழுதியுள்ளார். தனித்து தொகுக்க வேண்டிய மிக முக்கியமான கதைகள் இவை யாவும். குக்கிராமத்து பேருந்து துவங்கி வடகிழக்கு மாநில நகரங்களின் ஊடாகவும் இந்த பயணங்கள் நிகழ்ந்து கொண்டேயிருக்கிறது. ஒரு விதத்தில் மற்ற படைப்பாளிகளில் இருந்து தனித்த கதை சொல்லியாக அம்பையை வடிவமைத்தமையிலும் கூட இந்தப் பயணக் கதைகளுக்குப் பெரும் பங்குண்டு. பயணக் கட்டுரைகளை எழுதுவதில் கிழித்துக் கொண்டு அலுமினியப் பறவை மிதக்கத் துவங்கியது. மேகப் பொதிகள், மிரட்சியுடன் ஒதுங்கி வழியமைத்தன. பிறகென்ன வார்த்தைகள் சிங்கப்பூரா, மலேசியாவா என சுற்றித் திரியும். கண்களின் முன்னே புரளும் சொற்களினால் பெருமிதம் வாசகனுக்குள் நிலத்தின் பெருமிதங்களாக நிறையத் துவங்கும். இவை மட்டுமா பயணங்கள். தேங்கிக் கிடக்கும் மனிதர்கள் எதையும் கற்றுக் கொள்வதில்லை. பயணம் அனுபவ ஊற்று. அப்படியான பயணங்களில் நிலத்தின் காட்சி களுக்குச் சமமாக அதே மண்ணில் அசைந்து இயங்கும் மனிதப் பேருடலின் விசித்திரங்களைக் கதைகளாக்கித் தருவதே அம்பையை அசாத்தியமான எழுத்தாளர் ஆக்கி விடுகிறது. எல்லாப் பயணங்களின் கதைகளைக் குறித்தும் கூட விவாதிப்பதற்கும், தர்க்கம் செய்வதற்குமான சாத்தியங்களையும், திறப்புகளையும் உருவாக்கியபடியே நகர்ந்து கொண்டிருக்கின்றன கதைகள்.

பஸ்ல போகும் போது இது 3பேர் சீட், இதுல நீங்க மட்டும் உட்கார முடியாது. கொஞ்சம் பொம்பள சீட்டா பாருங்க எனும் குரல் ‘‘நான் இப்படியே டிரைவர் அண்ணாச்சி கிட்ட பேசிக்கிட்டே பயணம் செய்வேன் நீங்க செய்வீங்களா’’ ‘‘நான் கூடத்தான் டிரைவர் அண்ணாச்சி கிட்ட பயணம் செய்வேன்’’ என்று சட்டென சொல்கிற மனுஷிகளை நடமாட விடுகிறார் அம்பை. காசிற்காக தன்னை மணவறையில் கழட்டி விடத் தயாராக இருந்தவன் அமர்ந்திருந்த அதே கூட்டத்திற்குள் இருந்து தன்னை நேசத்திற்குரியவளாக்கி ஏற்றுக் கொண்ட மனுஷனுக்காக எதையும் செய்யத் துணிகிறாள். கன்னியாகுமரிக் கடலையும், அதன்அலையையும் ஒரு பாத்திரத்தில் நிறைத்துக் கொண்டு செல்கிறாள் அவனுக்காக. இப்படியான பயணத்தில் தான் முள்வேலி கட்டிக் கொண்டு உன் மதம், என் மதம் என உன்மத்தம் பிடித்து அலையும் மனிதர்களையும் கண்டு வந்து சொல்கிறது அம்பையின் பேனா. ஊர்களின் மீது படிந்திருக்கிற சில கலைத்திட முடியாத ஒப்பனைகளை

கலைத்துப் பார்க்கிறது கதைகள். பாண்டிச்சேரிக்குள் குடிக்காக இரண்டு பெண்கள் இடம் தேடி அலைவதை சகிக்க முடியுமா? வாசகமனதினால். மணிப்புரி மனுஷிகளை இந்தியப் பிரஜைகளாக ஏற்றுக் கொள்ள மறுக்கும் இந்திய மனம் எப்போது தொலையும் யாவரையும் விட்டு. ஒவ்வொரு கதையும் இதுவரைக் கட்டி வைத்திருந்த மனக்கோட்டைகளின் சுவர்களை அசைக்கின்றன. மனம் கனத்துக் கிடக்கச்செய்பவை மட்டுமா கதைகள். இதுவரையிலுமான யாவற்றையும் மறுபரிசீலனைக்கு உட்படுத்தக் கோருவதும் தான் கதைகளின் வேலை. கதைகள் அப்படியானவை.

எல்லாவற்றையும் ஏன்? என கேள்
பெண்ணே .
இது உன் உலகம் எனச் சொன்ன
அம்பை

கால மாற்றத்தின் காட்சிகள்

நேற்று நாம் பார்த்துத் திரும்பிய அருவியின் வீச்சில் ஏதோ பிசகு இருப்பது போல் நாளை உற்றுநோக்குகிற போது தோன்றுகிறது. தினந்தோறும் பயணித்துக் கொண்டிருக்கும் பாதைகளிலும், பாதைகளின் பக்கங்களாக விரிந்து கிடக்கும் திசாதிசைகளிலும் கூட நூற்றுக்கணக்கில் சின்னசின்னதாக மாற்றங்கள் நிகழ்ந்து கொண்டுதான் இருக்கும். பார்ப்பவனின் காட்சி எல்லைகளுக்குள் நிகழ்ந்தேறுகிற சின்ன அசைவுகளே கூட கவனத்திற்குள்ளாகாத போது, அதுவரையிலும் பிரபஞ்சமெங்கும் நிகழ்கிற மாற்றங்களையும், வளர்ச்சிகளையும், முரண்களையும், மோதல்களையும் எப்படி கண்ணுற முடியும். புறக்காட்சிகளில் நிகழ்கிற அதீத மாற்றங்கள் புறநிலைய யதார்த்தத்தை அப்படியே மனங்களுக்குள் கடத்துகிறது. வெளிப்படையாகக் காட்சிக்குள்ளாகிடாத இந்த மனக்குகையின் மாற்றங்களையும், அதனால் ஏற்படும் வளர்ச்சியையும் வீழ்ச்சியையும் அளப்பதற்கான அளவுகோல் எது? அதிலும் மனதின் மாற்றங்கள் சீரற்றது மட்டுமல்ல, ஏற்றமும், தலைகீழ் இறக்கமும் கொண்டது. குரூர அரக்கனென்று காவியங்களால் கட்டமைக்கப்பட்ட கதாபாத்திரங்கள் தன்வாழ்வில் ஏதோ ஒரு கணத்தில் அன்பும், சாந்தியும் தழுவ நிற்பதும், யுகபுருஷனாக கட்டமைக்கப்பட்டவர்கள் தன்னுடைய இல்லாளை தீயினில் இறக்கிச் சோதித்திடும் அளவிற்கு கீழ்மையடைந்து போனதையும் கூட நம்முடைய படைப்பாளிகள் கண்டுணரத் தந்திருக்கிறார்கள். மனதின் மாயவித்தைகளையும், அதன் சூட்சுமங்களையும் நுட்பமாக அறிந்திடல் எளிதில்லை. ஆனாலும் காலம் தோறும் கலைஞர்கள் இந்த நூதன

விளையாட்டை நிகழ்த்திக் கொண்டேயிருக்கிறார்கள். இதைக் கச்சிதமாக தன்னுடைய கதைகள் எனும் கருவி கொண்டு பரீட்சித்தவர் தான் சுந்தரராமசாமி. சுந்தரராமசாமி எனும் தன்னுடைய பெயரிலேயே எழுபது கதைகளையும், மூன்று நாவல்களையும், ''செம்மீன்'' போன்ற கிளாஸிக்குகளை மொழிபெயர்த்து தந்திருக்கிறார். மனிதனின் கற்பாறைகளில் அன்பெனும் குளிர்நீர் கசிவதற்கான புள்ளிகளும் உறைந்திருப்பதைகண்டறிந்து சொல்வது எளிதில்லை. சுந்தரராமசாமியின் சிறுகதைகள் யாவும் எழுதப்பட்ட நாட்களின் மனித மேன்மைகளையும், அதன் கீழறுப்புக் குணங்களையும் காட்டித்தரும் கண்ணாடியாக வடிவம் பெற்றிருக்கிறது.

தன்னைக் கவிஞனாக வருவித்துக் கொண்டு ''காகங்கள்'' கதைக்குள் எழுதிய நான் தான் நிஜத்தில் சுந்தரராமசாமி. எழுத்தாளன் எப்போதுமே தன்னுடைய சுயப்பிரகடனத்தை வெளியிடுவதில் தயங்குவதேயில்லை. தன்னுடைய படைப்பின் ஒட்டு மொத்த அடையாளமாகவே சு.ரா.வின் சொற்கள் காகங்கள் எனும் கதைக்குள் புரள்கிறது. ''படிமங்களைஉடைத்து மனித நறுமணங்களைக்கண்டெடுக்க வேண்டும் என்பதில் நான் கொண்டிருந்த ஈவிரக்கமற்ற வெறி பிறர் பார்வையில் என்னை நோயாளியாகக் காட்சி கொள்ள வைக்கிறது. ''மூடுண்டு கிடக்கும் மனித மனங்கள் தங்களுடைய சொந்த வாழ்வினை மேன்மையுறச் செய்வதையே தலையாயக் கடமையாக்கிக் கொள்கிறது. அதிகார வர்க்கம் தங்களுடைய சகல திட்டங்களையும் நிறைவேற்றிக் கொள்ள தனக்கு அணுக்கமாக இருந்திடும் மனிதக் கூட்டத்தை காலம்தோறும் தகவமைத்து தனக்கருகே இருத்திக் கொள்கிறது. ஆண்டுகள் பலவாக தனக்கான உணவினை சிந்திச் சிதறியபடி பயணிக்கும் லாரிகள் இனி இந்தப் பாதையில் வருதல் சாத்தியமில்லை என்பதையறிந்த காக்கைகள், மறுநாளே மாற்றிடம் தேடிக் கொண்டன. தனக்கானதைப் பறித்துக் கொண்ட மனிதக் கூட்டத்தைப் பார்த்து அவை பெரும் இரைச்சலெடுத்துக் கரையவே முடியும். எல்லாவற்றையும் தனக்கானதாக உருமாற்றித் தகவமைத்துக் கொள்கிற மனிதர்கள் அறிந்திருக்கப் போவதில்லை. காகங்களின் பேரிரைச்சலின் நியாயத்தை கவிஞன் புரிந்து கொள்கிறான். அவற்றிற்காக வாதாடுகிறான். அதையே கதையாக்கி நமக்கும் சொல்கிறான். உங்களால் முடிகிறது என்பதற்காக நீங்கள் அழித்து, உருமாற்றிக் கொண்டேயிருக்கிறீர்கள். காடுகளை, காட்டுயிரிகளை, அதன் ஒத்திசைவை கலைக்கிறீர்கள், அதிகார பேதையின் வீழ்ச்சியிது என்பதை காகங்களுக்கு வெளியேயும்கூட வாசகனுக்குள் கடத்த முடிகிறது சு.ரா.வினால்.

எல்லாவிதமான மாற்றங்களும் உலக வாழ்வினில் நிகழ்ந்து கொண்டிருக்கிற போதும் கூட ஐம்பதுகளில் உருவான அதிகார வர்க்கம் எளிய மக்களின் மீதான தங்களுடைய உதாசீனத்தையும், பொறுப்பற்ற தன்மையையும் கூட குறைத்திருக்கவில்லை என்பதை தனக்கு அந்த வர்க்கத்தைக் குறித்து கதை எழுதிட சந்தர்ப்பம் நிகழ்கிற போதெல்லாம் மகிழ்ச்சியாக எழுதுகிறார். ''இருக்கைகள்'' கதைக்குள் ஆளமர முடியாத சேர்கள் எதற்காக அலுவலகங்களில் போடப்படுகிறது. உயர் அதிகாரி வரும் போது எழுந்து நிற்பவர்களே பொது மக்கள் என்பதைக் கண்காணிப்பதற்கான மனநிலை எப்படி வாய்த்தது என்பதையும் கூட நுட்பமாக பதிவு செய்திருக்கிறார். தன்னைவிட உயர் அதிகாரியின் தொலைபேசி அழைப்பிற்குப் பிறகான முகக் காட்சிகளை நாமும் கூட பல அலுவலகங்களில் கவனிக்கவே செய்திருப்போம். ஐம்பதுகள்துவங்கி, இதுநாள்வரை அதிகாரம் எனும் மாயவஸ்து நிகழ்த்திக் கொண்டேயிருக்கும் மர்மத்தையும், அதன் சித்து விளையாட்டுக்களையும் தன்னுடைய கதைகள் எங்கிலும் சொற்சித்திரமாக்குகிறார் சு.ரா. அதிகார வர்க்கம் தங்களுடைய அதிகாரத்தை நீட்டித்திருக்கச் செய்திட அரசதிகாரத்திற்கு சலாம் போடுகிறது, ஏவல் செய்கிறது, தங்களை பல்லக்கு தூக்கிகளாகவே மாற்றிக் கொள்கிறது. பல்லக்கிற்குள் அமர்ந்திருந்த ராஜாக்கள் மாறியிருக்கிறார்கள். சமஸ்தானங்கள் கலைந்திருக்கிறது. ஆனாலும் கூட முன்னிலும் வலுவாகவே கோட்டைகள் எஃகுத் தன்மையைப் பெற்றிருக்கின்றன. தூக்கிகள் விடாமல் பல்லக்குகளைச் சுமந்திட பிரியத்துடனும், உற்சாகத்துடனும் திடதோள்களை தயார் செய்கின்றனர். மந்திரிப் பிரதானிகளின் வளைந்து ஒடுங்கிய காட்சித் சித்திரத்தை வாசகன் இப்போது ''பல்லாக்குத் தூக்கிகள்'' என்கிற சு.ரா.வின் கதைக்குள்ளும் கண்டு கொள்வான். இப்படித்தான் என்றோ எழுதப்பட்ட கதையின் சுவடுகளை நம்முடைய காலத்தின் காட்சிகளிலும் கண்டு கொள்ள முடிகிறது. நாளையும் இந்த நிலை நீடித்திருக்கக் கூடாதே பல்லக்குத் தூக்கிகள் ராஜாவோ, ராணியோ தங்களுக்கு தரிசனம் தர மறந்த நாட்களில் அவர்களுடைய பிரதிமைகளுக்கு வணக்கத்தையும், கௌரவத்தையும் வழங்குகிறார்களே எப்போது தீரும் இந்த தூக்கிகளின் துர்க்குணம் என்றே யோசிக்க வேண்டியதிருக்கிறது. எழுதப்பட்ட பகுதிகளுக்குள் எழுத்தாளன் எழுதியிராத ரசமான காட்சிகளும் திறந்து கொள்கிற போது அடைகிற வாசகப்பரவசமே தனித்தது தான்.

இந்த உலகம் நாசூக்கு எனும் பெயரிலும், ஹைஜீனிக் எனும் பெயரிலும் அடிக்கிற லூட்டிகள் கொஞ்சம் நஞ்சம் அல்ல. எல்லா வற்றிலும் எனக்கு ஒரு ஒழுங்கு இருக்க வேண்டும். டிசிப்ளின், டிசிப்ளின் இது தான் முக்கியம். கலாசாலைகளால் போதிக்கப்பட்டு திடமேறிய ஒழுங்கு மனநிலை ஒருவித போதையைப் போல மனங்களுக்கு உருமாறி விடுகிறது. முதுமை கூடுகிற போது இது சற்று மிகைப்பட்டுத் தெரிவதால் தெறித்து விடுகிறார்கள் இளவயதினர். இதனைப் பகடியாக சு.ரா.வின் ''செங்கமலமும் சோப்பும்'' கதையிலும் ''பள்ளம்'' கதையிலும் கண்டுணர முடிகிறது. மனிதர்கள் கட்டற்று ஓடும் காட்டாறாகவே வாழ்ந்திடவே பிரியம் கொள்கிறார்கள். ஆனாலும் வாழ்வினில் நம்மை எந்திரமாக வடிவமைத்திடும் எல்லாக் கூறுகளும் வாழ்க்கையின் பகுதிகளாகவே ஒட்டிக் கொண்டிருக்கிறது. யாவருடனும் உருவாக்கி வடிவமைக்கப்பட்டிருக்கும் பள்ளங்களை நிரப்புங்கள் போதும், எதற்கு நீங்கள், வேறு மாதிரி முயற்சிக்கிறீர்கள். குடும்பம், குழந்தை, வருமானம், வாழ்க்கை என்று இயக்கம் பெற்றால் போதாதா? எதற்கு நீங்கள் கவிதை, கலை என தத்துப்பித்து என உளறிக் கொட்டிக் கொண்டிருக்கிறாய் எனும் குரலை எதிர்கொள்ளாத கலைஞன் உண்டா? அதனால்தான் கலைஞன் பள்ளத்திற்குள் பதுங்கி விடக் கூடாது நாம் என்று துடித்து வெளியேறுகிறான். கவிதை, புனைகவிதைச் சொற்கள்கொண்டு பள்ளத்தில் இருந்து வெளியேறுகிறான். ''செங்கமலமும், சோப்பும்'' கதையும் கூட இதைத்தான் வேறு ஒரு வழியில் சொல்கிறது.

சு.ரா.வின் முதல் கதைத் தொகுப்பிற்கு தொ.மு.சி. எழுதிய முன்னுரையில் புதுமைப்பித்தனில் இருந்து துவங்கிய சிறுகதையின் உச்சத்தை எட்டி அடுத்த, அடுத்த அலைகளாக்கி நகர்த்தியவர் சுந்தர ராமசாமி என்றுரைப்பதை இப்போதும் கூட ஏற்றுக்கொள்ளவே முடிகிறது. ஐம்பதுகளின் கதை மாந்தர்கள் யாவரும் உதிரிப் பாட்டாளிகள் தான். எந்த வர்க்கத்தின் பக்கம் நிற்கிறது என் கதைச் சொற்கள் என்கிற தெளிவும் அக்கறையும் அவருக்கிருந்ததை நம்மால் உணர முடிகிறது. ''பொறுக்கி வர்க்கம்'' என்றொரு கதைக்கு தலைப்பிடுகிற அளவிற்கு சுந்தரராமசாமிக்கு யாருக்கான கதைகள் என்னுடையவை என்கிற தெளிவிருந்தது. உலகமயம் சிதைத்துப் போட்டிருக்கும் மனிதவாழ்வின் குரூரங்களை கதைக்காரர்கள் எழுத வேண்டும் என்பதற்கான முஸ்தீபை ஐம்பதுகளிலேயே எழுதியவர் சு.ரா. காலத்தை முன் உணர்ந்த கலைஞன் சு.ரா. என்பதையும் கூட எச்சில் இலைத்தொட்டிகளில் விழுகிற மீந்த உணவை புசித்து பசியாற்றிடும் உணவுப் பொறுக்கிகள் ஓட்டல் முதலாளிக்கு எதிராக உரத்து முழங்குவதிலிருந்து உணர்ந்து கொள்ளலாம்.

சு.ரா.வின் கதையும் மொழியும், நிலமும் காலந்தோறும் மாறிக் கொண்டேயிருப்பவை. அவர் சாந்தியிலும், சரஸ்வதியிலும், பிறகு தாமரையிலும் எழுதிய கதைகள் கடவுளும், கந்தசாமிப்பிள்ளையும், செல்லம்மாள் இவற்றின் தொடர்ச்சி. அதன் பிறகான கதைகளை சு.ரா. கொல்லிப் பாவையிலும் ஞானரதத்திலும் எழுதினார். அவை வேறு ஒரு தளத்தில் நகர்ந்தன.

ஜீவாவுடனான தொடர்பை கட்டுரை போல முன் வைத்த ''டால்ஸ்டாய் தாத்தாவின் கை'' என்கிற கதை கவனம் பெறாமல் போன கதைகளில் ஒன்று. எங்கள் ஊர் பொட்டலில் சோவியத் புத்தகக் கண்காட்சியில் அடுக்கி வைக்கப்பட்டிருக்கும் புத்தகங்களின் புதுவாசம் நுகர்வதற்காக தினந்தோறும் அங்கு செல்லும் வழக்கம் மாணவர்களுக்கு இருந்தது. சுந்தரராமசாமி எழுதத் துவங்கிய காலத்தில் வெண்ணிற இரவுகளையும், இடியட்டையும் படிக்க கிடைத்திடும் இடமாக, அந்தக் கடைகளும் இருந்திருக்கும். அப்புத்தகங்களின் வசீகரமான கிழவர்களின் தேஜஸால் ஈர்க்கப்பட்டும், ஜீவாவுடன் ஏற்பட்ட சந்திப்பை நினைவுறுத்தும் வகையிலும் அமைந்த கதையிது. டால்ஸ்டாய் தாத்தாவின் கை என்கிற கதையை நேரடி வாசிப்பில் தனக்கு பரிசாகக் கிடைத்த புகைப்படம் கிழிபட்டதால் ஏற்படும் மனநிலையைக் கூறும் பள்ளிச்சிறுவனின் கதையென அறியலாம். தன் பால்யத்தில் ஊறிய ஞாபக அடுக்குகளில் இருந்து இந்தக் கதையை தொண்ணூறுக்குப் பிறகான நாட்களில் எழுதியதில் இருந்து சோவியத் சிதைவு எழுத்தாளனின் மனநிலையில் ஏற்படுத்திய கொந்தளிப்பின் வெளிப்பாடு என்றும் வாசித்தறியலாம். கதை மிக எளிமையானது. டால்ஸ்டாய் தாத்தாவும், கார்க்கி மாமாவும் சிரித்தபடியிருக்கும் படத்தை கம்யூனிஸ்ட் தலைவர் பாலுவிற்கு தருகிறார். அன்று முதல் பாலுவிற்கு உற்சாகம் தாங்கவில்லை. படத்தைப் போலவே தானும் தன் கால்சட்டையை இறுக்கிக் கொண்டிருக்கும் பெல்ட்டுக்குள் வலது கையை சொருகிக் கொண்டு டால்ஸ்டாய் போல இருக்கிறதா என கண்ணாடியில் பார்த்துக் கொள்கிறான். இப்படத்தை சகமாணவர்கள் கிழித்து விடுகிறார்கள். அங்கிருந்து தான் சு.ரா. கதையையே துவக்குகிறார். எப்படியும் அதை வரைந்து தருவார். செல்லையா சார் வரைந்து விடலாம் என்கிற நம்பிக்கையில் நாட்களை நகர்த்துகிறான் பாலு. ஒரு ஞாயிற்றுக்கிழமையன்று செல்லையா சார் வரைந்த தாத்தாவும், மாமாவும் வீற்றிருக்கும் ஓவியத்தைப் பார்ப்பதற்காகச் செல்கிறான். படத்தை செல்லையா சார் அவருடைய வழக்கமான சொல்லான ''டாங்கடி'' எனச் சொல்லித் திருப்புகிறார்.

பாலு படத்தைப் பார்த்ததும் முகம் சுருங்கி அழுதபடி ஓடத்துவங்குகிறான். பின்னாடியே சென்ற செல்லையா சார் என்னடா விஷயம் என்கிறார். அப்போது பாலு தாத்தாவுக்கு கைய பெல்ட்டுக்கு வெளிலே விட்டுட்டீங்களே சார், என்ன கொன்னுட்டிங்களே சார் என்று சொல்லி விட்டு அழுகிறான்.

இந்தக்கதை சு.ரா.வின் பால்ய நினைவென்ற போதும், அவர் எழுதிய காலமே இக்கதையை முக்கியமான கதையாக்குகிறது. டால்ஸ்டாயின் பெல்ட்டில் இருந்து வெளியே விடப்பட்ட கை எதன் குறியீடு. அழிந்து போன வசீகரமென சோவியத்தை நினைவு கொள்கிறார் சு.ரா. மீறல் எனும் கதையை பரஸ்பரம் பேசிக் கொள்ள மறுக்கும் மனித சமூகத்தின் தினசரி நடவடிக்கைகளின் மீதான விமர்சனம் என்று அறியலாம். நாகர்கோயிலில் இருந்து மதுரைக்குச் செல்லும் இருவர் அந்நாளைய திருவள்ளுவர் போக்குவரத்துக் கழக பஸ்ஸில் பயணிக்கும் போது ஏற்படும் அனுபவமே கதை. மனித மனங்களுக்குள் சுழலும் அதிகாரத்திற்கான வெறியை நுட்பமாக பதிவு செய்த கதை.

எல்லோரையும் போல பள்ளிக்கூடங்களிலும் தன் பேனாவை பழக விட்டிருக்கிறார் சு.ரா. ''நாடார் சார்'' எனும் கதையை தமிழ்ச் சிறுகதைகளில் ஆகச் சிறந்த கதையென்று சொல்ல வேண்டும். கிருஷ்ணன் நம்பியின் கணக்கு வாத்தியார் வகுப்பறையை விட்டு வெளியேறி விட அவருக்குப் பதிலாக வந்தவர் கணக்கு வாத்தியாராக ''நாடார் சார்''. இந்தக் கதையில் பேசப்படும் கால்பந்தாட்டம் மற்றும் விளையாட்டுக்கள் குறித்த நுட்பமான பதிவுகள் தமிழ்ச்சிறுகதையுலகிற்கு புதிது. விளையாட்டு மனமும், உடலும் இணைந்து இயங்குவது எனும் மந்திரம் பெற்ற பள்ளி மாணவர்கள் கோப்பையை தட்டி வெற்றியை பெறுகிறார்கள். நாடார் சாரின் பயிற்சியிலும் அவரின் நம்பிக்கையூட்டும் சொற்களின் வழியாகவும், நடுவில் வழக்கம் போல பள்ளியில் நடைபெறும் இன்ஸ்பெக்ஷனில் வழக்கத்தை விட கணக்கில் மதிப்பெண் சற்றே குறைந்திருப்பது குறித்து விமர்சனத்துக்கு உள்ளாகிறார் ஏகாம்பரம் சார். வெற்றிக் கோப்பை பெறப் போகும் நாளில் வராமல் வீட்டிலேயே இருந்து விடுகிறார். தன்னை அழைக்க வந்த மாணவர்களிடம் ''நல்லா படிங்கடேய்'' என்கிறார். மாணவர்களும், மனைவியும் வற்புறுத்த பின் நாடார் சார் கிளம்புவதாக கதை முடிகிறது. விமர்சனத்துக்கும், ஒரு சாராரின் பாராட்டுக்கும் உள்ளான அவரின் கடைசிக் கதையான ''பிள்ளை கொடுத்தாள் விளை'' யெனும் கதையும் வாசகன் வாசித்து விவாதிக்க வேண்டிய முக்கியமான கதை தான்.

தகழியின் செம்மீனை மொழிபெயர்த்தபடி தமிழ் இலக்கிய பரப்பிற்குள் பிரவேசித்தவர் சு.ரா. இன்றைக்கு இலக்கிய நிறுவனமாகி யிருக்கிற காலச்சுவடு இலக்கிய இதழைத் துவங்கியவர். பசுவய்யா எனும் பெயரில் கவிதைகள் எழுதியவர். எண்பது, தொண்ணூறுகளில் நவீனம் எழுத வந்த இளைஞர்களை வசீகரித்த எழுத்தாளர். தன் உரையாடலின் மூலம் எழுத்தின் ரகஸியங்களையும் மர்ம முடிச்சுகளையும் இளைஞர்களுக்கு வித்திட்டவர். இரண்டு, மூன்று கதைகள் எழுதிய பிறகு அவற்றைக் குறித்த சு.ரா.வின் அபிப்ராயத்திற்காக எழுத்தாளர்கள் உள் மனதில் ஏங்கிய காலம் ஒன்று இருந்தது.

வடிவத்திலும், உத்தியிலும், சொல்லிலும் புதிய முறைமைகளைக் கைக் கொண்ட சுந்தரராமசாமி

பசித்து அலையும் சொல்லின் கதை

நடந்து போகும் பாதைகளெங்கும் வெள்ளைக் கற்கள் துருத்தி நிற்கின்றன. எவரோ பாக்டரி கட்டிடத் தன் உயிரான நிலத்தை பிளாட்டாக மாற்றியிருக்கிறார்கள். கரிசல் காட்டு சம்சாரியின் மஞ்சள் பைக்குள் கசங்கிக் கிடக்கும் ரூபாய் நோட்டுகள் பலியெடுத்தது விவசாயியின் நிலத்தை மட்டுமல்ல. ஒரு காலத்தின் அசலான வாழ்க்கையையும் சேர்த்துத் தான். பருத்திக் காடாக வெடித்துக் கிடந்த காட்டோரத்துக் கண்மாய் கரைகள் நீரற்று வறண்டு கிடக்கிறதே. எந்த மாயாவி நிகழ்த்திய சூது இது என்கிற ஈரக்குலையை அறுத்திடும் கேள்வியை கரிசலை நேசித்துக் கிடந்த மனிதக் கூட்டத்தினரால் கேட்காமல் இருக்க முடியாது. விளைநிலங்கள் செழித்திட பொங்கல் படையலிட்டு, சேவல் பலி தந்த விவசாயிகள் அற்று வெம்பரப்பாகிக் கொண்டேயிருக்கிறது கரிசல் ஊர்கள். எல்லாவற்றையும் விற்றுத் தொலைத்து காடோ, பரதேசமோ எனக் கிளம்பி சென்று கொண்டேயிருக்கிறது, நிலத்தைப் பண்படுத்தி, பதப்படுத்தி வாழ்வின் நுட்பங்களில் லயித்திருந்த விவசாயப் பெருங்குடி. காலாதி காலத்திற்கு முன்பு படிந்த ரத்தக் கறை வெட்டுக்கல்லில் தோய்ந்திருக்க, தீபமற்ற விளக்குகள் எண்ணெய் பிசுக்கின்றி காய்ந்து கிடக்கின்றன காவல்தெய்வங்களின் கோவில்களில். பெரும் பஞ்சங்களில் கூட தப்பிப்பிழைத்த இந்த ஜனக் கூட்டத்தை துரத்தியடித்துக் கொண்டிருக்கும் வர்த்தகச் சூதாட்டத்தை எவர்கதையாக்குவது? அழகியலும், நுட்பமும் பொங்கிடும் வாழ்க்கையை கலையாக்கிடும் கதைக்காரர்களின் காட்சி எல்லைக்குள் தட்டுப்படச் சாத்தியமற்ற மனித வாழ்வினை தங்களுடைய கதைகளுக்குள் வரைந்து காட்டியவர்களாக எப்போதும் முற்போக்காளர்களே

இருந்திருக்கிறார்கள். கதைக்குள் கொள்கை கொடிபிடிக்கிறது என்கிற முரட்டு விமர்சனத்தை புறந்தள்ளி வாழ்வின் அசலான பக்கங்களினை எழுபதுகளில் எழுத்தாளர்கள் எழுதிச் சென்றனர். அந்த எழுத்தாளர் படையின் மிக முக்கியமான படைப்பாளி பா.செயப்பிரகாசம். பா.செயப்பிரகாசத்தின் கதைகளை கரிசல் வாழ்வின் அசலான பக்கங்களை பதிவு செய்தவை என ஒற்றை வரியில் சுருக்கிட முடியாது. அவற்றின் எல்லை விஸ்தாரமானது. கரிசலில் விளைந்த காட்டுச் செடிதான். ஆயினும் அது ஊரெல்லாம் சுற்றியலைகிறது. கரிசலின் வெம்மையைச் சுமந்த வார்த்தைகளால் வரையப்பட்டிருக்கும் பா.செயப்பிரகாசத்தின் கதைகள் தமிழ்ச்சிறுகதைகளின் புதிய சொல்முறைகளை உருவாக்கியது. எழுபதுகளில் துவங்கி இன்றைக்கு வரையிலும் கதை எழுதிக் கொண்டிருப்பவர் பா.செ.அவருடைய கதையின் ஆன்மா பசித்துக் கிடக்கும் மனிதர்களின் துயருற்ற சொற்களால் எழுதப்பட்டவையே. களச்செயல்பாட்டாளர்களின் கதைகளால் கலைத்தன்மையை அடைதல் சாத்தியமில்லை என்று அப்போது வரையிலும் நிலைத்திருந்த கருத்தியலை தன்னுடைய கதைச் சொற்களைக் கொண்டு உடைத்து நொறுக்கியவர் பா.செயப்பிரகாசம்.

காலத்தைப் போல ஒரு விசித்திர அரக்கனை கையாண்டு கதை சொல்லுதல் அவ்வளவு எளிதான காரியமில்லை. காலம் மனிதனின் சகல நிறங்களையும் உருமாற்றி விடுகிறது. தேரிக்காட்டு புழுதியும், கரிசலின் வெம்மையும் கூடிக்கிடக்கும் நிலத்து மனிதர்கள் நாசுக்கற்ற எதார்த்த இயல்பினர்கள்.அவர்களுடைய மனமாற்றத்தை வெகுநுட்பமாக பா.செ.வின் கதைகள் பேசுகின்றன. ''வளரும் நிறங்கள்'' கதைக்குள் கீகாட்டான் என்று ஒரு சொல் வருகிறது. கிழக்கிலிருந்து பசியைத் துரத்திட வந்திறங்கியவர்கள் என்று அர்த்தம். தூரம் தொலைவிலான கிழக்கல்ல, இராமநாதபுரத்திலிருந்து பருத்தி ஆலை முதலாளிகளின் அடியாட்களாக அழைத்துவரப்பட்டவர்கள் அவர்கள். புனைவு எப்போதும் வரலாற்றைத் தன்னுள் தொடர்ச்சியாக புதைத்து வைத்துக் கொண்டே செல்கிறது. ஒற்றைச் சொல் நம்முடைய ஞாபகத்தினைக் கீறிவிடுகிற வித்தை நிகழ்வது புனைவுகளை வாசிக்கிற போது யாவருக்கும் நிகழ்ந்திடவே செய்கிறது. ஒரு நூறு வருட காலத்திற்கு முன்பாக சிவகாசிக் கொள்ளையின் எச்சத்தை சுமந்த கூட்டம் குற்றப்பரம்பரையென முத்திரை குத்தப்பட்டு வஞ்சிக்கப்பட்டது. தன்னுடலோடு ஒட்டியிருக்கும் முரட்டுத்தனத்தை முதலாக்கிக் கொண்டு மில் முதலாளிகள் பிழைக்கிறார்களே என்கிற புரிதலுக்கு அவர்கள் வந்து சேர்ந்த பாடில்லை. இருபது வருடத்திற்கு முன் ஊரை

விட்டு பசியை ஜெயித்திட வெளியேறிய மனிதனின் ஞாபகத்தின் வழியே இவை யாவற்றையும் மீட்டெடுக்கிறார் எழுத்தாளர். இருபது வருட ஊர் ஏக்கம் எல்லாவற்றையும் பரவசத்துடன் தான் உற்று நோக்கச் செய்திடும். வழிநெடுக ஊரை மிரட்டிக் கொண்டிருந்த சண்டியர்களை நினைத்துக் கொள்கிறான். ஜடப்பொருட்கள் யாவும் உருமாறி பளபளப்பு கூடிக் கிடக்கின்றன. காலமாற்றத்தை உள்வாங்கி வெளிப்படுத்துகிற ஊரை உற்று நோக்குகிறான். புறத்தோற்றத்தில் நிகழ்ந்திருக்கும் மாற்றம் மனிதகுணத்தை மாற்றியிருக்கச் சாத்தியமுண்டு தானே. ஒரு ஒற்றைக்குரல் போதும் வரலாற்றை ஞாபகமூட்டிட. ‘‘சாகுறதுக்குள்ள ஏதாவது செஞ்சுரனுமப்பா’’ எனும் குரல் அவனைத் திருப்புகிறது. இருபது வருடத்திற்கு முன்பு ஊரைமிரட்டிக் கொண்டிருந்த காட்டுச்சண்டியரின் குரல் இது. உடல் குலைந்திருந்த போதும் குரலின் உறுதி சற்றும் குறையவில்லை. மில் முதலாளியின் அடியாளாக இருந்தவர். தொழிற்சங்கத்தின் போராட்ட போஸ்டரை ஒட்டிக் கொண்டிருக்கிறார். யார் மாற்றியது அவரை என்றெல்லாம் சொல்லிக் கொண்டிருக்கவில்லை பா.செயப்பிரகாசம். காலம் ஒரு அசாத்தியமான ராட்சசன் என்கிற புரிதல் மட்டும் வாசக மனதிற்கு வந்து சேர்கிறது.

காலத்தை தன்னுடைய விளைநிலத்தின் தன்மை கொண்டு கணித்து நடப்பவர்கள் கரிசல் சம்சாரிகள். இவர்களுடைய வாழ்வின் தீராத துயராக பசி அவர்களை துரத்தியபடியே உடன் பயணிக்கிறது. பசியை ஜெயித்திட வறியவர்கள் முயன்று கொண்டேயிருக்க பசியாற்றி நிலைபெற்று விட்ட மனிதர்கள் காமத்தை வெற்றி கொள்ள முயற்சித்துக் கொண்டேயிருக்கிறார்கள். உற்பத்தி, மறு உற்பத்தி இவையிரண்டும் தான் மனித வாழ்க்கையை நடத்திச் செல்லும் சூத்திரதாரிகள் என்கிற மார்க்ஸியத்தின்கண்டுபிடிப்பினைஅர்த்தத்துடன்புரிந்து கொள்வதற்கான எளிய உபகரணமாகவே பா.செயப்பிரகாசத்தின் கதைகள் யாவும் வெளிப்படுகின்றன. இயல்பாய் வாழ்க்கையை நகர்த்திக் கொண்டிருந்த மனிதர்களின் விளைநிலங்களுக்குள் புதிய வகையிலான பயிர்கள் நுழைந்திட்ட பிறகு எல்லாம் மாறிவிட்டது. ஆத்தா பசிக்குது ஒருவாய் கம்மங்கஞ்சி வேணுத்தா என துடித்து உயிர்விட்டனர் குழந்தைகளும், பெண்களும். மிளகாய் விதைக்கப்பட்டு செஞ்சிவப்பாய் கிடந்த நிலத்தில் இருந்து அகற்றப்பட்டன ஆதித் தானியங்களும், தவசங்களும். அதன்பிறகு ஊரே வேறு ஒன்றாகிவிட்டது. ‘‘அது கரிசல் நிலத்தாருக்குரிய முகமாய் இல்லை. வெள்ளந்தி படர்ந்த முகத்தில் கறுப்பு நிறம் பரவிப் போயிற்று. இப்போது அவர்கள் தனிமொழி பேசினார்கள். உறவுக்காரர்கள், சொந்தக்காரர்களிடம் கூட அவர்களின் சொந்த மொழி

இல்லை. கூலியைக் கூட பணமாகவே அளந்தார்கள். வீட்டுப்பாட்டுக்கு மட்டும் தானியம் விளைவித்துக் கொண்டார்கள். மீதியுள்ள நிலங்களிலெல்லாம் பணம் உதிர்க்கிற மிளகாய் விளைந்தது. கவுல் காட்டிலிருந்து விறகுக்கு கருவமுள் கொண்டுவரும் முள்ஏர் அடிப்பவன் கூலி கேட்ட போது கூட அவர்கள் பணமாகவே கொடுத்தார்கள். யாவற்றையும் பணம் நிர்ணயிக்கத் துவங்கிய நாட்களில் தொள்ளாளிகள் என்று கரிசல் காடுகளில் அழைக்கப்படுகிற சேவைத் தொழிலாளிகள் பசியைத் துரத்திட முடியாமல் ''அப்புச்சி ஒருவாய் கம்மங்கஞ்சி தாங்க'' என முணங்கி, முணங்கிச் செத்துப் போனார்கள். இடுகாட்டில் புதைத்திட இடமின்றி அலைந்தது தொழிலாளிகளின் குடும்பங்கள். என்ன செய்வது என்றறியாத கல்தச்சன் தன்னுடைய கூர்ஒளி கொண்டு சாமி சிலையை கொத்திக் கொண்டிருந்தான். பசியைக் கடந்திட வழிகாட்டத் தெரியாத சாமியை. இது தான் கரிசலின் நிஜமான பாடல் என்கிறார் பா.செயப்பிரகாசம்.

கிராமத்து வாழ்க்கையை ரொமாண்டிசைஸ் பண்ணுவது என்கிற பம்மாத்து எதுவும் பா.செயப்பிரகாசத்திற்கு கிடையாது. அதனால்தான் அவரால் வறுமை பிடிங்கித் தின்று இற்று நொறுங்கிய மனிதர்களின் கதைகளை இப்படி உக்கிரமான மொழியில் எழுத முடிந்திருக்கிறது. ''அம்பலகாரர் வீடு'' ''ஒரு ஜெருசலேம்'' ''தாலியில் பூச்சூடியவர்கள்' போன்ற காலம் கடந்து நிற்கும் பா.செ.வின் கதைகள் யாவுமே எளிய மனிதர்களின் அசலான வாழ்க்கைப் பாடுகளையே எடுத்துரைக்கின்றன. இந்தியப் பெருநிலத்தின் பெருந்துயரமாக மேலைத்தேய ஆய்வாளர்களின் மனங்களுக்குள் தேங்கியிருக்கும் மகாபஞ்சங்களைப் பற்றி எழுதப்பட்ட குறிப்புகளால் நம்முடைய வரலாற்றின் பக்கங்கள் நடுங்கிடவே செய்கின்றன. உயிரை விதைத்து எரியூட்டிக் கொண்டிருக்கும் பசியைத் துரத்திட கரிசல் சம்சாரிகள் பட்ட பாட்டினை எழுதிக் கொண்டு வந்து சேர்ப்பது எளிதில்லை தான். எழுதிக் கடக்க முடியாத வார்த்தைகளுக்குள் பசியின் ரேகைகள் ஓடிக் கொண்டிருக்கிறது இன்று வரையிலும் கூட. தாயின் மடியில் முட்டி பாலருந்திட தவித்த குழந்தை பசித்து ஏங்கிடும் கண்களுக்கு முன்பாகவே இற்று உருக்குலைந்து விழுந்திடும் தாயின் உடலை எப்படி மறந்திடும். ஆற்றிட முடியாத பெரும்வடு அது. பசித்துக் கிடக்கும் விளையாட்டுச் சிறுவர்கள் கோரைப்புல் காடுகளை நோக்கி ஓடுகிறார்கள். புல்லின் துண்டில் வளர்ந்திருக்கும் கிழங்குகள் பசியாற்றிடும் என்கிற ரகசியத்தை கண்டறிந்த சிறுவர்கள் அவர்கள். எல்லோரும் புடுங்கித் தின்று பசியாற்றுகிறார்கள். ஊரில் எவர்

செத்தாலும் தன் தாயைப் புதைத்த நிலத்தை பார்ப்பதற்காகவே சென்று வரும் வழக்கம் கொண்ட சிறுவனும் உடன் போகிறான். பசித்திருக்கும் வேட்டைக்குழு தன் தாயைப் புதைத்த நிலத்தில் விளைந்திருக்கும் கோரைப் புல்லை பிடுங்குவதற்கு மட்டும் சம்மதிக்கவேயில்லை அவன். ''சிதை எரிந்த சுடுசாம்பல் மண் மீது ஒருசிறு பாலகன் தண்ணீரில் நீச்சலடிப்பது போல் குப்புறப்படுத்த வண்ணம் அம்மாவை எரித்த இடத்தை அணைத்துக் கொண்டிருந்தான்...'' என்கிற பா.செயப்பிரகாசத்தின் வரிகளை கடந்திட முடியாது நிச்சயம். தடுமாறவே செய்கிறது வாசகமனம். அந்த சின்னக்குழந்தைக்கு அந்தச் சுடுகாட்டு நிலம் நிச்சயம் ஒரு ஜெருசலேம்தான்.

கிராமத்து வாழ்வினை எழுதுவது என்று முனைகிற எழுத்தாளனை சவாலுக்கு அழைப்பது சாதியின் வேர்கள். இன்றைக்கும் ஆழப் படிந்திருக்கிற அந்த உலர்நிலத்தின் வாழ்க்கையை எழுதும் போதுதான், சாதியால் வடிவம் பெற்றிருக்கிற கிராமங்களின் ஒழுங்கு குலைவதை பிற்படுத்தப்பட்ட சாதியினர் விரும்புவதில்லை என்பது புரியும். இந்த அசலான உண்மையை எழுதிய கதைக்கு ''சாதி'' என்கிற பெயரை வைத்திருப்பார் பா.செ. ''உள்ளே நிற்கிறதுக்கு இடம் இருந்தா போதும், பெண்டு பிள்ளைகள் முதற்கொண்டு ஒரு சாதி முழுவதும் மேலே ஏறியது. ''நாயக்கமாரு எல்லாம் உட்கார்ந்திருக்கிறபோது நம்ம என்ன நிக்கிறது? இப்ப நம்ம அவனுக தலைக்கு மேலேல்ல உட்கார்ந்திருக்கோம்'' பஸ்ஸின் மேற்கூரையில் பயணிக்க நினைத்த மனநிலையை எப்படி உள்வாங்குவது. தனக்கு கீழே மற்றொரு சாதி இருக்கிறது என்கிற வெட்டிப் பெருமித உணர்வினை மனதிற்குள் கெட்டிப்படுத்துவதில் தான் பிராமணிய தர்மத்தின் தந்திரம் ஒளிந்திருக்கிறது என்பதை நுட்பமாக பதிவு செய்த காட்சியிது. பிறகான நாட்களில் கிராமத்து மண் சுவர்கள் கூட வீரதீர போஸ்டர்களை தாங்கத் துவங்கின. தன் சாதி ஆணவத்தின் சொற்களை நிரப்பிப் படர்ந்திருக்கும் போஸ்டர்கள் பிறர் கிழிப்பதற்கும், சாணியடிப்பதற்குமாகவே ஒட்டப்பட்டுக் கொண்டிருக்கின்றன. கிழிக்கப்பட்ட போஸ்டர்களுக்கு மனித உயிரை பலியெடுக்கும் துர்க்குணம் நிறைந்திருப்பதை கிராமத்து வாழ்வின் கடைசி முப்பது வருடங்களை கவனிக்கிற எவராலும் உணர முடிகிறது. தொண்ணூறுகளுக்குப் பிறகு உருவாகியிருக்கிற ஆதிக்கத்திற்கு எதிரானகலகக்குரலின்துவக்கப்புள்ளியையும்கூட பா.செயப்பிரகாசத்தின் கதை மாந்தர்கள் எழுபதுகளிலேயே வெளிப்படுத்தத் துவங்கி விட்டார்கள். அப்படியான அசாத்தியமான கதாபாத்திரம் ''தாலியில் பூச்சூடியவர்கள்'' கதையினில் வருகிற தைலி. கதையின் தலைப்பே

ஒரு வரலாற்றுக் குறிப்பைத் தருகிறது. அப்போதைய பள்ளர் குடியிருப்புகளில் பள்ளரும், சக்கிலியரும், ஒட்டரும் இணைந்து வாழ்ந்திருக்கிறார்கள். உயர்ஜாதி வீட்டுப் பெண்கள் என்று வரையறை செய்யப்பட்டவர்களைத் தவிர வேறு யாரும் கூந்தலில் பூச்சூடிக் கொள்வது அனுமதிக்கப்படாமலிருந்தது. தாலியில் பூச்சூடிக்கொள்கிற வழக்கம் அதனாலே தான் வந்திருக்கிறது. இன்றைக்கு கூந்தலில் பூச்சூடிக்கொள்கிற ஒடுக்கப்பட்ட இனம் அடைந்திருக்கிற நியாயமான உரிமைக்குப் பின்னுள்ள போராட்டங்களைக் கூட ஆய்வாளர்கள் தான் கண்டறிந்து எழுத வேண்டும். புனைவின் இடைவெளிகள் எப்போதும் ஆய்வாளர்களுக்கான கச்சாப் பொருட்களை தந்தபடியே தான் இருந்திருக்கின்றன.

தாலியில் பூச்சூடிய தைலி ஊரின் கட்டென நிலைத்திருந்த வழக்கத்தைகலைத்துப்போட்ட துணிச்சல்காரி. ரெட்டிவீட்டு முதலாளிக்கு தைலியின் உடல் ஏற்படுத்திய பெரும்பசியை தீர்த்திட வழி தெரிய வில்லை. ஏதாவது சொல்லி அவளை சம்மதிக்க வைக்கத் திண்டாடித் திரிகிறது தினவெடுத்த ஆண் திமிர். தைலியின் மனநிலையோ வேறு தன்மையிலானது. ''எங்கே போனாலும் இந்தப் புறக்கணிப்பு காத்திருக்கிறது. கம்மாய்த் தண்ணீருக்கு போனால் ஊரைச் சுற்றிப் போக வேண்டு மென்கிறார்கள். குடிநீர் பஞ்சம் தலைவிரித்தாடும் போது கூட காத்திருக்க வேண்டியிருக்கிறது. யாராவது ஒருவாளி, அரை வாளித்தண்ணீர் ஊத்த மாட்டார்களா என நாள் முழுவதும் காத்திருக்க வேண்டியிருக்கிறது.'' இதை எப்படி மீறிச் செல்வது என்றிறிருந்த தைலி ஊர் நாட்டாமையான ரெட்டி கேட்ட போது ''எனக்கு ஒண்ணும் வேண்டாம் நாங்க ஊருக்குள்ளே நடந்து போய் குளத்துக்குள்ளே தண்ணியெடுக்கணும்...'' என்கிறாள். காமப்பித்து சாதிக்கட்டுகளை உடைத்தாலும் எவ்வளவு நேரம் வைத்திருக்கும் என்பதையே கதையாக்குகிறார் பா.செயப்பிரகாசம். பள்ளக்குடிப் பெண் செருப்பணிந்து ஊருக்கு நடுவே தண்ணீர்க் குடத்துடன் போய்த் திரும்புவதை சகித்திருக்கவில்லை அப்போதைய கரிசல்காடு. உடனே திட்டமிட்டு, ஊரைக்கூட்டி தவறிழைத்ததாக குற்றம் சாட்டப்பட்ட தைலி ஊர்க்காலி மாடு மேய்க்க அனுப்பப் பட்டாள் என்று கதை முடிகிறது. எழுபதுகளின் கடைசியில் எழுதப்பட்ட கதையிது என்பதால் தான் பா.செயப்பிரகாசம் இப்படி முடித்திருக்கிறார். இதுவே இரண்டாயிரத்தில் எழுதப்பட்டிருந்தால் ''தாலியில் சுருண்டு கிடந்த கதம்பமும், மல்லியும் அவளுடைய தலைக் கூந்தலில் ஏறியது. தரையதிர செருப்பணிந்து ஊர் வீதிகளில் குடம் எடுத்து நீருக்காக மிடுக்குடன் விரைகிறாள் தைலி'' என

எழுதியிருப்பார். காலம் தான் கதைகளின் சொற்களை முடிவு செய்கிறது என்பதை ஒவ்வொரு கதையையும் வாசிக்கிற வாசகனால் உணர முடியும்.

கரிசல்காட்டு எழுத்தை பின் தொடர்பவராக பா.செயப்பிரகாசத்தை வகைப்படுத்த முடியாது. கி.ரா.வும்., இன்ன பிற கரிசல் கதைக்காரர்களும் காட்டும் மனஉலகம் வேறு. இவரின் கதை மனம் வேறு என்றுபடுகிறது. சக மனிதர்கள் மீது கருணையும் துயரத்தில் பங்கேற்கிற மனிதர்கள் மீது அன்பும் நிறைந்த பூமியிது. அன்பும், கருணையும் பொங்கி வழியும் மனித மனதிற்குள் தான் வக்கிரம் எனும் குணமும் நிறைந்திருக்கிறது என்பதையும் வர்க்ககுணமெனும் ஒருவகை மாதிரியையும் தன் படைப்புகளில் படரவிட்டவர் பா.செயப்பிரகாசம். அதற்கான அழுத்தமான சாட்சியம் ''மூன்றாவது முகம்'' எனும் கதையாகும். நடுவழியில் நின்ற காருக்கு நிழல் தேடியவர்களுக்கு நிழல் தந்த குடும்பம் துளசி ராசு குடும்பம். அதற்கு பிராயச்சித்தமாக துளசிராசுக்கு மில் வேலை தருகிறார் காரில் வந்த கணவான். மில் வேலைக்கு நடுவில் கூலி உயர்வு கேட்டுப் போராட்டம் நடக்கிறது. முதலாளி ரொம்ப நல்லவரு. கட்டாயம் செய்வாரு என்கிறான் துளசிராசு. ஆனால் மில் மூடப்படுகிறது. மில்லைத் திறப்பது குறித்து கருணையே வடிவானவர் என தான் நம்பிக் கொண்டிருக்கும் முதலாளியைப் பார்த்து பேசுகிறான் துளசிராசு. அவரின் முதலாளி குணம் மெல்லத் தட்டுப்படுகிறது அவனுக்கு கதை இப்படி முடிகிறது. துளசிராசு முன்னால் சிந்தனைப் படங்கள் ஓடின. கடந்தகாலப் பாசப்படங்களை நிகழ்கால கொடூரம் அடித்து நொறுக்கிவிட்டது. மூன்றாவது முகம் மட்டுமே இப்போது துளசிராசுக்கு தெரிந்தது. கதையின் கடைசியில் பா.செயப்பிரகாசம் பேசுகிறாரே என நவீன விமர்சகர் என தன்னை நம்பி கொண்டிருப்பவர்கள் கேட்கக் கூடும். ஏன் பேசவேண்டி உள்ளது என்பதே இங்கு முக்கியம். பா.செயப்பிரகாசத்தை தவிர வேறு எவரும் முதலாளியின் மூன்றாவது முகத்தை அடையாளம் காட்ட மாட்டார்கள். இது அரசியல் கதை என்பதால் கதைகளின் அரசியலை எப்படிச் சொல்லாமல் விடுவது என்கிற துடிப்பே கலைஞனை இப்படிப் பேசவும் வைக்கிறது.

ஒரு பிரம்மாண்டத்தின் துயரத்தைச் சொன்ன கதை அம்பலகாரர் வீடு. சாமி கொண்டாடி மட்டுமல்ல, ஊருக்கு வரும் பாம்பாட்டிகள், பிச்சைக்காரர்கள் என எவரும் கையேந்தி பசியாற்றிய வீடு இது. நீண்ட இடைவெளிக்குப் பிறகு அம்பலகாரன் வீடடைந்த சாமி கொண்டாடி மட்டுமல்ல. தொலைந்த வசீகரம் கண்டு அவனின் உடுக்கையும்

தீச்சட்டியும் கூட தடுமாறுகின்றன. தன் சக்தியெல்லாம் திரட்டி உடுக்கடிக்கிறான். அம்பலகாரர் இறந்ததும், அவருக்குப் பிறகு வீட்டம்மாவும் இறந்திருக்கலாம். ஆனாலும் சிரித்த முகத்துடன் தன்னிடம் திருநீறு வாங்கிய சின்னப் பெண்ணை அழைக்கிறான். தேவி என அழைக்கும் போதே கேட்ட சிரிப்பொலியின் நிறம் அவனை குழப்பத்தில் ஆழ்த்தும் போதே கோட்டைச் சுவரைத் தாண்டி ஓடுகிற வேட்டி கட்டிய இளைஞனின் துள்ளலில் எல்லாம் தெரிந்து விடுகிறது. வேர்த்துக் களைத்து தட்டில் வெள்ளிப்பணம் வைத்த தேவியைக் கண்டு பதறிய சாமி கொண்டாடி தான் சேர்த்த தானிய தவசங்களை போட்டது போட்டபடி வெளியேறுகிறான் துக்கமாக. வறுமையும் துயரமும் சகலத்தையும் அழித்து எழுதிய கதையிது. வாசகனை நனைத்திடும் கண்ணீரால் எழுதப்பட்ட பிரதி அழிவதும் நிஜம். அமைப்பிற்குள் தீவிரமாக இயங்கிக் கொண்டிருந்த காலங்களில் எழுதப்பட்ட கதையிது என்பதையும் சேர்த்துத் தான் சொல்ல வேண்டியுள்ளது.

கரிசல் வாழ்வை மட்டும் எழுதியவரில்லை பா.செயப்பிரகாசம். சென்னையில் வாழ்வைத் தொலைத்துத் தடுமாறும் தெக்கத்தி ஆத்மாக்களின் துயரங்களையும் கூடக் கதையாக்கிருக்கிறார். ‘‘ஆறு நகரங்கள்’’ என்கிற ஒற்றைக் கதை போதும் இவர் எவரின் துயரங்களைப் பாடுகிறார் என்பதைப் புரிந்து கொள்ள. வனத்து மனிதர்களை துயருறச் செய்து வன்முறையாட்டம் நிகழ்த்திடும் வனத்துறையின் ஆதிக்கத்திமிரை, நீதிமன்றங்களில் உறைந்திக்கும் வர்க்கச் சார்பை என அரசியல் செயல்பாட்டிற்கான கருவியெனத் தன் கதைகளைக் கண்டவர் பா.செயப்பிரகாசம். என்னவாக அமைந்திருக்கிற போதும் அவருடைய மொத்தக் கதைகளையும் வாசித்து முடிக்கிற போது பசியில் அசையும் உயிர்களும், நிலத்தில் மல்லுக்கட்டும் மானாவாரி சம்சாரிகளும், அக்கினிச்சட்டி ஏந்தி குதித்தாடும் பெண் சாமியாடிகளும் நிழலாடிக் கொண்டேயிருக்கிறார்கள்.

கரிசல் மண்ணையே தனக்கான
மொழியெனக் கொண்ட
பா.செயப்பிரகாசம்

பிரியத்தின் சொற்கள்

மழை மறந்து போன நிலத்தில் வாழ்கிற மனிதர்களின் நெஞ்சிலும் ஈரம் கசிந்திடவே செய்கிறது. தன் சகமனிதர்கள் துயருறுகிற போது அவர்களுக்குஆதரவாகவும், அனுசரணையாகவும் பேசுகிற மனிதர்களால் மட்டுமே இந்த உலகம் இயங்குகிறது. உலகின் இயக்கம் விஞ்ஞான விதிப்படி அதனதன் தன்மையில் நடந்து தான் தீரும். பசித்துக் கிடக்கும் மனிதக் கூட்டத்திற்கு உணவும், தவித்துக் கிடக்கும் ஊருக்கு நீரும் வந்து சேர்வது இயற்கையின் பாற்பட்டது மட்டுமல்ல. அன்பும், கருணையும் பொங்கிட தன்வயிற்றுக் கஞ்சியினை தன்னையொத்தவர்களுக்குப்பங்கிட்டுத்தருபவர்களால்நிறைந்திருக்கிறது கருவேலங்காடு. அளவில் சிறியதாயினும் அன்புமிகு சொற்களும், கருணை பொங்கிடும் கனிவும் இணைவதால் பசி வெகுதூரம் தெறித்து ஓடிவிடுகிறது. தன்னுடைய கால்கள் நிலத்தில் பாவாமல் அங்கிங்குமாக பணியின் நிமித்தமாக அலைகிற வாழ்க்கை அமைந்து விட்டதாக வருந்தவில்லை. நிலத்தின் காட்சிகளை கதைகளாக்கி அவற்றை தனக்கு கதைகளை வழங்கிய மனிதக் கூட்டத்திற்கே திருப்பித் தந்திருக்கிறார் கந்தர்வன். தன் கதைகளை மெதுவாக வாசகனின் நெஞ்சத்திற்குள் கொண்டு சேர்ப்பதில் மகாசமர்த்தர் அவர். ஊரின் மடங்களில், புளிய மரத்தடியில் வாகாக அமர்ந்தபடி தன் சொற்களால் கந்தர்வன் வரைந்து காட்டிடும் சித்திரம் கதைகளைக் கேட்டுக் கொண்டிருப்பவர்களைப் பற்றியது தான். கதைகளுக்குள் நுழைந்த வெகு நொடிகளில் கதையும், வாசகனும் கை கோர்த்து கதை நிலத்திற்குள் நடக்கத் துவங்கி விடுகின்றனர். எழுத்தாளன் கதையின்

முதல் சொல்லைத் தொட்டபடி கதையும், வாசகனும் நிகழ்த்துகிற பயணத்தை உற்று நோக்குகிறான். கந்தர்வனின் அறுபத்தியொரு கதைகளிலும் இந்த வாசகப்பரவசம் நிகழவே செய்கிறது. கதையை வாசித்து முடித்து நம்முடைய கண்கள் பனிக்கிற போது **"சாபஷப்பூ"** என்கிற கந்தர்வனின் சொற்கள் கேட்கவே செய்கிறது. வாசகனின் மனமறிந்து தன்னுடைய கதைக்கான சொற்களைப் பிரியத்துடன் படையலிட்டவர் கந்தர்வன். அவருடைய தனித்தன்மையிலான முகத்தை அவருடைய சிறுகதைகளே அவருக்கு வழங்கின. அறுபது விதமான அனுபவத்தை தரும் கதைகளை வழக்கமான கதைகூறல் முறையில் எழுதியவரில்லை அவர் என்பதை மட்டும் உறுதியாகச் சொல்ல முடியும்.

தன்னுடைய கதையிதுவென தனித்து தென்பட்டிடும் தன்மை யிலான கதைகளை எழுதிடவே எழுத்துக் கலைஞர்கள் எப்போதும் விரும்புகிறார்கள். கந்தர்வனின் கதைகளின் கடைசி வரிகளை மட்டும் தனியாகப் படித்திட வேண்டும். அதற்கு முந்தைய வரியில் வாசகன் கதை முடிந்தது என்று நினைத்துக் கொண்டிருப்பான். கநதர்வன் அப்போது தான் வாசகனுக்குச் சொல்லுவார். தம்பி கொஞ்சம் இப்படிப் பாரு. கதை ஏன் அப்படித்தான் முடியனும்னு நினைக்கிற. புதிய திசைக்குள் கதையை திருப்பி விடும்போது வாசகன் திகைத்து நிற்கும் போது இனி உம்பாடு கதையோட பாடு என விலகி நின்று மௌனமாக சிரிப்பதுமாக கந்தர்வனின் கதைகூறும் தொனி தனித்தது தான். இந்த மனநிலையை கந்தர்வனின் சரிபாதிக்கும் மேலான கதைகள் உருவாக்குகின்றன. அவருடைய ''மைதானத்து மரங்கள்'' இப்படியான மனநிலைக்குள் வாசகனைக் கிளர்த்தும் தனித்த கதை. மரங்களின் குளிர்நிழலைத் தேடுகிறது மனித மனம். தன்னுடைய மனக்காயங்களை ஆற்றிடும் சூட்சுமத்தை அவைபொதிந்து வைத்திருப்பதாக அவர்கள் நம்புகிறார்கள். இவன் கதைக்கு நடுவில் எப்போது முதன் முதலாக மரத்தடிக்கு வந்து சேர்ந்தான் என்பதை நினைத்துக் கொள்கிறான். சிறுபிராயத்தில் பள்ளிக்கூட பீஸ் கட்ட முடியாததால் துரத்தப்பட்டு அவமானத்தில் உலுக்கியபோது தஞ்சமடைந்த மரநிழல் இது. காலமாற்றத்தில் எல்லாம் மாறிய போதிலும் மரத்திற்கும், இவனுக்குமான ஆத்மார்த்த பந்தம் மட்டும் விட்டு விலகிடவேயில்லை. ''சண்டை ஆச்சுனா சாமியார் மாதிரி மரத்தடிக்கு ஓடிறது. இருட்டினதும் சம்சாரின்னு ஞாபகம் வந்து இந்தக்கூட்டுக்குள்ள வந்து மொடங்கிக்கிறது. இப்படி விவஸ்தை கெட்டு போய்த் திரியிறதுக்கு பதிலா அந்த மரத்துகள்ள ஒண்ணல தூக்குப்போட்டு தொங்கலாம்'' - என அவள் மனைவி திட்டுகிற காலம் வரை அவனுக்கும், மரத்திற்குமான உறவு

பலப்பட்டு இருக்கிறது. அவனுடைய வாழ்நாளின் பிரித்தறிய முடியாத பந்தமாக இருந்த மரங்கள் வெட்டி வீழ்த்தப்படுகிற போது துடித்துப் போகிறான். வழக்கமான கதையெனில் அவன் கண்ணீர் விட்டு கதறுவதாக கதை நடத்தி முடிக்கப்பட்டிருக்கும். இங்கும் கூட கந்தர்வன்அப்படித்தான்கதை சொல்கிறார்அத்துடன்கதைமுடியவில்லை. அதன்பிறகான சொற்களே கந்தர்வனின் கதைகள் என்கிற தனித்த முத்திரைக்கான அடையாளங்களாகின்றன. ''எல்லா அடிகளையும் வாங்கிக் கொண்டு இவன் உன்மத்தன் போல் இந்த மரத்தடிகளில் உட்கார்ந்திருந்தானே தவிர ஒரு நாளும் கண்ணீர்விட்டு அழுததில்லை. அன்றைக்கு முதன்முறையாகப் பொருமி பொருமி அழுதான். இங்கு முடிந்திடவில்லை கதை. அடுத்த வரிகளில் தான் நிஜத்தில் கதையின் முடிச்சே இருக்கிறது. ''இருட்டி வெகு நேரம் கழித்து வீட்டிற்கு வந்தான். உள்ளே நுழைந்ததும் மனைவி சொன்னாள் ''இனி மேலாச்சும் ஊருலெஒவ்வொருத்தரும்நம்மைப்போலஎப்படிக்கஷ்டப்படுறாங்கன்னு நடந்து திரிஞ்சு பாருங்க...'' இதற்குப் பிறகா்ன அவனுடைய கதையை நடத்திச் செல்ல வேண்டியவன் வாசகன்.

கதைக்காரர்கள் தங்களுடைய கதைகளுக்கு வாசகனோடு தர்க்கம் செய்திடும் வல்லமை நிச்சயம் உண்டு என்று உறுதியாக நம்புகிறார்கள். தர்க்கங்களை நிகழ்த்துவது வாழ்க்கையையும் அதன் லேசுபாசுகளையும் புரிந்து கொள்வதற்காகவும் தான். கதைகளைக் கொண்டு வாழ்வின் அதீத கணங்களின்மீது வெளிச்சம் பாய்ச்சுகிற போது வாசகன் இவற்றைப் புரிந்து கொள்கிறான். வாழ்க்கையை சிக்கலாக்கிடும் சூத்திரங்களையும், அவற்றைப் பிரயோகித்திடும் குரூர மனதினையும் புரிந்து கொள்ள கதைகள் அவனுக்கு பேருதவி செய்கின்றன. ஒரு விதத்தில் தத்துவங்களின் காட்சிப்படங்களாகவும் கதைகள் விரிவு பெறுகின்றன. வாசகன் அவற்றிற்குள் தன்னைப் பொருத்திக் கொண்டு விவாதிப்பதோ, விலகி நின்று கவனிப்பதோ நடக்கவே செய்கிறது. கந்தர்வனின் ''மங்கலநாதர்'' ''சீவன்'' ''கதை'' ஆகிய மூன்று கதைகளும் நிகழ்த்துவது தத்துவ விவாதங்களைத் தான். அதிலும் மதத்திற்கும், மனிதனுக்குமான உறவுகள். கடவுள் நம்பிக்கையின் எல்லை எதுவரை. கடவுளோடு விவாதிக்கிற மனிதர்கள் என்னவாகிறார்கள் என்பதையெல்லாம் தர்க்கித்த கதைகள் அவை. மூன்று கதைகளும் மூன்று தளத்தில் இயங்கி கடவுள் நம்பிக்கை குறித்த மனித மனதின் நியாயங்களையும், நம்பிக்கையின்மையையும் அல்லது கடவுள் மறுப்பு துளிர்விடும் புள்ளிகளையும் கண்டுரைக்கின்றன.

சீவன் கதை இயங்கும் தளம் நாடார் தெய்வங்கள் உறைந்திருக்கும் ஊர்நிலம். காவல் தெய்வங்களும், பெண்குல தெய்வங்களும் பழங்குடிச் சமூகவாழ்வின் அடையாளங்கள். இன்றைக்கும் கிராமங்களைக் காத்திடும் துடியான சாமிகளை ரட்சித்துக் காப்பவர்கள் மனிதர்களே. இதனைக் காட்சிப்படுத்திடும் கதை ''சீவன்''. முனியசாமியைக் கொண்டு வந்து நிலத்தில் நட்டு வைத்த கூழுப்பிள்ளையின் பார்வையிலேயே கதை நகர்கிறது. ஒரு காலத்தில் பார்த்து, பதவுச்சு நடந்த ஊர் இப்ப அப்படியில்ல, முனியசாமியோட மரத்தூரிலே கிடந்து குடிக்கிறதும், சீட்டாடுறதுமாக இருக்கிறதப் பார்த்து எரிச்சல் அவருக்கு. ஆனாலும் சில்லுண்டிப் பயளுக சொல் பேச்சுக் கேட்கிறதில்லை. ஊரெல்லாம் தட்டேந்திப் பிச்சையெடுக்கும் மனப்பிறழ்வுண்ட கிறுக்கனும் அங்குதான் அழுக்கும் குப்பையுமா கிடக்கிறான். இதைத்தான் அவரால தாங்கிக்கிட முடியல. மழையற்றுக் கிடந்த கருவேலங்காட்டு நிலத்திற்குள் வீசியது ஒரு நாள் பெரும் சூறைக்காற்று. காத்துக்கு கோயில் அரசமரம் ஆடுது. கீழே அந்தக் கிறுக்கன் படுத்திருக்கான். காத்திலே மரம் விழுந்தால் சாமி என்ன ஆகுமோ? என்கிற தவிப்பு ஊருக்கே... கதையை நுட்பமாக முடித்திருப்பார் கந்தர்வன். ''அவன் கிட்ட சீவன் இருந்துச்சு. காத்து ஒறைக்கவும் எந்திரிச்சு நடந்திட்டான். கிறுக்கன் தப்பிச்சுட்டான். சாமி போயிருச்சே...'' சீவன் இப்படி யென்றால் மங்கலநாதர் கதை வாழ்வின் சிக்கல்களை எதிர்கொள்ள கடவுளைப் பயன்படுத்திக் கொள்ளும் வர்த்தக மனநிலையை கட்டுடைக்கிறது. சீவன் நாட்டார் தெய்வத்தை கேள்விக்குள்ளாக்கிய கதை. மங்கலநாதர் நிறுவனமயமாகியுள்ள பெருமரபு தெய்வத்தின் நிலைத்தன்மையைக் கேள்விக்கு உள்ளாக்குகிறது. மாபெரும் தத்துவ விவாதங்களைத் தன்னுடைய எளிய கதைகளால் நடத்துகிற ஆற்றல்மிகு எழுத்துக்கலைஞர்கந்தர்வன். முதல் மகளின்திருமணத்திற்கு ஊரையே கூட்டிச் சோறு போட்டுத் திணறிய நிலச்சுவான்தார் அடுத்த அடுத்த கல்யாணத்திற்கு என்ன செய்வது என்று நினைக்கிற போது ''மங்கலநாதர் ஆலயம்'' அவருக்கு கை கொடுக்கிறது. பெரும் பணக்காரர்களுக்கு தந்திரமாக உதவிக்கொண்டிருக்கும் திருப்பதி ஏழுமலையானின் குறியீடு தான் மங்கலநாதர் என்பதையும் நாம் உணர்ந்து கொள்கிறோம்.

பொதுவாக தமிழ் வாழ்க்கையை கதைகளாக்கிடும் போது சிறுமரபு, பெருமரபு தெய்வங்களை கேள்விக்கு உள்ளாக்குவது தவிர்க்க முடியாதது. ஆனால் அதற்காக பிற மதங்களாக பார்க்கப் படுகிற கிறிஸ்தவ, இஸ்லாமிய வாழ்க்கைக்குள் இயங்குவதும் கூட

தமிழ்வாழ்க்கை தான். அதன் மீதான விமர்சனத்தையும் வைத்திடத் தான் வேண்டும். கிறிஸ்தவ சமயமரபின் நுட்பங்களையும் போதாமை களையும் தன்னுடைய ''காடுவரை'' ''கதை'' என்கிற இரண்டு கதைகளிலும் நுட்பமாக காட்சிப்படுத்தியுள்ளார். தான் பார்த்த வாழ்க்கையிலிருந்து தத்துவத்தின் நுட்பங்களை வரித்துக் கொள்பவன் தான் கலைஞன். ஒற்றைக் கிறிஸ்துவச்சியாக ஊருக்குள் வருகிற மரியம் டீச்சரின் ஒரே சிக்கல் இங்கு தேவாலயம் இல்லை, கிறிஸ்தவர்களும் இல்லை என்பது தான். கிழிந்த டவுசரும், அழுக்குச் சட்டையும், பரட்டைத் தலையுமாக கிடக்கிற ஊருக்குள் நுழைகிற மரியம் டீச்சரின் நாசூக்கே முதலில் குழந்தைகளுக்குப் பிடிக்கிறது. வகுப்பறையில் அ, ஆ சொல்லத் தவறுகிற குழந்தைகளின் கைகளில் எல்லா வாத்திச்சிகளையும் போல பிரப்பம்பழம் தருபவள் தான் மரியம் டீச்சரும். ஆனால் ஞாயிற்றுக் கிழமைகளில் மட்டும் அவள் தலைகீழாக மாறிப் போவதைக் கண்டு ஆச்சர்யம் கொள்கின்றன குழந்தைகள். கடவுளர்கள் தங்களுக்காகவும் இருப்பவர்கள் என்கிற நினைப்பு வருகிற போது தான் மனிதர்கள் மதத்துடன் நெருங்குகிறார்கள் என்கிற கண்டுபிடிப்பையும் கூட கதையின் ஊடாக கண்டுரைக்கிறார் கந்தர்வன். குழந்தைகள் இயேசுவோடு நெருக்கமாக உணர்ந்த பொழுது மூன்றாம் வகுப்பு பாண்டிக்கு காய்ச்சல் சரியாக வேண்டும், ஊருக்கு பெருமழை பெய்ய வேண்டும் என மரியம் டீச்சர் ஜெபிக்கச் சொன்ன போது தான். கிறிஸ்தவ மரபை சுத்தம், தினமும் சுடுசோற்றுடன், குழம்பும் உண்டு, இஸ்திரி செஞ்ச டிரஸ் என்று பொருத்துகிற பார்வை கந்தர்வனுக்கே மட்டுமான தனித்தது. பாண்டியைக் காப்பாற்ற முடியவில்லை சீசஸால் என்பதையும் கூட கதைக்குள் ஒற்றை வரியில் சொல்லி விடுகிறார். எளியவர்களைக் கைவிடுவதில் எந்தக் கடவுளும் விதிவிலக்கில்லை என்கிற புரிதலுக்கு நாமும் வந்து சேர்கிறோம்.

அம்பேத்கர் நூற்றாண்டு விழாவிற்குப் பிறகான நாட்களில் தமிழ்மொழியில் தலித் கதையாடல்கள் நிகழ்த்தப்பட்டன. அப்போதைய நாட்களில் விவாதத்திற்குள்ளான அடையாள அரசியல் குறித்த தர்க்கம் கதையாகவும், கலையாகவும் வடிவம் பெற்ற நாட்களில் கந்தர்வன் இங்கு இல்லை. அடையாள அரசியலின் அரசியலையும் கூட கந்தர்வன் கதையாக்கியிருப்பார். காலம் செய்த மிகப் பெரிய தப்பிதங்களில் ஒன்றாக இன்றைக்கும் நம்மை வதைத்துக் கொண்டிருக்கிறது இந்த நிஜம். எப்போதும் கலைஞர்கள் வடிவக் குழப்பங்களில் சிக்குவதில்லை. தத்துவத்தை வரித்துக் கொண்டு அதை நிறைவேற்றிடும் கருவியாக கதைகளைக் கையாள்வதும் இல்லை. நிஜத்தில் கலைஞர்களின்

கதைக்குள் இருந்தே விமர்சகர்கள் இது யதார்த்த கதை, இது மாய யதார்த்தவாதக் கதை என பேதம் பிரித்து பார்க்கிறார்கள். கதைக்காரன் இந்த உளச்சிக்கலுக்குள் மாட்டிக் கொண்டால் கதைகளின் கலைத் தன்மையை எட்ட முடியாது என்பதில் மிகுந்த உறுதியோடு இருந்தார் கந்தர்வன். அதற்கு அவருடைய கதைகளே வாழும் சாட்சிகளாக தமிழ்க் கதைபுலத்தில் நீடித்திருக்கின்றன. தலித் கதையென்றால் கொச்சை வசைகளைப் பேச வேண்டும். இவ்வளவு அசிங்கமானது தான் எங்கள் வாழ்க்கையென்று மற்றவர் அசூசை கொள்ளும் வகையில் காட்சிப்படுத்த வேண்டும் அல்லது தலித்துகள் மீது கழிவிரக்கம் கொண்டு கதைக்க வேண்டும். அய்யோ பாவம் எனும் அழுகுணிச் சித்தாந்தத்தை கதைகளாக்கி சாமிக்கே பொறுக்காது என பேசமறுக்கும் சாமிகளின் மீது சாபமிட வேண்டும். இப்படியான இரண்டு எல்லைகளுக்குள்ளும் சிக்காத சாதிமறுப்புக் கதைகளை அப்போதே எழுதியவர் கந்தர்வன். அவருடைய சாகாவரம் பெற்ற கதைகளான ''சாசனமும்'', ''துண்டும்'' அதற்கான அடையாளங்களாக இன்றுவரையிலும் நீடித்து நிலை பெற்றிருப்பதிலிருக்கிறது.

''சாசனம்'' கதை மகேந்திரனால் திரைப்படமாக்கப்பட்டு இன்று வரையிலும் முடிக்கப்படாமல் இருக்கிறது. காலத்தின் காட்சிச் சித்திரங்களே கதைகளாகின்றன. வெள்ளை சர்க்கார் நிலத்தை விட்டு அகலும் போது அங்கங்கே நில உடைமையாளர்களாக உருமாறிய வர்க்கத்தைப் பற்றிய அபூர்வமான காட்சி சாசனத்தில் பதிவாகியுள்ளது. குறவர் குடியிருப்பையொட்டிருக்கும் அந்த வசீகரமான புளியமரம். புளிய மரத்திற்கு மட்டும் ஏன் இதுவரை எழுதப்பட்ட சாசனம் தனக்கு கிடைக்கவில்லை என பெட்டகங்களில் தேடிக் கொண்டேயிருக்கிறார் நிலச்சுவான்தாரர். புளியை உலுப்புகிற நாளில் தாத்தாவின் சாடையில் தயங்கி நிற்கும் சிறுமிக்கு காலால் சில புளியம் பழங்களை எத்தித் தள்ளுகிறார். எதிர்பாராதது கதையில் நடக்கிறது. ''இனிமேற்பட்டு இந்த மரத்தை நாந்தான் உலுக்குவேன்'' இதிலே எனக்குப் பாத்தியதை உண்டு...'' என்று அந்தச் சிறுமி பேசுகிறாள். இப்படித்தான் தனக்கான உரிமையை எதற்காகவும் விட்டுத் தராத மனித மனநிலைகளை கதையாக்கிட வேண்டும். நிலச்சுவான்தாரர் பார்க்கிறபோதெல்லாம் இடுப்பிலயும், தோள்லயும் மாத்தி, மாத்தித் துண்ட கட்டுறதே பெரிய சோலியாப் போச்சு என உழைத்துக் களைத்த மனிதன் மறுநாள் துண்டே இல்லாமல் போகிறான். அவன் அப்படித்தான் போவான். காலம் பல நுட்பமான படிப்பினைகளை வழங்கவே செய்கிறது. ஆனாலும் அதிகார வர்க்கமும் ஆதிக்கச்சாதி மனோபாவமும் மனதை விட்டு

அகல்வது ஒன்றும் எளிதில்லை. அதனால் தான் பண்ணையார் உழைப்பாளியைப் பார்த்துச் சொல்கிறார். ''துண்டு இல்லாம உனக்கு நல்லாவே இல்லடா'' - என. மனங்களுக்குள் கதைகளை நகர்த்தத் தெரியாதவர்கள் முற்போக்காளர்கள் என்கிற விமர்சனத்தை தலைகுப்புற கவிழ்த்திய கதையிது.

மனிதர்களின் பழக்க வழக்கங்கள் தனித்தது. அதிலும் பறவைகளோடும், விலங்குகளோடும் அவன் உருவாக்கி கொள்ளும் உறவுகள் ஒவ்வொருவருக்கும் ஒவ்வொரு விதமாய் அமைந்து விடுகின்றன. இயற்கையோடு இயைந்து வாழ்கிற மனிதக்கூட்டம் அதன் வசீகரப் பேரழகையும் கண்டு திகைக்கின்றன. அதன் ஒப்பற்ற அழகிற்கு தன்னை ஒப்புக் கொடுக்கின்றன. அப்படியான விஷயங்களைக் கதைகளாக்கிடும் போது எழுத்துக் கலைஞர்களின் மொழியே பேரழகு கொண்டதாக அமைந்து விடுகிறது. கந்தர்வனின் ''பூவுக்கு கீழே'', ''அரண்மனை நாய்'' ''சிம்மாசனம்'' போன்ற கதைகளின் மொழி அதிநுட்பமானது. அருகாமை வீட்டு மனிதர்களோடும், மனுஷிகளோடும் உரையாட முடியாத அளவிற்கு மனம் வெம்பிப்போய் விடுகிற மனிதர்கள் பூனையோடும், நாயோடும் கொஞ்சிக் கிடக்கிறார்கள். ஆனால் பூக்களை நேசித்து அதனை அச்சு, அச்சாக வளர்த்தெடுப்பவர்கள் அபூர்வமானவர்களே. எப்போதோ பார்த்திட்ட, எங்கேயோ பார்த்திட்ட வசீகரமான வண்ணமிகு பூச்செடிகளை தன்னுடைய சொந்த நிலத்திற்கு விருந்தாளியாகக் கூட்டிவரும் மனிதர்களாலும் தான் இந்த உலகம் செழித்திருக்கிறது. நாயைக் குறியீடாக வைத்துக் கொண்டு வர்க்க அரசியலை பேசிட முடியும் என தமிழ்ச்சிறுகதை வாசகனுக்கு முதலில் சொன்னவர் கு.அழகிரிசாமி. கு.அழகிரிசாமியின் ''வெறும்நாய்''க்கதை நுட்பமான அரசியல் கதை. வளர்த்தெடுப்பவன் தானேகலைஞன். வெறும்நாயைகந்தர்வன்அரண்மனைநாயாக்கியிருப்பார். ராஜா போன பிறகு அதனை வளர்க்க முடியாமல் தடுமாறும் பெட்டிக் கடைக்காரனின் பார்வையில் வறுமையின் நுட்பத்தை பேசிய கதையிது. மன்னராட்சி வீழ்ந்த பிறகும் கூட அரண்மனை வாசலும், சிம்மாசனமும் குலைத்து ஓடும் வேட்டை நாய்களும் வரலாற்றின் பக்கங்களில் எச்சங்களாகத் தங்கி விட்டதைக் கண்டறிந்து கதை யாக்கியவர் கந்தர்வன்.

ஐம்பதுகளில் புதிதாக முளைக்கத் தொடங்கிய அரசுப்பணியாளர் என்கிற தனித்த மனிதர்களைப் பற்றிய கந்தர்வனின் கதைகளைக் குறித்து விரிவாகப் பேசவேண்டும். இந்தப் பிரபஞ்சமே தன்னால் மட்டுமே இயங்குவதாக நம்புகிறவர்கள் அவர்கள். ஜி.ஓக்களும் புதிய

சேர்க்கைகளும் மனப்பாடமாகத் தெரிந்த மனிதர்களால் மட்டுமே ஆட்சியதிகாரம் நடத்தப்பட்டுக் கொண்டிருந்தது. அரசு அலுவலகங்களின் துருப்புச்சீட்டு மனிதர்களுக்கு விதவிதமான பெயர்கள் இருக்கிறது. ரிடையர் ஆன பிறகும் கூட கலெக்ட்ருக்கு டிக்டேட் செய்கிற சாதாரண குமாஸ்தாக்களை நானும் பார்த்திருக்கிறேன். கந்தர்வனும் அவர்களைக் கொண்டுவந்து கதைகளுக்குள் சேர்க்கிறார். அன்பான அம்மாக்களால் நிறைந்திருக்கும் கந்தர்வன் கதைத் தொகுதியெங்கும் அப்பாக்கள் பொறுப்பற்ற ஷோக்குப் பேர்வழிகளாக தென்பட்டுக் கொண்டேயிருக்கிறார்கள். இந்த மனிதச்சமூகம் உயிரைப் பிடித்து வைத்திருப்பது தாய்மைச் சூட்டில் தான் என்பதை சொல்லிச் சென்ற ஆதித்தாயானவர் கந்தர்வன். அன்பும், கருணையும் பொங்கிடும் கதை மாந்தர்களை வாசித்துக் கடக்கும் போது நம்முடைய கண்கள் பனிக்கின்றன. அது அவருடைய கதைகளுக்காக மட்டுமல்ல என்பது அவரையறிந்திருந்த யாவருக்கும் தெரிந்திருக்கும்.

அன்பு கலந்து உருகிடும் சொற்களால்
தைத்தெடுக்கப்பட்ட கதைப்பிரதி
"கந்தர்வன்"

உலர்மனிதனின் ஈரச் சொற்கள்

எதிர்ப்படும் யாவற்றையும் புறந்தள்ளிப் போகும் மனிதர்களால் ஆனது இந்த உலகு. வெகுசிலரே கவனிக்கிறார்கள். கவனிக்கிற மனிதனோ, மனுஷியோ உடனடியாக அவற்றைக் குறித்த தன் கருத்தினை முன்வைப்பதில்லை. சிலர்எல்லாவற்றின்மீதும் அசூசைகொள்கிறார்கள். அவர்களுடைய அசூசையினால் உருவாக்கிடும் சொற்கள் மேலெழுந்து வருவதில்லை. மனதிற்குள்ளேயே அவை யாவற்றையும் தேக்கி வைத்திருக்கிறார்கள்.தன்னுடைய புறவெளிகளுக்கு எதிர்வினையாற்றாத மனிதக் கூட்டத்தின் கூட்டு உருவமாகத்தான் சமகாலச் சமூகம் இருக்கிறது. எதிர்வினையாற்றிட மறுத்து கூட்டிற்குள் சுருக்கி வைத்திருந்த சொற்கள் விதவிதமாக ரூபம் கொண்டு வெளிப்படவே செய்யும். வெளிப்பாட்டிற்காக காத்திருந்த சொற்களின் வலிமையைப் புரிந்து கொண்ட கலைஞர்கள் அவற்றைக் கதைகளாக்குகிறார்கள். களத்திலேயே எதிர்கொண்டு செயலாற்றிடும் செயல்பாட்டிற்கானகருவிகள்தன்னுடைய கதைகள் என்கிற அசைக்கவே முடியாத நம்பிக்கை கொண்டவர்எழுத்தாளர் சு.சமுத்திரம். அறச்சீற்றத்துடன் இயங்க வேண்டியவை கதைகள் என்கிற மிகத் தெளிவான பார்வை கொண்டியங்கியவர் அவர்.

"கதையெனில் அவற்றின் உபவிளைவு எதுவென்பதில் அக்கறையிருக்க வேண்டியது அவசியம். கதையினை வாசித்த பிறகான வாசக மனநிலை எனக்கு மிகவும் முக்கியம்." இதுவே சமுத்திரத்தின் இலக்கியப் பார்வை. அவருடைய வாடாமல்லி நாவல் சமூகப் பகிஷ்கரிப்பிற்கு உள்ளாகியிருந்த திருநங்கைகளின் மீது கரிசனத்தைக் கோரியது. இப்படித்தான் அவருடைய எல்லாப் புனைகதைகளும்

புறக்கணிக்கப்பட்டவர்களின் பக்கமே நிற்கிறது. என்னுடைய கதைகள் சார்பானவை. நான் உழைப்பாளிகளைப் பற்றிப் பேசுகிற போது அவர்களின் வாய் வார்த்தைகளில் இருந்தே என்னுடைய கதாமாந்தர்களான அவர்களின் வலியையும், துயரத்தையும் எழுதுகிறேன்''. வறுமையின் கோரப்பிடியில் சிக்குண்டு கிடக்கும் எளிய மனிதர்களின் வாழ்வியல் துயரங்களைக் கதையாக்கிடாமல் வேறு எதைக்கதையாக்கப் போகிறோம் நாம். தன்னுடைய கதைகளின் போக்கினைக் குறித்த தெளிவுடன் இயங்கியவர் எழுத்தாளர். அவருடைய கதைகளின் நிலம் தேரிக்காடு, கடற்கரைக்கிராமம், அதிகாரத்தில் திமிறும் பெருநகரம் என விதவிதமான வண்ணத்தில் வெளிப்படுகிறது. நிலத்தின் தன்மை மாறுகிறதே தவிர அந்த நிலத்தின் மனிதர்கள் வாழ்வை எதிர்கொள்கிற விதம் ஒரே தன்மையில் தான் வெளிப்படுகிறது.

பனைவிடலிகள் சூழ்ந்திருக்கும் கிராமங்களில் நிகழ்கிற வாழ்க்கையை மட்டும் கதையாக்கியிருந்தால் அவருடைய கதைகளை பிரதேச கதைகள் என்கிற சின்ன வட்டத்திற்குள் சுருக்கி மதிப்பிடலாம். அவருடைய கதை மாந்தர்கள் இங்கிருந்து கிளம்பி சென்னைப் பெருநகரத்து வீதிகளில் வாழ்வைத் தேடிக் கொண்டிருப்பவர்கள். அதிலும் குறிப்பாக அலுவலக வாழ்க்கையில் தான் உயர்ந்திட எவற்றையும் தலைகுப்புறக் கவிழ்த்திடும் மனிதர்கள் இப்பவும் அப்படியான மனிதர்கள் இருக்கவே செய்கிறார்கள். அரசு இயந்திர அலுவலகங்களின் அன்றாட நடவடிக்கைகளை உற்றுக் கவனித்திட சந்தர்ப்பம் வாய்க்கப் பெற்றவர் அவர். தான் பார்த்தவற்றிற்குள் பொதிந்திருக்கும் கதையெனும் விசித்திரத்தைக் கண்டறிந்து படைப்பாக்கியிருக்கிறார். அவருடைய ''ஒரு அமாவாசை பௌர்ணமியாகிறது'' எனும் கதையும் ''பண்டாரம் படுத்தும் பாடு'' என்கிற கதையும் தனித்த கதைகள். மிடில் கிளாஸ் வர்க்கத்தின் குயுக்திகளைக் கதையாக்கிடும் போது அவருடைய எழுதுதல் முறையே தனித்துத் தென்படுகிறது. அதிலும் ஒரு அமாவாசை பௌர்ணமி யாகிறது கதைக்குள் வருகிற குமாஸ்தா பெண் பாத்திரம் மிகுந்த விசித்திரத் தன்மையில் வெளிப்படுகிறது.

மனதிற்குள் அதிகாரத்தை தேக்கி வைத்து இயங்கிப் பழகிய மனிதர்கள் குரூரமாகிறார்கள். அவர்களுடைய நோக்கம் ஒற்றைத் தன்மையுடையதாகி விடுகிறது. அதிகாரத்தின் படிகளில் மேலேறிச் செல்வது, அதற்காக எந்தவிதமான தந்திரங்களை நிகழ்த்திடவும் தயங்காதது. ஏற்றிவிட்ட ஏணியே எனினும் தயக்கமில்லாமல் எட்டி உதைப்பது. ஒருவிதத்தில் தீராத போதையென அவர்களைக் கவ்விப் பிடித்து விலகிட மறுக்கும் வனவிலங்கினைப் போலாகி விடுகிறது அதிகாரம். தன்னுடைய சக ஊழியர்களில் கீழ்நிலை உணர்வுகளை

காலைச் சுற்றிய அதிகார விலங்கு ஏற்படுத்துவதையும், சுற்றிய விலங்கு தனக்கு வசதியாகவும், கௌரவமாகவும் இருப்பதாக நம்பிய பிறகு அதிகார மிருகங்கள் ஆடுகிற குரூர ஆட்டத்தை சு.சமுத்திரத்தைப் போல வேறு எவரும் கதையாக்கியதில்லை என்று தான் சொல்ல வேண்டும். அதிகார விஷம் ஆளைக் கொல்லும் சுயவிஷம் என்பதை அவர்கள் தங்களுடைய பணிக்கால நாட்களில் உணர்வதேயில்லை. அதிகாரிகளின் ஓய்விற்குப் பிறகான நாட்களில் அவர்களுக்கு வணக்கம் சொல்லுதற்குக் கூட ஆளின்றித் தடுமாறிக் கிடக்கிற அவர்களுடைய தனித்த மனநிலையைக் குறித்தும் சு.சமுத்திரம் தன்னுடைய கதைகளில் சொல்லுகிறார்.

அவருடைய பல கதைகள் பாப்புலர் சினிமாவிற்குரிய சாகசங்களைக் கொண்டதாகவும், பெரும் திருப்பங்களைக் கொண்டதாகவும் அமைந்து விடுகிறது. சினிமாச் சூழலை பகடி செய்தும் கூட அவர் கதை எழுதியிருக்கிறார். வர்த்தகச் சினிமாவிற்குத் தேவையாக இருக்கிறதென நம்பப்படுகிற ஸ்டார் வேல்யூவைக் கூட தலைகுப்புறக் கவிழ்த்தி கதையாக்குகிறார். தான் நடித்த நாடகத்தில் கதாநாயகி வேடம் அவளுக்கு. இயக்குநரும் நாடகத்தின் இயக்குநர்தான். ஆனாலும் சினிமா என்று வருகிற போது பெண்ணின் இடம் எதுவென எவர் தீர்மானிக்கிறார்கள். கதாநாயகி எனில் அவளுடைய திறமையைக் கடந்து புறத்தோற்றத்தை மட்டுமே கணக்கில் கொள்ளுகிற மனநிலையைக் கட்டமைத்தது யார்? எவரின் கல்லாப்பெட்டி நிறைய பெண்களை அரை நிர்வாணப்படுத்துகிறார்கள் என்கிற தர்க்கத்தை வாசகனுக்குள் கடத்துகிறது கதை. தன்னை மறுத்த இண்டஸ்ட்ரியை விட்டு வெளியேறிக் கொண்டிருக்கும் சமகாலப் பெண் நடிகைகளின் மனநிலையை கதையாக்கிடக் கூடாதா? என்ன?

எந்தக் கதையெனிலும், கதைக்குள் இயக்கம் பெறுகிற பெண்களின் மனநிலையை நுட்பமாகபடம் பிடிப்பதில் மகா சமர்த்தர் சு.சமுத்திரம். அது சிட்டுக்குருவி கதைக்குள் வேலைக்காரப் பெண்ணான ''ஜக்கம்மா'' வருகிற போது மட்டுமல்ல. எழுத்தாளரின் பல கதைகளைச் சொல்கிறவர்களாக பெண்களே இருக்கிறார்கள். கிராமங்களில் ஊர்ப்பெரியவர்களாக வடிவெடுக்கும் நாட்டாமைக்காரர்கள் வேடதாரிகளாகவே இருக்கிறார்கள். அவர்களுடைய பெண்பித்திற்கு நிலம் கடந்த பொதுத் தன்மை இருக்கவே செய்கிறது. ஊர் முழுக்க ஒழுக்கசீலன் எனும் பெயரைத் தக்க வைத்துக் கொண்டிருக்கும் பெரிய மனிதன் எப்படி நிஜத்தில் இருக்கிறான் என்பதை பெண்ணின் பார்வையில் சொல்கிற போது தான் ஒரு நம்பகத் தன்மையே ஏற்படுகிறது. உடல் வேட்கையை வெற்றி கொள்ள முடியாமல் தடுமாறிய பெண்ணை எப்படிக் கையாள்கிறது, ஆணாதிக்கம் தோய்ந்த அதிகார மனம் என்பதை நுட்பமாக

கட்டுடைத்திருக்கிறார். கதையில் சிட்டுக்குருவியவள் கணவனை விட்டுப் பிரிந்த இளம் குருவியைக் குதறிய வெறிநாய். தன்னோடு நிறுத்திட மனம் ஒப்பாது சிநேகித நாய்களையும் அழைத்து வருகிறது. குறியீடாகக் கதையின் காட்சிகளை வாசகனுக்குள் பரவச் செய்யும் சு.சமுத்திரத்தின்கதை மொழியும்பாங்கினைகட்டாயம்சொல்ல வேண்டும்.

நாமறிந்த கதைகளை அப்படியே ஏற்றுக் கொள்ளுகிறவர்கள் இயல்பானவர்கள். எழுத்தாளன் நிஜத்தில் வேறு விதமாக யோசிக்கிறவன். புல்லை ஆயுதமாக்கிப் பார்த்திடும் வித்தை கைவரப் பெற்றவன் படைப்பாளி. தான் அறிந்த எல்லாவற்றின் மீதும் வேறு ஒரு பார்வையை ஏற்படுத்துகிறான். அது கண்ணுக்கு எதிராக நிகழ்கிற சாதாரண சம்பவத்திற்கு மட்டுமல்ல. வரலாறு எனப் படிந்திருக்கிற தகவல்களில் கூட இப்படித்தான். குதிரைகள் ஓடிவருகிற போது பறக்கிற புழுதியில் கதையின் சூட்சுமம் மறைந்திருப்பதை எழுத்தாளன் மட்டுமே அறிந்து கொள்கிறான். ''தோழி செய்த புரட்சி'' என்கிற கதைக்குள் வருகிறவர்கள் நாமறிந்த மனுஷிகள் அல்ல. சங்ககாலச் சித்திரங்கள். சங்க இலக்கியம் தமிழர்களின் பெரும் சொத்து என்பது நிஜம் தான். அதன் போதாமை களையோ அல்லது அதன் மீதான விமர்சனத்தையோ முன் வைப்பதும் கூட எழுத்தாளர்களின் கடமைதான் என்று நினைக்கிறவர் சு.சமுத்திரம். ''கற்பு என்றால் அதை இருபாலருக்கும் பொதுவில் வைப்போம்'' என்கிற வரிகளைஇன்னும்கூர்மையாககட்டுடைத்தவள் இந்தக்கதையில் வருகிற தோழி. தோழி பேசுகிறாள் தலைவியிடம். இது சங்க காலத்தைய தோழி தான். ஆனால் புரட்சி செய்த தோழி சு.சமுத்திரத்தால் மட்டுமே கண்டெடுக்கப்பட்டவள்.அதனால்தான்அவளால்இப்படிப்பேசமுடிகிறது. ''வார்த்தைகளை மிதமிஞ்சி விடாதே. தோழிக்கு ஒன்று தலைவிக்கு ஒன்றெனஇருவேறுகற்புநிலைகளைஅறியாமலேபாடும்புலவர்களையும் மக்கட் தொகுதியையும் வெறுக்கும் நான்...'' என்று இவளால் மட்டுமே உரைத்திட முடிகிறது.

அச்சின் வருகைக்குப் பிறகு வடிவெடுத்த சிறுகதையெனும் இலக்கிய வகைமை. சிறுகதை எழுத்தாளர்கள் தங்களுடைய படைப்பின் கச்சாப்பொருளாகக் கொண்டது மனித உறவுகளைத் தான். மனிதர்கள் தங்களுடைய சக மனிதர்களுடன் எவ்வாறு உறவு கொள்கிறார்கள். உறவு என்பது குறித்த மிகச்சரியான அணுகுமுறை என்ன? எல்லா மனிதர் களையும் இயக்குவது எது? பணம் என்கிற வஸ்துவும், அந்தஸ்து என்கிற சபர்தஸ்துவும் தான் சகமனிதர்களுக்கு இடையேயான உறவுகளைத் தீர்மானிக்கிறது. சு.சமுத்திரத்தின் முப்பதிற்கும் மேற்பட்ட கதைகள் குடும்ப உறவுகளைக் குறித்த கதையாகவே வடிவம் பெற்றிருக்கிறது.

இந்திய மாதிரிகளில் மிகவும் விதந்தோதப்படுகிற குடும்பம் என்கிற அமைப்பு எப்படி கட்டப்பட்டிருக்கிறது. குடும்ப உறுப்பினர்களுக்கு இடையேயான மனத்தாங்கல்கள் ஏற்படுகிற போது அவற்றை எதிர்கொள்ள மனிதர்கள் மேற்கொள்கிற தந்திரங்களே சு.சமுத்திரத்தின் கதை ஊற்று. தான் விரும்பி நேசிக்கிற மனிதனோ, மனுஷியோ தனக்கு துரோகம் இழைக்கிற போது அவன் நொறுங்கிப் போகவே செய்வான். துரோகங்கள் நிகழ்த்திய குரூர நிமிடங்களைக் காட்சிப்படுத்துகிற போது சு.சமுத்திரத்தின் சொற்கள் காத்திரமாக வெளிப்படுகின்றன.

தமிழ்ச்சிறுகதைகளின் பகுதிகளில் மனப்பிறழ்வுக்குள்ளானவர்கள் குறித்துப் பேசப்பட்ட கதைகளைத் தொகுத்துப் பார்க்க வேண்டும். இப்படியான சிந்தனைகளையும் கூட சு.சமுத்திரம் கதைகள் வாசகனுக்குள் ஏற்படுத்துகின்றன. மனம் பிறழ்வுக்குள்ளான மனிதர்களின் அதீத செயல்பாட்டையும், சமூகத்தின் இயல்போடு பொருந்திப் போக முடியாத அவர்களின் மனநிலையையும் பலரும் கதைகளாக்கியிருக்கிறார்கள் சு.சமுத்திரம் மனப் பிறழ்வின் புள்ளியைக் கண்டறிந்து சொல்கிறார். அவர்களுக்கான வைத்தியமே ஒரு மனோதத்தவ நிபுணரின் மொழியில் வெளிப்படுகிறது. ''ஒரு குறிப்பிட்ட சந்தர்ப்பத்தில்...'' என கதைக்கு தலைப்பிட்டிருக்கிறார். தன்னுடைய சிக்கலை மிகவும் பெரிதாக நினைத்து தடுமாறும் மனிதர்களால் ஆனதே இந்த உலகம். நிஜத்தில் தங்களுக்குள் தங்களைச் சுருக்கிக் கொள்பவர்களை உரத்த குரலில் அழைக்கிறார். பாருங்கள் உங்களைச் சுற்றி இப்படியெல்லாம் நடந்து கொண்டிருக்கிறது. பசியைத் துரத்திட எந்த எல்லைக்குப் போவதெனத் தெரியாது தடுமாறிடும் கூட்டம். உறவுகளை நம்பி நடுரோட்டிற்கு வந்து விட்ட மனிதர்கள். அதிகாரத்தை ருசித்து மனவெறி ஏறிக்கிடக்கும் மனிதர்கள் என சுற்றுப்புறத்தின் மீது டார்ச்லைட் அடித்துக் காட்டுகிறார். ஏதோ பெரிய சிக்கலுக்குள் மாட்டிக் கொண்டிருக்கும் மனிதக் கூட்டத்திடம் எல்லாம் சரியாகி விடும் என்று உரத்த குரலில் சொல்லிக் கொண்டேயிருக்கிறார் சு.சமுத்திரம் தன்னுடைய வெவ்வேறு கதைகளில்.

ஓங்கி உரைத்து முழங்கிய கதை சொல்லி -
சு.சமுத்திரம்

அலைவுறும் மனத்தின் சொற்கள்

நிலம் உறங்கிடும் இரவினில் விழித்திருக்கிற நிலவினைப் போன்ற மனிதர்களே கதைக்களைப் படைக்கிறார்கள். நிலவின் மெல்லிய ஒளி படர்கிற போது மனிதமுகம் பெறுகிற குளிர்ச்சியை எழுத முடிந்தால் போதும். மனிதர்களையும், அவர்களின் புறத்தோற்றங்களையும் எல்லோரும் தான் பார்க்கிறோம். ஆனாலும் பார்த்த யாவற்றையும் எழுதிட முடியுமா? கண் பார்வை எல்லைக்குள் நகர்கிற சின்னச் சின்ன புழுக்களும், பூச்சிகளும் கூட நமக்கான கதைகளோடு தான் நகர்ந்து கொண்டிருக்கின்றன. எல்லாவற்றையும் கதைகளாக்கிட முடியும் என்பதை எழுபதுகளில் துவங்கி இன்று வரையிலும் சொல்லிக் கொண்டிருப்பவர் அசோகமித்திரன். கதைகளால் கட்டமைக்கப்பட்டது நாம் வாழும் பூமி என்கிற புரிதலுக்கு வாசகனை நகர்த்துகிற கதைத் தொகுதியே அசோகமித்திரன். ''தண்ணீர்'' நாவலின் மூலமாக புதிய உரையாடல் முறைகளை தமிழ் மொழியில் பரீட்சித்துப் பார்த்தவர் அசோகமித்திரன். அதன்பிறகும், அதற்கு முன்பாகவும் இந்த புதிய எழுதுதல் முறையினை தமிழ்ப் படைப்பாளிகள் கைக் கொள்ளத் துவங்கினர்.

கதைகள் உலவிடும் பூமிப்பந்தில் படைப்பாளிகளின் கண்பார்வை குடிசைக்குள் புகுந்து வெளியேறுகிறது. அங்கே பசித்தலைகிற பூனைகளின் ''மியாவ்'' எனும் சப்தம் கூட எங்கிருந்தோ ஒலித்திடும் சப்தமாகியிருக்கிறபோது இவன் மனம் கனத்துப் போகிறான். சாம்பல் படிந்த அடுப்பங்கரையின் குறுமணல் குளிர்ந்து போயிருக்கிறது. குளிர்ச்சி அழகியலோடு அணுகப்பட்ட நாட்களில் அதனை கொதிக்கும் பசியோடு பொருத்திப் பார்த்தவன் தமிழ்ப் படைப்பாளி.

நகரத்துக் கடைகளில் அமர்ந்திருக்கும் மனிதனின் முன்பாக நடந்து போகும் மனிதர்கள் சாலையோரங்களில் கதைகளைத் தான் விதைத்து நடக்கிறார்கள். ரோட்டோரங்களில் கதைகள் நடந்து போவதைக் கண்டுபிடித்து அதனைக் கதையாக்கியவன் அசோகமித்திரன். அவருடைய கதையுலக மனிதர்கள் நடுத்தர வர்க்க மனிதர்கள் தான். நடுத்தர வர்க்கத்து மனிதர்களின், மனுஷிகளின் துயரங்களையோ, துள்ளல்களையோ எழுதுவது எளிதில்லை. ஆனாலும் நீங்கள் மெனக்கெடாதீர்கள். கவனியுங்கள். கவனிக்கிற போது கண்முன்னே தோன்றுகிற காட்சிகள் மட்டுமல்ல கதை. நம்முடைய காட்சி எல்லைக்கு உட்பட்டிருக்கச் சாத்தியமற்ற வாழ்வின் பகுதிகளும் கூட பார்வையாளன் மனதினில் திறந்து கொள்ளும். அதன் மீது ஏறிநின்று அழித்து எழுதி சிதைத்து விடுகிறவர்களுக்கு நடுவில் தூரமாக விலகி நின்று கதையின் மனிதர்களை அவரவர் போக்கினில் உலவவிட்டு பார்த்துக் கொள்ளுங்கள் என இனிய வாசகரே இனியாவும் உன்பாடு கதாபாத்திரங்களின் பாடு என குறுஞ்சிரிப்புடன் நகர்ந்து போகிற படைப்பாளி அசோகமித்திரன்.

உயிரிகள் யாவும் தன்னையொத்தவர்களுடன் கூடிவாழும் இயல்பூக்கம் கொண்டவையே. இது மற்ற எல்லாவற்றையும் விட மனிதர்களுக்கே அதிகமாக பொருந்திப் போகிறது. பொருந்திப் போவதற்குச் சமமாக விலகியும் நிற்கிறது. அதிலும் கூட கூடி வாழ்வது குறித்த குழப்பமும், அச்சமும் சூழ வாழ்ந்து கொண்டிருப்பவர்கள் நடுத்தர வர்க்கத்து மனிதர்கள். அசோகமித்திரன் நடுத்தரவர்க்கத்தினரின் மனதின் குரலையே கண்டுணர்கிறார். அவர்களின் மனக்கிலேசங்களும், மன அவஸ்தைகளுமே கதைகளாகியிருக்கின்றன. இருநூறுக்கும் அதிகமான சிறுகதைகள், பத்து நாவல்கள், இரண்டு மிகப்பெரிய கட்டுரைத் தொகுப்புகள் என யாவற்றிலும் உறைந்திருக்கும் மனது நடுவில் நிற்பவர்களின் மனதுதான். நடுவில் நிற்கும் மனிதர்களைக் குறித்து அச்சு அசலான கதைகளை எழுதிடும் அசோகமித்திரனின் மொழி எளிமையும், சிக்கனமும் கொண்டது. நேரடி வாசிப்பில் எந்தச் சலனத்தையும் ஏற்படுத்திடச் சாத்தியமற்றிருக்கும் பல கதைகள் நம்மை மறுபடியும் கவனமாக என்னை வாசியுங்களேன் என நம்மைக் கோருகின்றன.

மனிதர்களால் மட்டும் தான் கூடி வாழ்ந்திட முடியும். அப்படியான கூடிவாழும் மனதை நகர்ப்புறத்து மனிதர்கள் தொலைத்து வெகு நாட்களாகி விட்டது. அதிலும் அடுக்குமாடிக் குடியிருப்புகளின் வருகை நிலத்தில் உறுதியாகிவிட்ட பிறகு மனிதமனம் கான்கிரீட் சுவர்களைப் போல் தடித்து விட்டதோ எனும் வாதை எல்லோரையும் சூழ்ந்து கொண்டுதான் இருக்கிறது. வேட்டைச் சமூகத்தில் பற்றியிருந்த

உறவுகள் வளர்ச்சியில் கைநழுவிப் போனது நிஜம்தான். கைநழுவிப் போனது கூட சிக்கலில்லை. முரண்பட்டு மோதித் தெறித்து ஒற்றை நிலத்திற்குள் ஓராயிரம் தீவுகளாக பிளவுண்டு கிடக்கின்றதே எதனால் என தடுமாறுகிறான் கலைஞன். அவன் ''சங்கமம்'' எனும் கதையை எழுதுகிறான். சங்கமம் ஆகின்றன சாக்கடைகள் ஆனால் கூடிக்களித்திருக்க வேண்டியவர்கள் விலகி வெகு தூரம் போய் கொண்டேயிருக்கிறார்கள். ஒன்றாகத் தான் இருக்கிறார்கள். மனம் மட்டும் ஒத்திசைவு கொள்ள முடியாது பிசகிக் கிடக்கிறது என்பதையே அசோகமித்திரனின் பல கதைகள் வாசகனுக்குள் கடத்துகின்றன. மனநிலைகளை எளிய சொற்கள் அடங்கிய வாக்கிய சேர்க்கையின் மூலம் அசாத்தியமாக எழுதியவர் அசோகமித்திரன். ''சங்கமம் கதையில் வருகிற உரையாடல்கள் அவரின் மேதமையை உணர்த்துகின்றன. தன் வீட்டுக்குள் மேல்வீட்டுச் சாக்கடை நீர் கசிகிறது. என குற்றம் சாட்டப் போகிறான் நடுவீட்டுக்காரன். மேல் வீட்டுக் கிழவர் இது என்னுடைய தவறில்லை, பில்டரின் தவறு அதற்கு நான் பொறுப்பாக முடியாது. இப்படித்தான் குப்பைகளை, சிந்தனை ஆதிக்கத்தை வன்முறையை தனக்கு கீழே இருப்பவர்களின் மீது பிரயோகித்துப் பார்த்து ஒருவிதமான குரூர மகிழ்ச்சிக்கு உள்ளாவது மேல்தட்டு மனித குணம். அதனால் தான் நடந்திருப்பது தவறே என்று தெரிந்த போதும் அதற்கான பொறுப்பைத் தட்டிக் கழிக்கிறார். கதையின் உச்சமே வேறு ஒரு இடம் தான். மாடி சென்று குற்றம் சுமத்தி கீழிறங்கி வருகிற நடுவீட்டுக்காரனை தரைத்தளத்து வீட்டுப் பையன் அழைக்கிறான் என்ன சார் அநியாயம் உங்கவீட்டு சாக்கடைக் குழாய் கசிவு எங்கள் வீட்டு முத்தத்திற்குள்ள முட்டுது என்கிறார். நடுவீட்டுக்காரன் ஏதாவது சொல்லி சமாளிக்கப் போகிறான் என வாசகர்கள் நினைக்கிறார்கள் அப்போது அவன் சிரிக்கிறான். அவன் மீண்டும் சிரித்தான் என்று கதையை முடிக்கிறார். நடுத்தர வர்க்கத்து மனிதன் பிறரின் துன்பத்திற்காக இரக்கம் கொள்கிறவன் அல்ல. அதற்கு மாறாக, இந்த சிக்கல் தனக்கு மட்டுமானது அல்ல என தன்னையொத்தவனுக்காக வருந்துவதற்குப் பதிலாக கெக்கொலி கொட்டிச் சிரிக்கிற இந்த மனிதனையே நடுத்தர வர்க்கத்தின் குறியீடு என்று நாம் உணர வேண்டியது.

உணர்ச்சித் ததும்பல்கள், அதிர்ச்சி முடிவுகள் கண்ணீரைத் துடைத்தபடி அடுத்த வரிகளை கடந்திட முடியாத மன நெருக்கடி ஆகியன போன்ற மொழி விளையாட்டுக்களை நடத்தியே தீர வேண்டும் என்கிற எந்த பகீரத முயற்சிகளிலும் இறங்காதவர் அசோகமித்திரன். அவருடைய கதைக்குள் காட்சிப்படுவது எளிய சம்பவங்கள், எளிய முடிவுகள் மட்டும் தான். வாழ்க்கையின் அன்றாட பாடுகளை உற்றுக் கவனித்து அப்படி அப்படியே எழுதிச் செல்வது. இதுதான்

அசோகமித்திரனின் எழுதுதல் பணி. அதனால் வாழ்க்கைக்குள் இறங்கி நின்று அதன் துயரங்களைப் பகிர்கிற உணர்ச்சிமிகு மொழி அசோகமித்திரனுக்கு சேரவே இல்லை. எழுத்தாளனால் விலகி நின்று கவனிக்க முடியும். கவனித்தவற்றைக் காட்சிப்படுத்த முடியும். பிறகு கதை எழுத்தாளனின் கைநழுவி வாசகனின் வசமாகிவிடும். அதற்கு பிறகான இலக்கியச் செயல்பாடு வாசகனுக்கும், கதைக்குமானதே தவிர இங்கு எழுத்தாளனுக்கு யாதொரு வேலையுமில்லை. அவன் அடுத்த அடுத்த கதைகளைத் தேடிப் போய்க் கொண்டேயிருக்கிறான். இப்படியான வாசக மனநிலையை ''எலி'' ''போட்டோ'' என்கிற இரண்டு அசோகமித்திரனின் மிக முக்கியமான கதைகளைப் படிக்கிற எவராலும் அடைய முடியும். எழுபதுகளில் எழுதப்பட்ட இவ்விரண்டு கதைகளும் சமகாலத்திற்கும் பொருந்திப் போகக் கூடியதாக இருக்கிறது. திருமண வீடுகளின் நினைவின் எச்சமாக நீண்ட பெருநாட்களுக்கு நம்மோடு ஒட்டிக் கொண்டேயிருப்பவை அதனுடைய நிழற்பட தொகுப்புகள் தான். இன்றைக்கு மனித தன்மையெல்லாம் கூடிய பிறகும் கூட அசையாத அந்த வண்ண நிழற்படங்களின் மீதான மோகம் சற்றும் குறைந்திருக்கவில்லை. எல்லாம் கைகூடி வந்த பிறகும் கூட ஏனோ உயிரற்ற அசையா பொம்மைகளைப் போல போட்டோவிற்கு போஸ் தருகிற மனிதர்களைக் கண்டு எரிச்சலுற்ற மனதின் கதையே போட்டோ. ஒரு கதையை வாசிக்கிற போது அந்தக் கதையில் வாசகன் பொருந்திப் போவது அசோகமித்திரனின் எல்லாக் கதைகளுக்கும் நடக்கிறது. அவருடைய ''எலி'' கதை எலிக்கு பொறி வைக்க இரவெல்லாம் நகரத்தை சுற்றித் தேடியலைந்து வடை வாங்கி வருகிற குடும்பத்தலைவனின் மனநிலைக்குள் இறங்கி வெகுதூரம் பயணிக்கிறது. தப்பித்து ஓடிக் கொண்டேயிருக்கும் உயிரிகள் வாழ்வில் தனக்கு வைக்கப்பட்டிருக்கும் பொறிகளை ஒரு நாளும் புரிய முயற்சிப்பதில்லை. ''எலி'' கதையில் வைக்கப்பட்ட பொறியான வடை காற்றில் ஆடியபடியிருக்க அதனை உற்றுநோக்கியபடி விழுந்து கிடக்கும் எலியின் துக்கிக்கும் கண்களை அசோகமித்திரன் காட்டியிருக்கும் விதமே இது ஒன்றும் எலியைக் குறித்த கதையல்ல என்பதைப் புரிந்து கொள்ள போதுமானதாக இருக்கிறது.

ஏற்கனவே சொல்லப்பட்ட மனிதர்களையும், சொல்லப்பட்ட கதைகளையும் வேறு ஒரு மொழியில் வேறு ஒரு அர்த்தத்தில் சொல்ல வேண்டிய தேவையிருப்பதை காலத்தின் கணக்காகப் புரிந்து கொண்டவர்கள் கலைஞன்கள். அதனால்தான் சொல்லப்பட்டு உருவேறியிருக்கும் கதைகளை மறுஉருவாக்கம் செய்கிறார்கள். இதற்காக அசோகமித்திரன் தேர்ந்தெடுத்துக் கொள்வது கர்ண பரம்பரைக் கதைகளைத் தான். அசோகமித்திரன் உரையாடிய கர்ண

பரம்பரைக் கதைகள் யாவும் கூட மத்தியதர வர்க்கத்து குடும்பங்களுக்கு இடையில் உரையாடிக் கிடந்தவை தான். இவர் அந்தக் கதைகளை அப்படியே நவீன மொழியில் எழுதுகிறார். அதன் மீது எவ்விதமான கேள்வி களையும் அவர் முன் வைக்கவில்லை. ஆனபோதிலும் கூட வாசகனுக்குள் பல கேள்விகளை முளைக்கச் செய்து விடுகின்றன அசோகமித்திரனின் கதை மொழிதல் முறைகள். ''அவரவர் தலையெழுத்து'' ''பழங்கணக்கு'' ''முக்தி'' என்கிற இந்த மூன்று கர்ணபரம்பரைக் கதைகளில் ஏதாவது ஒரு கதையினை அவருடைய கதைகளின் தொகுப்புகளில் கட்டாயம் பார்க்க முடிகிறது. வாசகனுக்கும் அந்தக் கதைகள் யாவும் முக்கியமானவைதான்.

கர்ணபரம்பரைக் கதைகளைக் கட்டுடைக்கும் போது அதன் போக்கிலேயே நின்று அறம்பாடிட தனித்த புலமை நிச்சயம் தேவை தான். எழுதின எழுத்தை எவரால் மாற்றிட முடியும் என இறுமாந்திருக்கும் பிரம்மாவையே போட்டிக்கு அழைக்கிறான் முனிவன் ஒருத்தன். பிரம்மாவின் தலையெழுத்தை உறுதிபடுத்திட மாறுவேடங்களில் உலவித்திரிவதுமான மொழி விளையாட்டு மிகுந்த ரசனைக் குரியத்தாகத்தான் வெளிப்படுகிறது. மரணத்தை முன் உணர்ந்து கொண்டால் மனித வாழ்க்கைஎன்ன மாதிரியான அகச்சிக்கலுக்குள் மாட்டிக்கொள்ளும் என்பதை எல்லோரும் தான் எழுதியிருக்கிறார்கள். இதனையும் கூட தான் அறிந்து வைத்திருக்கும் கர்ணபரம்பரைக் கதைகளின் மூலமாகவே விவாதித்து பார்க்கிறார் அசோகமித்திரன்.

தமிழ் வாழ்க்கையிலிருந்து எவராலும் பாப்புலர் சினிமாவைப் பிரித்திட முடியுமா? விருப்பம் பலருக்கு இல்லாத போதிலும் தமிழ் வாழ்க்கையின் வெகுஜன கலாச்சார அடையாளங்களாக அறுபது எழுபதுவருடங்களாகசினிமாக்களேநீடித்திருக்கின்றன.அசோகமித்திரனுக்கு சினிமாக் கதைகள் என்று தலைப்பிட்டு தனித்த தொகுப்பினை உருவாக்கிடலாம். அவ்வளவு கதைகளுக்கும் மூலவித்தினை பாப்புலர் சினிமாக்களின் சூழல்கள் அவருக்குத் தந்துள்ள ''ராஜாவுக்கு ஆபத்து'' ''புலிக் கலைஞன்'' ''பங்கஜமல்லி'' ''மீரா -தான்சேன் சந்திப்பு'' போன்ற கதைகள் நவீன தமிழ் இலக்கியத்திற்கு என மிகத் தனித்த அடையாளத்தை உருவாக்கிய கதைகள் என்பது நிஜம் தான்.

கதைகளைசினிமாப்பின்புலத்தில்சொல்கிறபோதுசொல்வதற்கென தேர்வு செய்யப்பட்ட மனிதர்கள் யாவரும் புறக்கணிக்கப் பட்டவர்களாகவே இருக்கிறார்கள். கதை இலாக்கா அலுவலகத்தில் ஒற்றை வரியாவது வசனம் உச்சரிக்கும் கதாபாத்திரத்திற்காக ஏங்கித் தவித்திடும் மனிதர்கள் வந்து போய்க் கொண்டேயிருக்கிறார்கள். அதிலும் வானத்திற்கும், பூமிக்கும் எகிறிக் குதிக்கும் ''டைகர்பைட்

காதர்'' தமிழ் வாழ்க்கையிலேயே மிகவும் தனித்தவன். காலம் புறமொதுக்கிய பாரம்பர்யக் குணாம்சம் கொண்ட கலைஞர்களின் குறியீடு "டைகர்பைட்காதர்" அவனுக்காக கதாநாயகன் புலிவேஷம் போட வேண்டும் என்று நம்பிக்கதையை மாற்றுகிற போது அவனுடைய இருப்பு என்னவாகிறது. தேடப்பட்டுக் கொண்டேயிருந்தும் அந்தக் கலைஞன் காலத்தின் வெளிகளில் தொலைந்து போய்விட்டான் என்பதுதான் துயரமாக வாசக மனதினில் தேங்கித் தழும்புகிறது. "மீரா-தான்சேன் சந்திப்பு'' எனும் கதை அசோகமித்திரனின் முத்திரைக் கதை.

வரலாற்று விவரங்களும், தரவுகளும் உண்மைகளையே அடிப்படையாக கொண்டிருக்க வேண்டும் என நாம் நம்புகிறோம். புனைவுகள் அப்படியில்லை. நாம் அறிந்த இந்த உண்மை நாம் விரும்புகிற உண்மையாக இருந்திருக்கக் கூடாதா? என்றே நம்முடைய மனம் ஏங்குகிறது? இந்த ஏக்கத்தையும் ஆசைகளையும் புனைவுகள் நேர்செய்கின்றன. அதிலும் மீரா-தான்சேன் சந்திப்பு அறியப்பட்ட கதைகளில் இல்லாத இடங்களை நோக்கி நகர்ந்து மேலேறுகிறது.

மீராவை கண்ணனோடும், அவன் மீதான கசிந்துருகும் இசைப்பாடலோடு மட்டும் அறிந்திருக்கும் மனதிற்கு எட்ட முடியாத இடத்தை நோக்கி நகர்கிறது கதை. அக்பர் தான்சேன் வருகையும், ராஜபுத்திரராணியினை நீ எப்படி ஒரு முகலாயனிடமிருந்து ரத்தின மாலை வாங்கிக் கொண்டாய்? என்று வரும் குரலும் தனித்தது. இப்படித் தான் அசோகமித்திரன் புனைவிற்கும், நிஜத்திற்கும் இடையே ஓடிடும் மெல்லிய கோடுகளை கதைகள் எங்கும் படரச் செய்கிறார். விலகி நின்று வாழ்க்கையைக் கவனித்துக் காட்சிப்படுத்திடும் ஒரு நுண்ணிய புகைப்படக்கலைஞன் அசோகமித்திரன். அவருடைய போட்டோக்களின் உருவங்கள் அசைந்து நகரும் ஆற்றல் மிக்கவை. நாமும் கூட எளிதாக அவர்களைப் பின் தொடரவும் செய்யலாம்.

அவரவர் மொழியில் அவரவர்க்கான
கதைகளைச் சொன்ன
அசோகமித்திரன்

பசி போர்த்திய நிலத்தின் கதை

கொதித்து அடங்கிடாத சுடுமணலில் ஓரம்கரும்பிய வெள்ளரிக்காய் விழுந்து கிடக்கிறது. திரிபுரம் கதைக்குள் கு.அழகிரிசாமி நட்டி வைத்த காய் அது. அதன் துயரம் பொதிந்த விதைகளை வீசியே அந்த நிலத்தின் கதைகள் முளைத்திருக்கின்றன. நிலத்தின் தன்மைக்கென வடிவெடுக்கிறது மனிதர்களின் குணம். எங்கள் கதைப்பாட்டன் கு.அழகிரிசாமியின் கைவிரலில் இருந்து நழுவித் தெறித்த வார்த்தைகளாலே கரிசலின் கதைகள் எழுதப்பட்டுக் கொண்டிருக்கின்றன. வெப்பமும், சோகமும் பொங்கிப் பெருகிடும் நிலத்திற்குள் கனிந்திருக்கும் வாழ்வினைதன் கதைகளாகக் கொண்ட கரிசலின் கதை சொல்லிகளில் மிகவும் தனித்தவர் தனுஷ்கோடி ராமசாமி. அவரைப் போலவே தான் அவருடைய கதைகளும் பேரன்பும், மிகு உணர்ச்சியும் மிக்கவர்கள். அவருடைய கதை உலகம் கரிசலின் கடைக்கோடி நிலமான சாத்தூரைச் சுற்றியிருக்கும் நிலவெளிகளில் தான் மிதக்கிறது. அன்பு ததும்பிடும் மனிதர்அவர். அவருடைய கதை வெளிகளும், அன்பினால் வடிவமைக்கப்பட்டவை தான். எழுபதுகளில் எழுதத் துவங்கிய தனுஷ்கோடி ராமசாமியின் 59 கதைகள் வாசிக்கக் கிடைக்கின்றன. கரிசல் எழுத்தாளர்களில் பலருடைய கதை கூறல் முறையிலும் இருந்து தனித்து வெளிப்படும் கதைகளை எழுதியவர் அவர். எவருடைய கதைகளாயினும் தன்னிலிருந்தே துவங்குகின்றன. தன்னைத் தான் எழுதுகிறார்கள் எழுதுகிறார்கள் எழுதிக் கொண்டேயிருக்கிறார்கள். தன்னோடும், தன் வாழ்வோடும் இரண்டறக் கலந்து கிடக்கும் மனிதர்களைக் கதையாக்கித் தருகிற போது வாழ்வில் அறம் குலைந்து கிடப்பதையும், நேர் செய்திட முடியாத துயரத்தையும் கண்டு கண்ணீர் உகுக்கிற எழுத்தாளன்

அவனுக்கு விதிக்கப்பட்ட வழியில் கடைத்தேறுகிறான். வாழ்க்கைத் தருகிற அச்சமெனும் துயர் நீங்கிட கதைகளை எழுதுவதைத் தவிர அவனுக்கு வேறு எந்த மார்க்கமும் இல்லை. எனவே யாவற்றையும் கதைகளாக்குகிறான். ஒருவிதமான விடுபடல் தான் கதைகளின் பணி என்பதைக் கச்சிதமாக புரிந்து கொண்ட பிறகு எழுதி எழுதி எல்லா வற்றையும் தன்னுடைய சமூகத்தில் பொதுவாக்குகிற போது நிகழும் மாற்றங்களே எழுத்தாளனை தீவிரமாக இயங்கிட ஆர்வமூட்டுகிறது.

பசித்துக் கிடக்கும் ஊர் அது. அன்றாடங் காய்ச்சிகளின் வயிற்றை நிறைக்கும் சூட்சுமம் தெரியாத ஊரும் கூட. ஆனாலும் பசியைத் துரத்திட வழிவகை கண்டறிகிறார்கள் மனிதர்கள், தனுஷ்கோடியின் மொத்தக் கதைகளுக்குள்ளும் பசி வெயிலைப் போல உரத்து ஓடிக் கொண்டேயிருக்கிறது. எத்தனை துயரமானது சொந்தக் குழந்தைகளின் ஒரு வேளைப் பசியை ஆற்றிட தாய்படும் துயரம். வயது கூடுகிற போது புத்தி புரிந்து கொள்ளத் துவங்குகிறது. மூன்று வயதுக் குழந்தை ஆத்தா பசிக்கி... ஆத்தா பசிக்கி... என்று அனத்துவதைப் போல ஏழு வயது குழந்தை அனத்துவது இல்லை. பிறகு என்ன செய்ய முடியும். அனத்தி எடுத்தாலும் கஞ்சி ஊத்திட வக்கில்லாதவள் தாய் என்பதை இந்தப் பிஞ்சு வயதிலேயே வாழ்க்கை கற்றுத்தருகிறது குழந்தைகளுக்கு. அவன் முக்காடு போட்டு பசியின் உச்சத்தில் அழுகிறான். வறண்ட கண்களில் இருந்து கொட்டுவதற்கு கண்ணீர் கூட இல்லை அவனுக்கு. முக்காடை நீக்கிப் பார்த்த தாயின் பரிதவிப்பை வார்த்தைகளால் கோர்த்து எழுதிட முடியுமா? வாழ்க்கை முன் வைத்திட்ட இப்படியான சவால்களை தன்னுடைய கண்ணீர்த் துளிகளையே சொற்களாக்கித் தருகிறார் தனுஷ்கோடி. குழந்தைகள் முதிர்கிறார்கள். வாழ்நாள் முழுக்க நடுத்தர வர்க்க குழந்தைகள் அடையவே முடியாத அனுபவத்தை பசி அவர்களுக்கு கற்றுத் தருகிறது.

எது தர்மம், எது திருட்டு, எது அநீதி என்பவையெல்லாம் மிக மிகச் சார்பானது என்கிற நுட்பமான புரிதலை ஏற்படுத்துகிறவை தனுஷ்கோடியின் கதைகள். "பாரத விலாஸ்" "ஆத்தாள்" என்கிற இரண்டு கதைகளுக்குள்ளும் திருட்டு நடை பெறுகிறது. தன்னுடைய குழந்தைகளின் தீராப் பசியைத் துரத்திட தாய்கள் திருடுகிறார்கள். ஆத்தாள் பறித்தெடுத்த சுரைக்காய் மண்ணில் அடித்து வீழ்த்தப்படுகிற போதும், பாரதவிலாஸின் வீடுகளுக்கு போய் எடுப்புக் கக்கூஸைச் சுத்தம் செய்யும் காந்திமதி என்கிற கருப்பி முருங்கைக்காயைத் திருடி மாட்டுகிற போதும் வாசகமனம் அவர்களுக்காக பரிவு கொள்கிறது. ஆத்தாளுக்காக பரிந்து பேச ஜனம் இல்லாமல் போனதைப் போல ஆகிவிடக் கூடாதே

காந்திமதிக்கும் என்று வாசகமனம் பதைபதைக்கிறது. வெயிலில் காய்ந்து இற்று விழப்போகிற இந்த காய்களுக்காக நடுத்தர வர்க்கத்தினர் உதிர்க்கும் சொற்களை தனுஷ்கோடி அவர்களுடைய மனங்களில் இருந்து தோண்டியெடுத்து படர விடுகிறார். பாரதவிலாஸின் மிரட்டி யெடுக்கும் ஓட்டலம்மா நிச்சயமாக தனுஷ்கோடி தான். தன்னுடைய கதைகளில் துயரப்பட்டு நிற்பவர்களுக்காக எவரும் பேசாமல் இருக்கிற போது தனுஷ்கோடி துடித்து வெளிப்படுகிறார். அவர்களுக்காக உரத்த குரலில் பேசுகிறார். இப்போது இவர்களுக்காக நான் பேசாமல் வேறு யார் பேசப் போகிறார்கள் என்கிற அவருடைய உறுதியையும் கூட நம்மால் உணர முடிகிறது.

தனுஷ்கோடி கதைகளில் வருகிற குழந்தைகளைப் பற்றி மட்டும் தனிதொரு கட்டுரை எழுத வேண்டும். அன்பின் ஒளியாய் வாழ்ந்திருக்கிறார்கள். "கந்தகக் கிடங்கினிலே" கதையில் வருகிற பாலகிட்ணன் "வெளிச்சம்" கதை முருகன் "மாயிருளு" கதையின் மாயிருளு. இந்த மூன்று சிறுவர்களும் தமிழ்க்கதைஉலகின் அசாத்தியமான கதாபாத்திரங்கள். இவர்களை தனுஷ்கோடியின் கதைவெளிகளைத் தவிர வேறு எங்கிலும் சந்தித்திட சாத்தியமேயில்லை. குழந்தைகள் விளையாடுவார்கள். சேக்காளிகளோடு சேர்ந்து காடுமேடெல்லாம் சுற்றித்திரிவார்கள். பெத்தவர்களிடம் அத, இதக் கேட்டு நொச்செடுப்பார்கள். தங்களுடைய பிள்ளைகளின் எளிய ஆசைகளைக் கூட சரிசெய்ய முடியலையே என பெற்றவர்களை சங்கடப்பட வைப்பார்கள். இப்படி மட்டும் தான் குழந்தைகள் காட்சிக்குள்ளாக்கப்பட்டிருக்கிறார்கள் தமிழ்ச் சிறுகதைகளில். தனுஷ்கோடி அவர்களுடைய மனங்களுக்குள் உறைந்திருக்கும் அன்பெனும் மாயத்தைக் கண்டுபிடிக்கிறார். எப்படியான மகத்துவம் மிக்கவர்கள் குழந்தைகள் என்பதை சொல்ல வேண்டியிருக்கிறது இந்த உலகிற்கு என்பதை மிகச்சரியாக புரிந்து கொண்டவர் அவர். அதனால் தான் அவருடைய மாயிருளுவும், முருகனும், பாலகிட்ணனும், தன்னையும் மறக்கிறார்கள். தன் பசியையும் மறக்கிறார்கள். வெளிச்சமற்ற காட்டு வெளிகளில் ஓடிப்போய் மண்ணெண்ணெய் வாங்கப் போன முருகனுக்கு ஐந்து பைசா தருகிறாள் அவனுடைய அம்மா அணுகுண்டு மிட்டாய் வாங்க. அவன் அவனுக்கு மட்டும் அதை வாங்கிட விரும்ப வில்லை. மூன்று ஆரஞ்சு மிட்டாய் வாங்குகிறான். தனக்கும், அம்மாவுக்கும், தம்பிக்குமாக. ரூபாய் நோட்டு கிழிந்ததால் கடைக் காரரால் மரப்பெட்டியில் வீசப்பட்ட அந்த ஆரஞ்சுமிட்டாய் தான் திரிபுரம் கதையின் வெள்ளரி விதை என்பதை எவராலும் உணர முடியும்.

காலத்தைத் தான் கதைகளாக சுருட்டி எடுத்து பின் விரிக்கின்றனர். மானாவாரி விவசாயம் பார்த்து ஆட்டமும், பாட்டுமாக கிடந்த நிலத்தில் முளைத்த தீப்பெட்டி ஆபீஸ் உருவாக்கிய துயரத்தை தனுஷ்கோடியின் பலகதைகளில்காணமுடிகிறது. மெல்லப்படித்து முதல்தலைமுறையினராக அரசு உத்தியோகத்திற்குள் நுழைந்திட்ட பிறகு கரிசல் காற்றைக் குடித்து வளர்ந்த திரேகத்தினர் எப்படி உருமாறிப் போனார்கள் என்பதையும் கூட நுட்பமாக அவருடையபல கதைகளில் காண முடிகிறது. எப்படியிருந்த மனிதர்கள் தெரியுமா? இவர்கள். இவர்களா இப்படி துரோகம் செய்கிறார்கள். அன்பின் விளைநிலத்தில் துரோகச் செடிகளும் முளைக்கவே செய்கின்றன என்பதை அறிகிற போது படைப்பாளி பதைபதைப்பதை நாமும் கூட உணரவே செய்கிறோம். அப்போது நமக்கு பாலகிருட்ணனும், மாயிருளுவும் வந்து ஆறுதல் அளிக்கிறார்கள். பசித்துக் கிடக்கத்தான் செய்கிறது வயிறு. பசித்தலையும் மனதிற்கு முன் நீராகாரம் முன்வந்தாலே தடுமாறித்தான் போவார்கள். ஆனாலும் மாயிருளு சாப்பிடவில்லை தனக்கென தரப்பட்ட சோற்றை. தாயும் கூட பதைபதைக்கிறாள். எப்படி தங்கம் நீ பசி தாங்குவ கொஞ்சமாவது சாப்பிட்டுட்டு பள்ளிக்கூடம் போய்யா... என்கிறாள். ஏழுவயது கூட நிரம்பியிருக்காது அவன் சொல்கிறான் ''ஏத்தே நீ ராத்திரியும் சாப்பிடலே...''இப்பவும் சாப்பிடாட்டா தம்பிக்கு பாலிருக்காதில்லத்தே...'' என்று கூறிவிட்டு போய் விடுகிறாள். நாம் தான் கண்ணீர் மல்கிட தடுமாறிக் கிடக்கிறோம். எட்டு வயதை எட்டும் முன்பே கந்தகவெயிலிலும், கருமருந்து நாத்தத்திலும் வாடிக் கிடக்கும் குழந்தைகளின் துயரத்தை எழுதாத கரிசலின் கதைக்காரர்களே இல்லையெனச் சொல்லலாம். ஆனாலும் தனுஷ்கோடி கண்டுபிடித்து தந்திருக்கும் ''பாலகிருஷ்ணனும்'' ''ராமுத்தாயியும்'' வேறு மாதிரியான குழந்தைகள். தன்னுடைய தம்பியின் காய்ச்சலை சரியாக்கிட தீப்பெட்டி ஆபீஸ் முதலாளியிடம் எப்படியாவது அட்வான்ஸ் வாங்கியாக வேண்டும். தன்னை அடித்ததற்காக கொஞ்சமும் வருந்தவில்லை. தாய் பதை பதைக்கிறாள். வா எதுக்கு அடிச்சீங்கன்னு கேட்போம் என்கிறாள் தாய். அப்போது பாலகிருட்ணின் சொற்களில் இருக்கும் உறுதி அவனை பெரிய மனிதனாக்கி விடுகிறது. பேசாம இரும்மா தம்பிக்கு வைத்தியம் பார்க்கணும், அட்வான்ஸ் வாங்கணும் என்கிறான்.

தமிழ்ச்சிறுகதையின் ஆகச்சிறந்த கதைகளை இனிஎவர் தொகுத்தாலும்தனுஷ்கோடி ராமசாமியின் ''சேதாரம்'' ''தரகன்படும்பாடு'' ஆகிய கதைகளை எவராலும் விட்டு விட முடியாது. அதிலும் சேதாரம் கதையின் ''சீதை'', ''ராமலட்சுமி'' இருவரும் காவியத்தன்மையில்

அமைந்துவிட்ட மனுஷிகள். குழந்தையாக இருந்த நாட்களில் துள்ளித் திரிந்து விளையாடிக் களித்த சகோதரிகள். வறுமைக்கு வாழ்க்கைப் பட்ட மனிதர்களால் எப்படி மீடேற முடியும். எல்லாம் தான் நடக்கிறது. பள்ளிக்கூடத்தில் புத்திசாலிப் பெண்ணாக இருந்த சீதையை தீப்பெட்டி ஆபீஸ் கந்தக வெளிகளில் தள்ளியது வாழ்க்கை. எவளுக்குமே தெரியாத எல்லா கேள்விகளுக்கும் பதில் சொன்ன அக்கா சீதையை ராமலட்சுமிக்கு தன் உயிரை விட மேலாகப் பிடித்து விடுகிறது.

தன்னுடைய அக்கா எது செய்தாலும் தவறில்லை என்பதில் உறுதியாக இருக்கிறாள். விருப்பமானவனோடு இடம்பெயர்ந்து அவள் வாழத் துவங்கிய போது அப்பாவும், அம்மாவும் பிள்ளை செத்துப் போனாள்னு தலைமுழுகிய போதும் கூட இவள் உறுதியாக இருக்கிறாள். அக்கா செய்தது தவறில்லை. பசித்துக் கிடந்த போதும் ஊருக்கென தனித்திருக்கும் ரோஷத்தை இவர்கள் ஒரு போதும் விட்டுத் தருவதே யில்லை. அட்வான்ஸ் பணத்தில் பாதியை கருவுற்ற அக்காவிற்கு தந்து விட்டு ஊர் திரும்புகிற ராமலட்சுமி தன் ஊரில் பிணமாகி விடுகிறாள் அவள் உரக்கச் சொல்வது ''அக்கா எப்பவுமே தப்பு செய்வது இல்ல...'' என்பதைத் தான்.

அறம், விழுமியம், என்கிற அதீதச் சொற்களை எளிய வாழ்க்கையில் இயல்பாக கடைப்பிடிப்பவர்கள் கரிசல் மனிதர்கள். அப்படியான மனிதர்களால் தான் இந்தப் பூவுலகம் மேன்மையுறுகிறது. அப்படியான மனிதனே ''தரகன் படும்பாடு'' கதையில் வருகிற ''கொண்டுசாமி'' எனும் இளைஞன். வசதியும், அழகென ஊர்நம்புகிற வெள்ளைத் தோலும் அழகும் கொண்ட பெண்ணைப் பார்க்கத்தான் அழைத்துப் போகிறான் தரகன். நல்ல நேரத்தில் பார்க்க வேண்டும் என்பதற்காக சில மணி நேரம் தள்ளிப் போகிறது பெண் பார்க்கும் படலம். நடுவில் எதற்கு வெட்டியா நேரம் கழிக்க வேண்டுமென நினைத்த தரகன் மற்றொரு வீட்டிற்கு கொண்டு சாமியை அழைத்துப் போகிறான். அந்த வீட்டுப் பெண் கருப்பு நிறம் மட்டுமல்ல, அவள் தருகிற காப்பியும் கூட கருப்புக் காப்பி தான். எல்லாம் முடிந்து வசதியான வீட்டுப் பெண்ணை பார்க்க தரகன் அழைக்கிற போது கொண்டுசாமி சொல்கிறான். ''நானும் அந்தப் பெண்ணைத்தான் முதலில் பார்த்தேன், அந்தப் பொண்ணும் என்னையத்தான் முதல்ல பார்த்தாள். பேசாம அந்த பொண்ணையே கட்டி வைச்சிடுங்க'' எனச் சொல்கிறான். அறம், விழுமியம் குறித்த யாதொரு பிரக்ஞையும் அரும்பியிராத மனிதர்கள் அவர்கள். அவர்களைப் பொறுத்தவரை வாழ்க்கை சிக்கலானதில்லை, மிக மிக எளிதானது.

தமிழில் கதை எழுதியதற்காகக் கண்டனத்திற்கு உள்ளான முதல் படைப்பாளி தனுஷ்கோடி ராமசாமி. அவருடைய "நாரணம்மா" கதையைப் படித்த "நர்ஸ்" கள் தங்களை எழுத்தாளர் இழிவுபடுத்தியதாக பொங்கியெழுந்து போராட்டம் எல்லாம் நடத்தியிருக்கிறார்கள். நாங்கள் என்ன பணம் தின்னிக் கழுகுகளா என நர்ஸ்கள் கேட்ட கேள்விக்கு தனுஷ்கோடி தன்னுடைய கதையையே பதிலாகத் தந்திருப்பார் என்பதில் யாதொரு சந்தேகமுமில்லை. அரசு நிர்வாகத்தில் அவருடைய கதைகளின் காலத்தில் முளைவிடத் துவங்கிய "லஞ்சம்" என்கிற விஷச்செடி வெறும் காற்றிலேயே வளர்ந்து படரும் வேலிக்காத்தான் செடிகளாக நிறைந்து கிடப்பதை நாமும் கூட இன்று வரை அனுமதித்துக் கொண்டு தான் இருக்கிறோம். அவருடைய "கஸ்பா" கதை வெளிவந்த நாட்களில் வருவாய்த் துறை ஊழியர்கள் பொங்கி எழுந்தனர். ஆனாலும் கூட தனுஷ்கோடி தன்னுடைய கதைகளையே பதிலாகத் தந்தார். அவருடைய கதையான "கஸ்பா" வை திராவிட இயக்கத்தினர் வேறு ஒரு கோணத்தில் தான் எதிர்கொண்டிருப்பார்கள். பெண் மனம் குறித்தும், பெண்களுடைய உணர்வுகள் குறித்தும் தனுஷ்கோடி எழுதியிருக்கும் கதைகளைத் தனித்துப் பேச வேண்டும். "நல்லதோர் வீணை செய்தே…" கதையில் அந்தப் பெண் கேட்கும் கேள்வியில் உள்ள நியாயத்தை எவரும் புறக்கணித்திட முடியாது. சிறையிலிருந்து தான் வெளியே வரும் வரை நீ உனக்கு விருப்பமான ஆணோடு வாழலாம் எனச் சொல்கிற துணிச்சலான மனிதர்களை தனுஷ்கோடியின் கதைகளில் மட்டுமே நாம் காண முடியும். வலியும், பசியும் பிடுங்கித் திங்கும் வாழ்க்கையைத் தான் வாழ்கிறார்கள். அவர்களை இயக்குவது கட்டற்ற வாழ்க்கையும், பேரன்பும்தான் என்பதையே தனுஷ்கோடி தன்னுடைய எல்லாக் கதைகளிலும் சொல்கிறார்.

பசி போர்த்திய நிலத்து மனிதர்களின் துயரைப் பாடிய தனுஷ்கோடி ராமசாமி.

கரிசக்காட்டு உழவுக்கட்டிகள்

சுள்ளென வெறித்து வீழ்கிற வெயில் உருக்குகிறது நிலத்தை. உருகி உருமாறி கருநிறமாக பூத்துக் கிடக்கிறது நிலம். எப்போதாவது பெய்யென பெய்யும் மழையும் மொத்த வாழ்க்கையையும் சுருட்டி எடுத்து ஆற்றோடு கொண்டு போய்ச் சேர்க்கிறது. நிலத்தில் கிடந்து, நிலத்தை மேடுறுத்தி, உழுது கொத்திச் சீராக்கி அதற்குள்ளே தன் வாழ்க்கையைத் தேடிக் கொண்டிருந்த சம்சாரியை காலம் தொலைத்துக் கொண்டிருக்கிறது. விடிவதற்கு முன் நிலம் தேடிச் சென்று மகிழ்ந்திருந்த ஊர் செய்வதறியாது திகைத்து நிற்கிறது. கொதித்து அடங்க மறுத்துச் செய்வதறியாது திகைத்து நிற்கிறது. கொதித்து அடங்க மறுத்துச் சீறும் வெயிலைக் குடித்து மட்டும் வாழ்தல் சாத்தியமில்லை தான். வெறிச்சியில் விலகி வெகுதூரம் சென்று கும்மிருட்டு நிலத்தில் மீது கவிழ்ந்த பிறகே திரும்புகிறது ஊர். அருகாமை நகரத்து வீதிகளில் தடுமாறி நிற்கும் விவசாயக் குடிகள் எதை எதையோ தொழிலென கைக் கொள்கின்றனர். யாவும் முடிந்து விட்டதோ என்கிற வெறுமையை மனதினில் தேக்கியபடி வாழ்வின் பொழுதுகளை தொழில் செய்து கடத்திக் கொண்டிருக்கின்றனர். வெயிலும், மழையுமா இந்த வாழ்வைச் சிதைத்திருக்கிறது? இயற்கையை துன்புறுத்தி இம்சித்து நிர்மூலமாக்கிய அரசியலை எப்படி எடுத்துரைக்காமலிருப்பது? சொந்த நிலத்தைத் துறந்து காடோ, பரதேசமோ என விவசாயப் பெருங்குடியைத் துரத்திய வர்த்தகச் சூதாடிகளின் தந்திரத்தைகண்டுரைப்பதுகலைஞனின்கடமையில்லையா? இப்படியான கேள்விகளைஎதிர்கொண்டுகதையாடுபவர்கள்வெகுசிலரே. அப்படியான வெகுசிலரில் முதன்மையானவர் மேலாண்மை பொன்னுச்சாமி. கரிசலின் ஆன்மாவைச் சொற்களாக்கி அவர் எழுதிச் சேர்த்திருக்கும்

கதைகள் இருநூறுக்கும் மேலே, சிறுகதை என்றாலும், நாவல் என்றாலும் அவருடைய படைப்புலகம் கொதித்துக் கிடக்கும் கரிசல் நிலத்து வெக்கை மனிதர்களின் வாழ்வு தான். எழுபதுகளில் எழுதத்துவங்கி இன்று வரையில் தீவிரமாக எழுத்தியக்கத்தில் இயங்கிக் கொண்டிருக்கும் மேலாண்மையின் கதையுலகினில் ரத்தமும், சதையுமாக மனிதர்களே வலம் வருகிறார்கள்.

வீடு என்பது விவசாயியைப் பொறுத்தவரை வப்புசெப்பு சாமான்கள் அடைந்து கிடக்கும் இடம் தான். கதவுகளற்றிருந்தன கிராமத்து வீடுகள். வானத்தைப் பார்த்து மகிழ்ந்து நிலத்தில் விழுந்து வணங்கி உழுது செழித்திருந்தது அவனுடைய வாழ்க்கை. மனதிற்குள்ளான மாற்றங்களை கண்டறிதல் எழுதில்லை தான். நிலத்தின் மாற்றங்கள் கண்கூடு, பாலும், மோருமாக செழித்திருந்த ஊருக்குள் சொசைட்டி பால்வண்டி வந்து சேர்கிறது. வளர்ச்சி தான் வருகை தவிர்க்க முடியாதது தான். கண்ணுக்குத் தெரிய தொலைந்து போயிருக்கும் மனித குணாம்சங்களை கலைஞன் தான் கண்டு சொல்வான். வளர்ச்சியின் பேரால் மனிதம் தொலைந்திட்ட துவக்கப் புள்ளியிது. தாய்ப்பாலற்ற குழந்தைக்கு கொடையெனத் தரப்பட்ட உயிர்த்திரவம் வெள்ளைக் கேண்களில் அடைக்கப்பட்டு வெளியேறிக் கொண்டிருக்கிறது. பணம் கிடைத்து பழக்கமான பிறகு கன்றுக்குட்டியின் வயிற்றுப் பாலும் தான் களவாடப்படுகிறது. எல்லாவற்றையும் தீர்மானிக்கிற அதீதவஸ்தான பணம் யாவற்றையும் கலைத்துப் போடுகிறது. கூலி வேலை பார்க்கப் போன இடத்தில் வழிவழியாக வந்து சேர்ந்த சோளத்தட்டைகள் இடம் மாறிவிட்ட பிறகு கூரை மேய்ந்திட கிடுகிற்கும் கூட காசு தேவையாகிறது. பாலை பணம் கொடுத்தா வாங்குகிறார்கள் பட்டினத்தில் என்று ஆச்சர்யமாகக் கேட்டிருந்த ஊர் தான் இது. ஒரு சில வருடங்களுக்கு முன். இந்த மாற்றங்கள் தவிர்க்க முடியாதது தான். ஆனாலும் கூட இலக்கிய மனம் கொண்டவையாகி விட்டன கிராமத்துச் சுவர்கள். இப்படித்தான் மேலாண்மை தன்னுடைய கதைகளை மாற்றங்கள் நிகழ்ந்து கொண்டிருக்கும் கிராமத்துச் சுவடுகளில் இருந்து எடுத்தாள்கிறார்.

நிலத்தை கையகப்படுத்துவதற்கான தந்திரத்தை சூட்சுமமாகி நிறைவேற்றுகிற மனிதர்களுக்கும், உயிரைப் பிடித்து வைத்திட மட்டுமல்ல, தன்னுடைய தனித்த அடையாளமாக இருக்கிற பூர்வீக நிலத்தை விட்டுத்தர மறுத்து துடித்தெழும் விவசாயப் பெருங்குடிக்கும் இடையேயான தர்க்கங்களும், விவாதங்களும் தான் மேலாண்மையின் கதைகளாக வடிவம் கொள்கின்றனர். எதையும் பேசித் தீர்த்துக் கொள்ளும் பழக்கம் கொண்ட ஊருக்கு போலீஸ் ஸ்டேசன் வந்தால் என்ன ஆகும். நிலத்திற்கு உரிய பணத்தை விட கூடுதலாக கோர்ட்டுக்கும்

கேஸிற்கும் செலவழித்து தீர வேண்டிய நிர்பந்தத்தை காலம் கொண்டு வந்து சேர்த்திருக்கிறது. உயிரைப் பணயம் வைத்தாவது நிலத்தை மீட்டிட முயல்பவன் தான் சம்சாரி. காலம் நிகழ்த்தியிருக்கிற பெருந்துயர் அவனேதன்னுடைய விவசாய நிலத்தை பிளாட்டாக்கிக் கொண்டிருப்பது தான். தொலைதூரத்தில் கரும்புள்ளியென பிளாட்களுக்கு வெள்ளை பெயிண்ட் அடித்துக் கொண்டிருக்கும் எளிய விவசாயியின் குரூரசித்தம் உலகமயம் விதைத்த சூது. கிணறு தோண்டி முறை வைத்து நீர்பாய்ச்சத் துவங்கிய பிறகு வன்மம் கூடத் துவங்கி விட்டதையும் சொந்த ரத்தங்களே கூட வெட்டுப்பலி, குத்துப்பலியாகிக் கிடப்பதையும் கண் கொண்டு பார்க்கச்சகித்திடாதஎளிய விவசாயியின் குரலே மேலாண்மையின் சொற்களாக காட்சிக்குள்ளாகின்றன அவருடைய கதைகளெங்கும்...

மழையும், வெயிலும் மாறி மாறி திகைத்து நின்று மல்லுக்கட்டுகிறது மனிதர்களோடு. ஒரு நொண்டி மேகம் இடிந்து விழுந்தால் போதும். பஞ்சமெல்லாம் தொலைந்து போகும். எதிர்பார்த்துக் காத்துக் கிடப்பதே வாழ்க்கையாகி விட்டது விவசாயிகளுக்கு. கம்பிரஷர் மோட்டார் கொண்டு வந்து ஊருக்கே பொதுவாய் இருந்த நிலத்தடி நீரை உறிஞ்சி கொடுக்கிறார்கள் பண முதலைகள். மனிதர்களைப் பிழைத்திட முடியாத சூதுவளையத்திற்குள் தள்ளி விடுகிறது மழை. எதையாவது வளைத்துப்போட்டே தீர்வது என்றுதுடித்துக்கொண்டிருக்கும் மனிதர்கள் வெறி கொண்டு அலைகிறார்கள். எரியிற வீட்டில் பிடுங்குவது லாபம்என்கிறலாபவெறியில்கிராமத்தையேதனதாக்கிக்கொண்டிருக்கிறார்கள். காலம் நிகழ்த்திய மாற்றங்களின் விளைவு தான் ரேசன் கடை. நிலத்தை கொத்தி தன்னுடைய சுயாபிமானத்தை இழந்திடாமல் வாழ்ந்திருந்த சம்சாரிக்கூட்டத்தை ரேசன் கடை வாசலில் அரிசிக்காக கையேந்த வைத்திருக்கிறதே காலம். இந்த அவலத்தையெல்லாம் கண்டுச் சகித்திட மறுக்கும் மனதே ''சுயம்'' கதையாக வெளிப்படுகிறது. ரேசன் அரிசி வாங்கிட துட்டிற்காக அலைந்து தடுமாறி கைம்மாத்து, கால்மாத்துக் கேட்டு அலைகிற தாய் கோபம் உச்சிக்குஏற பிள்ளையைக் கூட அடித்து நொறுக்குகிறாள். இப்படித்தான் இயலாமையின் உச்சம் எளிய மனிதர்களை நிலை குலையச் செய்கிறது. இப்படியான நுட்பங்களை யெல்லாம் கதையாக்குதலில் தேர்ந்தவர் மேலாண்மை.

எல்லா எழுத்துக் கலைஞர்களும் எழுதிக் கண்டடைகிற மிக முக்கியமான இடம் ஒன்றிருக்கிறது. அது எல்லோருக்கும் எல்லாக் கதைகளிலும் கைகூடுவதில்லை. தமிழ்ச் சிறுகதைகளின் தரத்தை மேம்படுத்திடும் மிக நுட்பமான கதைகளென மேலாண்மையின் ''உள்மனிதன்'' ''மானுடப்பிரவாகம்'' ஜீவிதத்தின் உள்வட்டம்''

''கண்ணாமூச்சி'' போன்ற கதைகளைச் சொல்ல வேண்டும். புறத்தே நிகழும் சம்பவங்களின் தொகுப்பையே முற்போக்காளர்கள் கதைகள் என்று நம்பிக் கொண்டிருக்கிறார்கள். அவற்றையே கதைகளாக்குகிறார்கள் என்கிறகடுமையானவிமர்சனத்தைஎதிர்கொண்டுதான்படைப்புலகத்திற்குள் இயங்க வேண்டியிருக்கிறது. அதிலும் ''உள்மனிதன்'' கதை புறஉலகின் துடிப்பு தான் கதை வரிகளில் புறஉலகைத் தான் கடந்து செல்கிறது. நிஜத்தில் கதை எழுதப்பட்ட சொற்களால் மட்டும் நகரவில்லை. மாறாக எழுதப்படாத கதையின் சொற்களால் வாசகமனம் நிரம்புகிறது. இப்படியான அபூர்வமான வாசிப்பு அனுபவத்தை கதை வாசகனுக்கு ஏற்படுத்தித் தருகிறது. மனிதர்கள் தனக்குத் தான் வாழ்கிறார்கள். தனக்காகத்தான் இயங்குகிறார்கள். பொதுவெளியில் துயரம் மேலேறுகிற போது அவர்களுக்குள் உறைந்து இறுகிப் போயிருக்கும் மனிதாயக் குணங்கள் மேலேறுகின்றன. பஸ்ஸிற்காக காத்திருக்கும் போது அடித்து மல்லுக்கட்டி மேலேறியவர்களா இவர்கள். சொந்த ரத்தத்திற்கு ஏற்பட்ட பாதரவிற்கு கைகொடுப்பதைப் போல இவர்களை இயக்கிய மந்திர சக்தி எது. வேறெதுவுமில்லை, மனிதர்களின் கல்யாண குணங்கள் உரிய நேரத்தில் வெளிப்பட்டே தீரும் என்பதைத்தான் கதை சொல்லிகள் காலம் தோறும் சொல்லிக் கொண்டேயிருக்கிறார்கள். தனிப்பட்ட வாசகன் என்கிற வகையில் மேலாண்மையின் கதைகளைக் குறித்து பேச நினைக்கிற போதெல்லாம் எனக்குள் உருண்டு வரும் சொற்றொடர் ''பகையைப்பத்திரப்படுத்தக்கூடாதப்பா'' என்பது தான். ஒரு சொற்றொடர் ஒரு கோடி அர்த்தங்களை ஏற்படுத்திடப் போதுமானதாக இருக்கிறது.

கதைகளுக்கு விளைவுகள் இருந்தே தீர வேண்டும் என்கிற பொதுவான கட்டாயம் எதுவுமில்லை. ஆனாலும் கூட ''மானுடப் பிரவாகம்'' கதையை வாசிக்கிற போது ஏற்படுகிற மனஉணர்வு கதைகளுக்கு வினையுண்டு என மறுபடியும், மறுபடியும் சொல்லிக் கொண்டேயிருக்கிறது. பகையைப் பத்திரப்படுத்தக் கூடாது என்பதன் யதார்த்தமான அர்த்தம் புரிந்திருந்தால் இத்தனை கொலைப் பழிகளை இந்தப் பூமி சந்தித்திருக்காது.

தன்னிலிருந்தே துவங்குகின்றன கதைகள் என்பது நிஜம் தான். தன்னையும், தன்னைச் சுற்றி நிகழ்பனவற்றின் மீதான தன்னுடைய அபிப்ராயத்தையுமே கதைகளெனத் தருகிறார்கள். ''மறுமுகம்'' கதைக்குள் வருகிற ஒருமுகம் மேலாண்மை தான் என்பதை மிக வெளிப்படையாகவே கதைக்குள் வைக்கிறார். அதிலும் கூட்டம், சொற்பொழிவு என்று பயணித்துக் கொண்டேயிருக்கும் மனிதனுக்கு குடும்பத்திற்குள் என்ன மரியாதை இருக்கிறது என்பதை எழுத்தியக்கம்

தவறவிட்டிருக்கிறது. அதனை 'மறுமுகம் '' கசியும் நியாயம் என்கிற கதைகளில் கண்டடைந்திருக்கிறார் மேலாண்மை ஒவ்வொரு மனிதனும் தன்னுடைய வாழ்க்கையை அமைத்துக்கொள்கிறான். அனுபவந்தான் வாழ்க்கையின் உயிர்ப்புகளை உருவாக்கித் தருகிறது. குடும்பம் எனும் கூட்டிற்கும், பொது வாழ்க்கைக்கு தன்னை ஒப்புக் கொடுத்துவிட்ட மனிதனுக்கும் இடையே மூள்கிற பகை வெளிப்படையானதில்லை. புகை மூட்டத்தை போல மனதின் மேற்புறத்தில் பரவித்தான் கிடக்கிறது. குடும்பத்து உறுப்பினர்களிடம் தன்பக்க நியாயத்தை எடுத்துரைக்க முடியாதுதடுமாறிக்கிடக்கும் தொழிற்சங்கத்தலைவர்கள். அமைப்புகளில் பணியாற்றும் மனிதர்கள் என பலரின் முகமும் கூட கசியும், நியாயத்தின் பக்கத்திலும் சரி, மறுமுகம் கதைப்பகுதியிலும் கூட கடந்து செல்கிறது. இரண்டு கதைகளிலும் யதார்த்த நிலையை எளிதாக எதிர்கொள்கிறவர் களாகவே பெண்கள் இருக்கிறார்கள். காலையில் புருஷனோடு மல்லுக்கட்டியவள் தான். ''கூட்டம், பேச்சுன்னு திரிஞ்சா போதுமா அவுகளா நாளைக்கு குடும்பத்தோட சுகதுக்கத்திலே வந்து நிக்கப் போறாக'' என குதித்தவள்தான். அவளா இப்படி என்று இவனே திகைத்துப் போகிறான். தன்னுடைய புருஷனை இளக்காரமாக பேசிடும் தன்னுடைய அப்பாவிடம் மல்லுக்கட்டும் மனைவியைப் பார்த்து பூரித்துப் போகிறான். பிறகென்ன உற்சாக பயணம் தான். நான் நினைத்துக் கொண்டேன். வசவு என்றாலும், பாசத்தில் பொங்குவது என்றாலும் அதை நான் தான் செய்வேன் என்கிற வைராக்கியத்தின் வெளிப்பாடு தான் அது. எல்லா வற்றையும் கடந்து நமக்குள் இவ்விருகதைகளும் தனிமைத்துயரை வீட்டுப் பெண்களுக்கு பொறுப்பற்று தந்துவிட்டு எந்தவிதக் குற்ற உணர்ச்சிக்கும் ஆளாகாமல் அலைந்து கொண்டிருக்கிறார்களே இதை எப்படி சரிசெய்யப் போகிறார்கள் எனும் கேள்வி எழுவதை தடுத்திடவே முடியவில்லை.

கிராமத்து வாழ்க்கையை பெருமிதப்படுத்திப் பார்ப்பது, முன்பு எல்லாம் எப்படி இருந்தது தெரியுமா இந்த ஊர் என்று? சுயதம்பட்டம் அடிப்பது என நகரும் கதைகள் தமிழில் பக்கம், பக்கமாக எழுதிக் குவிக்கப்பட்டிருக்கின்றன. கிராமத்து வாழ்க்கை பூரணத்துவமானதா, சிக்கல்களே இல்லையா? அப்படியென்றால் இந்திய சமூகத்தைப் பீடித்திருக்கும் சாதியவன்மத்தின் குறியீட்டு அடையாளம் குக்கிராமங்களில் இல்லையா. குடியிருப்புகளில் துவங்கி, தெரு, சுடுகாடு, கோவில், திருவிழா, தேர் என எந்த ஒரு வாழ்வியல் முறைகளுக்குள்ளும் முயங்கி இருக்கிறதே சாதியின் கொடுவேர். அதனைக்குறித்து கதைகள் எழுதப்பட்டு இருக்கின்றனவா ''தலித்'' என்கிற சொல் அரசியல் சொல்லாகவும், இலக்கிய வெளிப்பாட்டு முறையாகவும் வடிவம் பெற்ற நாட்களில் பலரும் ''தலித்'' எனும் முன்னொட்டுடன் கதைகள்

எழுதினர். தொண்ணூறுகளுக்கு முன்பாகவே மேலாண்மை கிராமத்து வாழ்வென்றால் அதனுடைய ஆதியையும் எழுத வேண்டும் அந்தத்தையும் அடைய வேண்டும் என்பதில் உறுதியாக இருந்திருக்கிறார். அதனால் தான் அவருக்கு ''சிபிகள்'' ''உயிரைவிட'' போன்ற நுட்பமான கதைகள் கைவரப் பெற்றிருக்கிறது. ''மாயமான்'' என்கிற வர்க்கத்தின் வடிவமாக சாதியைக் குறித்த தெளிவான பதிவையும் உருவாக்க முடிந்திருக்கிறது. மூன்று கதைகளும் பேசுவது மூன்று தன்மைகளை மூன்று முனைகளில் நின்று என்பது தான் இந்தக் கதைகளின் தனிச்சிறப்பே.

சிபிகள் தேர்தல் அரசியலைப் பேசுகிறது. மாயமான் வியாபார அரசியலை கட்டுடைக்கிறது. உயிரைவிட தலித் அழகியலோடு அரசியல் பேசுகிறது. மனிதர்களின் மனதின் அடியாழத்தில் சாதி உறைந்து கிடக்கிறது. அது புற்றிலுறையும் கட்டுவிரியன் தான். எப்போதும் விஷத்தை கக்கிப் பலியெடுத்திடும் குரூரத்துடன் தான் அலைகின்றது. வெறும் முதலாளியாக அவன் இருந்த நாளில் பண்ணையாளின் பன்றி மேய்ந்து அழிமானம் செய்த போது அவரால் பொறுத்துக் கொள்ள முடிந்தது. நீ என்ன வேணுமின்னேவா செய்திருப்பே, வாயில்லா சீவன் ஏதோ பசியில் வாயை வச்சிருச்சு என விஷயத்தை எளிதாக்கியவர். ஊர்க்கூட்டம் போட்டு எங்கே தண்டனை கொடுப்பாங்களோ எனத் தடுமாறிய போது அடவிடப்பா என்கிற ஒற்றைச் சொல்லில் லேசாக்கியவர், என்ன இவருக்கு? அதிகாரம் தான் இயக்குகிறது மனிதனை. தன் சொல்கேட்டு நடந்தவன் தேர்தல் என்று வந்து விட்ட பிறகு சொந்த சாதிக்காரனுக்கு ஓட்டுப் போடுகிறானே என்கிற சாதியபிமானம். அதுவே பச்சைக் குழந்தை என்றும் பாராமல் அடித்து நொறுக்குகிறது. வக்கிர வெளிப்பாட்டு உயிரி சாதி என்பதனை விவரித்த கதையிது. சாதியை அடையாளமாக மட்டும் பார்த்து குறுக்கிவிட முடியாது. அதனைப் பயன்பாட்டுக் கருவியாக மாற்றியிருக்கிறார்கள். இன்றைக்கும் அடையாளத்தை அடிப்படையாகக் கொண்டு ''இந்துவாக இருங்கள், இந்துக் கடையில் சாமான்கள் வாங்குங்கள்'' என்கிற கோஷம் கூச்சமின்றி முன்வைக்கப்படுகிறது. ''மாயமான்'' கதையில் தரகுமுதலாளி வர்க்கத்தின் குணாம்சம் நுட்பமாக வெளிப்படுகிறது. உற்பத்தியான விளைச்சலை அதுவரையிலும் கொடுத்து வந்த கடையில் கொடுக்கவிடாமல் தடுத்து தனதாக்கிட சாதியைப் பயன்படுத்துகிறது வியாபார உத்தி. ஆனாலும் கூட சொந்த சாதிக்காரன் என்பதற்காக தன்னுடைய கையெல்லாம் நிறைந்திருக்கும் பணத்தை தருவதில்லை என்பது மட்டுமல்ல, உதவி கேட்டால்கூட மறுத்திடவே செய்கிறது. மேலாண்மை பொன்னுச்சாமியின் மிகச்சிறந்த கதையென எவர் தொகுப்பினை உருவாக்கினாலும் அதில் நிச்சயம் இடம் பெறும் கதைதான் அவருடைய ''உயிரைவிட'' எனும் கதை.

"உயிரை விட மானம் பெரிது" என்கிற சொல் வழக்கின் முதல் எழுத்து எப்படி கதையாக்கப்பட்டிருக்கிறது என்பதைப் படித்துணர்கிற போது மட்டுமே புரிந்திடல் சாத்தியம். மனங்களுக்குள் பயணிக்கும் கதை மொழியைக் காட்சிரூபமாக்கியிருக்கிறார். பூச்சன் டீ குடிக்க தெருக் கடைகளுக்கு வருகிற போது ஒதுங்கி நிற்க வேண்டியிருக்கிறது. ஊர்க்கூட்டம் தான், சாதிக் கூட்டத்தின் பிரதிநிதி தான், ஆனாலும் எளியசாதிக்கு இடமில்லை, பிறகு எப்படி சமதையாக உட்கார முடியும். தனித்தொதுங்கி தரையில் தான் அமரவேண்டியிருக்கிறது. புழங்கும் வெளிகள் எங்கும் சாதி சுமத்தியிருக்கும் இழிவைச் சுமந்து கொண்டே அலைய வேண்டியிருக்கிறது. எப்படி இந்தக் கொதிப்பை ஆற்றிட என்று பொங்கும் மனம் தான் பூச்சனுடையது. காட்டு வேலைகளை செய்வதைக் காட்டிலும் கூரை மேய்கிற வேலைக்குப் போவதென்றால் கொண்டாட்டம். எல்லா வெளிகளிலும் தன்னைக் குறுக்கிப் பார்க்கிற ஊரைசாதிதந்திருக்கிற கௌரவத்தை வன்மத்தோடு பிரயோகிப்பவர்களைப் பார்த்து கூரையின் மேலேயிருந்து ஏவல் வேலை செய்திட வைத்திடல் சாத்தியமாகிறது. கூரை வேயப் போனால் நெஞ்சு வலியில் உயிர் போய் விடும் என்று எத்தனை முறை சொல்லப்பட்ட போதும் பூச்சன் கூரை மேயப் போய்க்கொண்டே தான் இருப்பான். தன்னை வஞ்சனை செய்திட்ட உணர்வு கூட இல்லாமல் சாதித்திமிரை இயல்பாக வெளிப்படுத்துகிற ஊரை இப்படித்தான் பழி தீர்ப்பான். இதைத்தான் தலித் அழகியல் என்கிறார்கள் ஆய்வாளர்கள்.

காலம்சிதைத்திருப்பது நிஜம்தான், ஆனாலும் அவநம்பிக்கையோடு எப்படி நகர்வது. எல்லாவற்றையும் கடந்து வாழ்வை எதிர்கொண்டு மல்லுக்கட்டி நிற்பது தான் மானுடம். மானுடத்தின் வெற்றியின் ரகசியம் கூட இதுவும் தான். இதனையே மேலாண்மை தன்னுடைய எல்லாக் கதைகளுக்குள்ளும் எழுதி, எழுதி மானுடம் வெல்லும் என்று உறுதிபடக் கூறுகிறார்.

கரிசலில் புரளும்
வெக்கை மனிதர்களின்
துக்கப் பெருமூச்சைக்
கதைகளாக்கிய
மேலாண்மை பொன்னுச்சாமி.